TỦ SÁCH SONG NGỮ

TẠI SAO
KHÔNG MỞ MẮT VÃNG SINH KHI ĐANG HIỆN SỐNG?

Thanh Tịnh Liên

WHY DON'T YOU OPEN YOUR EYES AND EXPERIENCE REBIRTH IN THE PURE LAND WHILE YOU'RE ALIVE?

Translated by Nguyên Giác

THIỀN VIỆN
SÙNG NGHIÊM

TẠI SAO KHÔNG MỞ MẮT VÃNG SINH KHI ĐANG HIỆN SỐNG?

Tu sĩ **Thanh Tịnh Liên**
Chuyển ngữ: **Nguyên Giác**
Trình bày: **Vũ Đình Trọng**

11561 Magnolia Street, Garden Grove, CA 92683
Điện thoại (714) 636-0118
Email: sungnghiem@hotmail.com
Website: thienviensungnghiem.com

WHY DON'T YOU OPEN YOUR EYES AND EXPERIENCE REBIRTH IN THE PURE LAND WHILE YOU'RE ALIVE?

Nun **Thanh Tịnh Liên**

Translated by **Nguyên Giác**

Layout by **Vũ Đình Trọng**

11561 Magnolia Street, Garden Grove, CA 92683

Phone: (714) 636-0118

Email: sungnghiem@hotmail.com

Website: thienviensungnghiem.com

MỤC LỤC

TABLE OF CONTENTS

THAY LỜI TỰA

Mọi đề tài đều được chứng minh qua các kinh sách sau đây của Phật của Tổ, đồng thời tác giả cũng cố gắng tối đa khai triển, và diễn Chân Nghĩa của những kinh sách liên hệ tới các bài viết, trong khả năng còn hạn hẹp và non nớt; Nên rất cần sự chỉ giáo của các bậc tiền bối, thiện tri thức và độc giả. Kính xin quý Ngài từ bi hướng dẫn cho.

1. Bát Nhã Tâm Kinh
2. Kim Cang Kinh
3. Pháp Hoa Kinh
4. Lăng Nghiêm Kinh
5. Pháp Bảo Đàn Kinh
6. Duy Ma Cật Kinh
7. Bửu Tạng Luận
8. Thiền Thất Khai Thị Lục
9. The Three Pillars of Zen
10. Duy Lực Ngữ Lục
11. Sách của các Luận Sư: Thế Hữu, Thiết Ma Đạt Sư và Pháp Cửu

Thắp nén Tâm Hương, Thiền Viện Sùng Nghiêm Chúng con nguyện giải Như Lai Chân Thật Nghĩa.

Xin tri ân và kính dâng lên Chư Phật Tổ, Chư Bồ Tát, Chư Hiền Thánh Tăng.

Xin tri ân và kính dâng lên quý Ân Sư:

IN LIEU OF FOREWORD

All topics are supported by the following scriptures of the Buddha and the Patriarchs. Simultaneously, the author endeavors to develop and convey the true meaning of these scriptures in relation to the articles, to the best of her limited and developing abilities. Therefore, she seeks the guidance of seniors, good friends, and readers. She respectfully requests your compassionate support.

1. Heart Sutra
2. Diamond Sutra
3. Lotus Sutra
4. Shurangama Sutra
5. Dharma Jewel Platform Sutra
6. Vimalakirti Sutra
7. Treatise on the Precious Treasures
8. Thiền Thất Khai Thị Lục
9. The Three Pillars of Zen
10. The Record of Duy Lực
11. Books by Masters: Thế Hữu, Thiết Ma Đạt Sư and Pháp Cửu

Lighting a stick of incense in our hearts, we at Sung Nghiem Zen Monastery vow to elucidate the true meaning of Tathagata.

We would like to express our gratitude and respect to the Buddhas, Bodhisattvas, and Noble Sangha.

We would like to express our gratitude and respect to our

- Thiền Sư Philip Kapleau
- Thiền Sư Bodin Kjolhede
- Thiền Sư Thích Duy Lực
- Cùng quý Thiện Tri Thức, quý Thầy, quý Cô từ vô thủy đến nay.

- Xin tri ân và kính dâng lên Ông Bà, Cha Mẹ, Cửu Huyền Thất Tổ từ vô thủy đến nay.

- Xin tri ân và kính dâng lên tất cả mọi người thân yêu, Vợ Chồng, Chồng Vợ, Người Thương, các Con Cháu, các Nô Bộc, các Quý Vị đã giúp đỡ trong mọi hoàn cảnh, mọi môi trường từ vô thủy đến nay.

- Xin tri ân và kính dâng lên đôi dòng họ Nội, Ngoại, Anh Chị, Em, Chú, Bác, Cô, Dì từ vô thủy đến nay.

- Xin tri ân và kính dâng lên tất cả quý vị Ân Nhân, quý vị Oán Thù và toàn thể các Bạn Bè Đạo và Đời từ vô thủy đến nay.

- Xin tri ân và kính dâng lên Muôn Loài, Muôn Vật, Hữu Tình, Vô Tình, Hữu Hình, Vô Hình toàn Thế Giới, Đại Vũ Trụ từ vô thủy đến nay.

- Xin tri ân và kính dâng lên toàn thể quý Anh Hùng, Liệt Sĩ, quý Anh Thư, quý vị Chiến Sĩ Trận Vong (hữu danh và vô danh), quý Oan Hồn, quý vị Quá Vãng vô thừa nhận! Tất cả đều không phân biệt tôn giáo, chủng tộc, nòi giống... từ vô thủy đến nay.

mentors:

- Zen Master Philip Kapleau
- Zen Master Bodin Kjolhede
- Zen Master Thích Duy Lực
- And throughout history, wise individuals, including monks and nuns, have existed from time immemorial to the present day.
- We would like to express our heartfelt gratitude and respectfully honor our grandparents, parents, and ancestors from time immemorial to the present day.
- We would like to express our heartfelt gratitude to all our loved ones, including husbands, wives, children, grandchildren, and those who have supported us throughout various circumstances and environments from time immemorial to the present day.
- We would like to express our heartfelt gratitude to our paternal and maternal families, including our brothers, sisters, uncles, and aunts, from time immemorial to the present day.
- We would like to express our heartfelt gratitude and respectfully extend our appreciation to all of you-our benefactors, our adversaries, and all of our friends in faith and life-from the beginning of time until now.

- We would like to express our gratitude and respectfully extend our appreciation to all species, all entities, both sentient and insentient, visible and invisible, encompassing the entire world and the vast universe from the beginning of time until now.
- We would like to express our heartfelt gratitude and respectfully dedicate this to all heroes, martyrs, valiant individuals, fallen soldiers (both known and unknown), wronged souls, and the unacknowledged departed. This tribute is offered without distinction of

- Xin tri ân và kính dâng lên toàn thể quý vị Hộ Pháp Đạo, Đời hiện hữu, đã và đang đóng góp công lao vô bờ từ thô tới tế, vật chất đền tinh thần, để hoàn hảo mỹ mãn về mọi mặt cho Thiền Viện như các vị sau đây:

- Quý vị chủ nhiệm, chủ bút, ký giả, báo chí, truyền thanh, truyền hình.
- Quý vị nghệ sĩ: nhạc sĩ, thi sĩ, văn sĩ, họa sĩ, điêu khắc gia, ca sĩ, nghệ sĩ ngâm thơ, xướng ngôn viên.
- Quý vị nhiếp ảnh gia, đạo diễn, chuyên viên quay phim.
- Quý vị chuyên viên về máy móc, và các hệ thống âm thanh, internet, thu thanh, phát thanh, làm CD, DVD cho các chương trình trên hai làn sóng radio, và thu hình cho mọi chương trình trên TV.
- Quý vị thiết kế, xây cất, trang trí nghệ thuật trong, ngoài.
- Quý vị trong ban điều hành.
- Quý vị trong ban ẩm thực.
- Quý vị trong ban vệ sinh.
- Quý vị trong ban copy, ấn loát, đánh computer, và in kinh sách.
- Quý vị trong bản thông dịch.
- Quý vị trong ban dịch thuật.
- Quý vị trong ban tri khách.
- Quí vị trong ban giảng huấn, quý thầy, quí cô.

- Quý vị trong ban y tế: bác sĩ, nha sĩ, dược sĩ, y tá.

- Quý vị trong ban luật pháp: luật sư, cố vấn luật

religion, race, or ethnicity, from time immemorial to the present day.

- We would like to express our heartfelt gratitude and respectfully extend our appreciation to all of you, the Dharma Protectors and current Life Protectors. Your boundless contributions, ranging from the tangible to the intangible and from the material to the spiritual, play a vital role in perfecting all aspects of the Zen Monastery.
    - The publishers, editors-in-chief, journalists, and individuals in radio and television.
    - The artists include musicians, poets, writers, painters, sculptors, singers, and announcers.
    - The photographers, directors, and cameramen.
    - The specialists in technology, sound systems, internet, radio recording, broadcasting, and the production of CDs and DVDs for programs on both radio and television.
    - Individuals involved in design, construction, and both interior and exterior decoration.
    - Individuals in management.
    - Individuals in the food service industry.
    - Individuals engaged in cleaning.
    - Individuals involved in copying, printing, typing, and publishing books.
    - Individuals in Interpretation.
    - Individuals in Translation.
    - Individuals in the Guest Services Department.
    - Individuals in the teaching department, including educators and instructors.
    - Individuals in the medical department include doctors, dentists, pharmacists, and nurses.
    - Individuals in the legal department include lawyers

pháp.

- Quý vị trong ban thuế vụ.
- Quý vị trong ban giao thông, chuyên chở.
- Quý vị trong ban địa ốc.
- Quý vị phụ trách trong ban linh tinh.
- Quý vị hộ pháp về tịnh tài, về mọi vật dụng hàng ngày.

Chúng con cũng không quên tri ân và kính dâng lên các vị Hữu Hình/Vô Hình, Hữu Tình/Vô Tình đến dự thính, đến thăm viếng hay đến tu học, v.v...

Nguyện toàn thể Chúng Sinh đều nỗ lực, tinh tấn tu hành để vượt thoát phiền não, sinh tử và thể hiện Cực Lạc Quốc ngay chính Thân Tâm, đời sống hàng ngày của chúng ta.

and legal advisors.

- Individuals in the Tax Department.
- Individuals in the Transportation Department.
- Individuals in the Real Estate Department.
- Individuals in the Miscellaneous Department.
- Those who provide financial support and daily necessities to the Zen Monastery.

We also remember to express our gratitude and respect to both the visible and invisible, as well as the sentient and insentient beings who come to listen, visit, or study.

May all sentient beings strive diligently to overcome afflictions, the cycle of birth and death, and manifest the Pure Land within our own body, mind, and daily lives.

TẠI SAO KHÔNG VÃNG SINH KHI ĐANG HIỆN SỐNG, MÀ PHẢI CHỜ SAU KHI CHẾT MỚI VÃNG SINH?

Nếu muốn Vãng Sinh ngay khi còn sống thì chỉ cần hiểu rốt ráo về: "Bát Nhã Tâm Kinh"

Về Bát Nhã Tâm Kinh, chúng ta tạm phương tiện nói nghĩa hình tướng và vô hình tướng của Kinh này.

Nghĩa Hình Tướng: Bát Nhã Tâm hay còn gọi là Trí Tuệ Tâm, được ví như thanh gươm vô cùng rắn chắc, và sắc bén như kim cương, có thể dùng để chặt được những vật cứng nhất như sắt, thép...

Nghĩa Vô Tướng: Tâm Trí Bát Nhã chiếu rọi tới đâu, thì màn vô minh dầu cho có sâu dày cách mấy cũng phải tan rã.

Đó chỉ là một cách nói, một cách tỉ dụ. Đức Phật giảng dạy cho các đệ tử dễ hiểu; chứ thật ra thì Tâm Bát Nhã ấy, nó sẵn có ở trong muôn loài, muôn vật chúng sinh. Nhưng chỉ vì Vô Minh (Tham, Sân, Si) quá sâu, và mọi tập khí (Hỷ, Nộ, Ái, Ô...) quá dày, nên chúng ta đã tự che kín Chân Tâm Bát Nhã ấy mà thôi.

Nay muốn Trí Tuệ Bát Nhã hiển bầy, thì chúng ta cũng phải phương tiện, dùng một trong những Pháp Môn của Đức Phật để mà Tu: Tu làm sao cho màn Vô Minh mỏng dần đi, nghĩa là tùy theo sự Tu Hành chân chính, kiên trì, sự buông xả mọi tập khí, và sự nỗ lực cỡ nào thì Tâm Trí Bát Nhã sẽ hiển bầy, ló rạng ra tương ứng với sự tu hành cỡ ấy.

WHY DON'T WE GO TO THE PURE LAND WHILE WE'RE ALIVE INSTEAD OF WAITING UNTIL WE DIE?

If we wish to reach the Pure Land while we are still alive, we must thoroughly understand the Heart Sutra.

Regarding the Heart Sutra, we will briefly explore both its formal and informal meanings.

The Concept of Form: Prajna Mind, also known as Wisdom Mind, is compared to an exceptionally sturdy sword, sharp as a diamond, capable of cutting through the hardest materials, such as iron and steel.

The Concept of Formlessness: Wherever the Prajna Mind illuminates, the veil of ignorance, regardless of its depth and density, must disintegrate.

That is merely a way of speaking, an example. The Buddha taught this concept to his disciples in an easily understandable manner; however, the Prajna Mind is inherently present in all species and living beings. Unfortunately, due to the profound influence of Ignorance (Greed, Anger, Delusion) and the dense accumulation of habits (Joy, Anger, Love, Hate), we have obscured our True Prajna Mind.

Now, if we wish for Prajna Wisdom to manifest, we must employ expedient means by utilizing one of the Buddha's Dharma Doors for our practice. This involves engaging in practices that gradually thin the veil of Ignorance. The manifestation of Prajna Wisdom is contingent upon our sincere and consistent practice, the relinquishment of habitual

Còn Chân Tâm Bát Nhã, thì lúc nào nó cũng vẫn tự Tịnh, tự Định, tự chiếu tỏa cùng khắp pháp giới, cùng khắp không gian, thời gian, tự nó thông suốt vũ trụ vạn vật huyễn hóa nghĩa là vượt ngoài Hình Tướng / Vô Hình Tướng, Có / Không, Không / Có này.

Trong hai trăm sáu mươi chữ của Bát Nhã Tâm Kinh đã chỉ thẳng rất rõ ràng, không có nghĩa đen, nghĩa bóng gì hết. Chỉ tại chúng ta Vô Minh, luôn sống trong vọng tưởng, nên lúc nào cũng tự tưởng tượng, rồi vẽ râu, vẽ cánh, méo mó sự thật của Bát Nhã, để tự biến Bát Nhã thành nghĩa chấp thật xuôi ngược, trắng đen của phàm phu thế tục (tức là nghĩa Nhị Biên của Tâm Thức)!

Nếu chịu tĩnh tâm, bằng những phương tiện như Niệm Phật, Trì Chú, Thiên Định, Tham Công Án, để từ Tán Loạn Tâm về Nhất Tâm, tiến tới Vô Tâm, rồi vượt cả Vô Tâm lẫn Hữu Tâm, thì ngay đó là Bát Nhã, là Tính Không, y như bốn Kinh dẫn chứng sau đây:

1. Lăng Nghiêm Kinh:
"Tính không rời Tướng, Tướng không rời Tính"
"Vô Tướng là Hữu Tướng, Hữu Tướng là Vô Tướng"
2. Bát Nhã Tâm Kinh:
"Sắc chẳng khác Không, Không chẳng khác Sắc"
"Sắc chính là Không, Không chính là Sắc"

3. Pháp Hoa Kinh:
"Cảnh vốn tự Không, đâu cần hoại Tướng"

tendencies, and the level of effort we invest. As we deepen our practice, the light of Prajna Wisdom will shine forth in accordance with our dedication.

As for the True Heart of Prajna, it is always pure, concentrated, and radiates throughout the entire Dharma realm, transcending both space and time. It is permeable to the illusory universe of all things, signifying that it exists beyond the dichotomies of form and formlessness, as well as existence and non-existence.

The two hundred sixty words of the Heart Sutra clearly articulate profound truths without any ambiguity. It is our ignorance and persistent delusion that lead us to misinterpret and distort the reality of Prajna. We often transform Prajna into a meaning that aligns with worldly perceptions, creating an opposing interpretation, much like the contrast between white and black. This tendency results in a fall into the two extremes of consciousness.

If you are willing to calm your mind by employing techniques such as reciting the Buddha's name, chanting mantras, practicing meditation, and contemplating koans, you can transition from a scattered mind to a focused mind, then to a state of no mind, and ultimately beyond both no mind and mind. In that very moment, you will encounter Prajna and Emptiness, as illustrated by the following four Sutras:

1. The Lankavatara Sutra states that Nature is not separate from Form, and Form is not separate from Nature; Formlessness is Form, and Form is Formlessness.

2. The Heart Sutra states that Form is not separate from Emptiness, and Emptiness is not separate from Form; Form is Emptiness, and Emptiness is Form.

3. The Lotus Sutra: The scene is inherently empty, and there is no need for the destruction of form.

4. Kinh Duy Ma Cật, ngài Hỷ Kiến Bồ Tát nói:

- "Sắc tức là Không, chẳng phải chờ Sắc diệt rồi mới là Không; Tính của Sắc tự là Không"

- "Ngũ Uẩn tức là Không, không cần chờ Ngũ Uẩn diệt rồi mới là Không; Tính Ngũ Uẩn tự là Không, thì Thọ, Tưởng, Hành, Thức cũng y như thế."

Không ở đây là Chân Không, là Tính Không, là cái vốn Vô Vi. Nó là Tính Thấy, Tính Nghe, Tính Hay Biết; các Tính này đều chỉ là Một Tính. Nó còn được gọi là Tâm Trí Bát Nhã trường tồn bất biến.

Tâm Trí này vốn Vô Tướng, nên ẩn mật trong muôn loài, muôn vật hiện hữu. Cũng vì ẩn mật, nên nó mầu nhiệm thiêng liêng! Đồng thời nó lại vi diệu hiện tướng, để thể hiện sự hữu dụng cùng khắp nơi nơi, trong muôn loài, vũ trụ, vạn vật! Nó chính là cội nguồn của vạn Pháp! Nó rất khó hiểu, nếu chúng ta chỉ hiểu một chiều theo cái hiểu thông thường của thế gian: Một là chấp thật, hai là chấp giả, hay một là chấp Sống, hai là chấp Chêt, thì hoàn toàn đi vào Sinh Tứ.

Vì vậy chúng ta nên hiểu bằng cả hai mặt của nó thì mới xong. Đó là hiểu cả:
Đời và Đạo
Âm và Dương
Có và Không
Hãy tạm ví Chân Lý như một đồng tiền có hai mặt, hai mặt ấy không thể rời nhau, nếu rời được nhau thì không phải

4. The Vimalakirti Sutra records words of Bodhisattva Joyfully Seeing (Hỷ Kiến Bồ Tát):

- Form is Emptiness; it is not necessary to wait for Form to be destroyed before recognizing it as Emptiness. The nature of Form is, in fact, Emptiness.
- The Five Aggregates are characterized by Emptiness. It is not necessary to wait for the Five Aggregates to be destroyed in order to recognize their Emptiness; rather, the very nature of the Five Aggregates is Emptiness itself. Consequently, Feeling, Perception, Volition, and Consciousness also embody this quality of Emptiness.

Emptiness here represents True Emptiness, the Nature of Emptiness, which is inherently unconditioned. It embodies the Nature of Seeing, the Nature of Hearing, and the Nature of Knowing; these natures are ultimately one. It is also referred to as the everlasting and unchanging Prajna Mind.

This mind is originally formless, hidden within all species and all existing things. Its hidden nature renders it mysteriously sacred. Simultaneously, it miraculously manifests itself, demonstrating its usefulness everywhere-in all species, throughout the universe, and in all things. It is the source of all dharmas. Understanding it is quite challenging if we approach it from a one-sided perspective based solely on common worldly interpretations. First, we may accept it as real; second, we may accept it as false. Alternatively, we might choose to accept life or accept death, which ultimately leads us to become ensnared in the cycle of life and death.

To achieve a comprehensive understanding, we must consider both sides of the equation:

The Secular and the Spiritual,

Yin and Yang,

Existence and Non-existence.

Let us temporarily compare Truth to a coin with two inseparable sides; if they could be separated, it would no

là đông tiên! Với Đạo và Đời cũng y như vậy, thì Chân Lý cũng thế. Do lẽ đó mà trong Kinh nói: "Phật Pháp không rời Thế Gian Pháp". Cho nên mất thân này là tự động phải có ngay thân khác, nhưng đặc biệt chỉ có thân người là có đầy đủ sáu căn, nên mới có thể hiểu được cái thâm sâu của Chân Lý này, và mới giải thoát được sinh tử!

Như đã nói ở trên về Chân Lý Tính Không qua sự minh chứng của Kinh Lăng Nghiêm, Bát Nhã, Pháp Hoa, và Duy Ma Cật, nay chúng ta hãy cùng suy tư để hiểu sâu rộng hơn:

Về mặt Vô Tướng

Là mặt của bên kia đồng tiền hay còn gọi là Mặt Đạo.

Những danh từ gán ghép, đặt tên cho nó làm chúng ta rất nhầm lẫn và khó hiểu. Nay xin được giải thích rõ hơn về những danh từ được đặt cho cái Vô Tướng như:

Vô: Tức là "Không" (đừng chấp là không có gì)

Âm: Vì nó Ẩn Mật, vô hình tướng, nên được gọi là "Âm Cảnh" hay "Âm Thế".

Vô Tướng: Tức không có hình dạng gì.

Dù có gọi tên nó là gì chăng nữa, thì cả ba danh từ trên đều nghĩa là: Tính Không, Chân Không.

Về mặt Hữu Tướng

Tạm gọi là mặt bên đây của đồng tiền, tức Mặt Đời. Hữu Tướng còn được gọi bằng những danh từ sau đây:

Hữu: Tức là Có (đừng chấp là có thật)

Dương: Muôn cảnh vật hiện hữu tại đây, còn gọi là "Dương Thế"

Sắc: Là Sắc Tướng (Hình Tướng) của muôn hình vạn trạng

Dù gọi tên là gì, thì cả ba danh từ trên đây vẫn đều cùng một nghĩa:

longer be a coin. The same principle applies to the spiritual path and the secular world, as well as to Truth itself. This is why the Sutra states, "Buddhist Dharma does not separate from secular Dharma. the loss of this body inevitably leads to the acquisition of another. However, it is particularly the human body that possesses all six senses, enabling it to comprehend the depth of this Truth and attain liberation from the cycle of birth and death."

As previously discussed regarding the Truth of Emptiness, supported by the Shurangama Sutra, the Prajnaparamita Sutra, the Lotus Sutra, and the Vimalakirti Sutra, let us now reflect on the concept of Formlessness. This concept represents the other side of the coin, often referred to as the aspect of the Dharma.

The nouns assigned to it can be quite confusing and difficult to understand. Allow me to clarify the terms associated with the Formless, including the following words:

Emptiness: This refers to Emptiness (do not assume that it signifies nothingness).

Yin: Because it is a Yin secret, formless in nature, it is referred to as the realm of Yin or the world of Yin.

Formless: This means it lacks a defined shape.

Regardless of the name you use, all three of these terms refer to the same concept: the Nature of Emptiness or True Emptiness.

About the Aspect of Appearance

Let's refer to this aspect as the secular world. The term is also known by the following synonyms:

Existence: That is, existence (do not assume that it is real).

Yang: All things that exist here are referred to as the world of Yang.

Form: The appearance (shape) of all forms of all things.

Regardless of their names, all three of these nouns convey the same idea:

"Muôn cảnh vật hiện tướng (muôn hình vạn trạng) đang hiện hữu tại thế gian này".

oOo

Chú ý:

Mặt Đời không rời Mặt Đạo, nếu chấp mặt Đời phải tiêu diệt đi, rồi vứt bỏ đi, để đi kiếm cái Vô tướng là Cực Lạc, là Chân Lý chỉ chúng ta sẽ đi vào cái "Có Trí mà không có Thân" là hoàn toàn đi ngược lại với Chân Lý, cũng là ngược lại với bốn Kinh đã kể ở trên.

Vì là Chân Lý Giải Thoát Sinh Tử nên cũng khó hiểu và khó thâm nhập được là lẽ đương nhiên, nhất là đối với những ai ít chịu suy tư, nông cạn, lười biếng, chưa đủ duyên lành! Trái lại đối với những ai đã chán ngán cuộc đời dâu bể vô thường, nên muốn xả bỏ vô thường và khao khát Chân Lý là cái giải thoát sinh tử thì chẳng ngại gì chông gai, những hành giả này lúc nào cũng khắc khoải, suy tư, dù có khó cách mấy cũng nỗ lực để hiểu và vượt qua.

oOo

Nói tóm lại, khi hiểu rốt ráo về cả hai mặt Đời và Đạo tức là thấu đáo về Sắc và Không của Bát Nhã Tâm, thì chúng ta đã biết chắc chắn rằng: "Pháp Giới Tự Dung Thông".

Sắc/ Không vốn chẳng hai, Thân/Tâm chỉ là Một Tức là: Tướng không rời Tính, Tính không rời Tướng, Vô Tướng không rời Hữu Tướng.

Và: Âm Thế chẳng rời Dương Thế.

"Countless things exist in this world."

oOo

Note:

The worldly aspect does not negate the spiritual aspect. If we believe that we must eliminate the worldly side to pursue the formless, which represents ultimate bliss and truth, we risk entering a state of having wisdom but no body. This belief is entirely contrary to the truth and contradicts the four sutras mentioned above.

The truth of liberation from birth and death is often challenging to comprehend, which is natural, especially for those who do not engage in deep thinking, are superficial, complacent, or lack sufficient good fortune. Conversely, those who are weary of the transient nature of life, who wish to transcend impermanence and seek the truth that frees them from the cycle of birth and death, do not shy away from obstacles. These practitioners remain diligent and contemplative; regardless of the difficulties they face, they strive to understand and overcome them.

oOo

In summary, when we fully comprehend both the secular and Dharma aspects-specifically, the Form and Emptiness of the Prajna Mind-we will undoubtedly recognize that the Dharma Realm embodies self-tolerance and is unhindered.

Form and Emptiness are not two separate entities. Body and Mind are One. In other words, Form does not exist apart from Nature, and Nature does not exist apart from Form. Similarly, Formlessness is not separate from Form, and the world of Yin is not separate from the world of Yang.

Nếu thấu đáo được cả hai mặt Sắc Không của Bát Nhã, thì không thể nào chúng ta còn bị ở trong tình trạng chia sẻ Thân Tâm làm hai. Chia sẻ Thân Tâm có nghĩa là chỉ chọn Cái Tâm mà bỏ đi Cái Thân, hay chỉ chọn Cái Không mà bỏ đi Cái Sắc, tức là chỉ chọn Cực Lạc là nơi Vô Tướng, mà bỏ đi cái Hữu Tướng là cái Thân mình và vũ trụ vạn vật, là nơi đang hiện sống! Hiểu như thế là hiểu lầm, tức hiểu một chiều để rơi vào tình trạng:

Hữu Trí mà Vô Thân (tức có Trí mà không có Thân) là không đúng với những mạch Kinh đã kể ở trên, cũng chẳng đúng như Đức Phật đã nói: "Phật Pháp không rời Thế Gian Pháp".

Vâng, rời làm sao được mà rời khi Vũ Trụ Vạn Vật, Tam Thiên Đại Thiên Thế Giới không gì ngoài Sắc với Không.

Vậy thì chúng ta đi đâu sau khi Chết? Hay vẫn hiện hữu ngay đây với cái Thân Tâm này, cùng Vũ Trụ Vạn Vật đều toàn là Sắc và toàn là Không, cũng là Toàn Tâm Trí Bát Nhã.

Xin nhấn mạnh và nhắc lại:

Lăng Nghiêm Kinh:

Về Thân Tâm, thì Tính là Tướng, Tướng là Tính; Tính Giác là Chân Không; Tính Không là Chân Giác.

Về Vũ Trụ Vạn Vật:

Tính của Địa, Thủy, Hỏa, Phong (Đất, Nước, Gió, Lửa) là Chân Không; Tính của Chân Không là Địa, Thủy, Hỏa, Phong (Đất, Nước, Gió, Lửa).

Nhắc lại, ngài Hỷ Kiến trong Kinh Duy Ma Cật nói về Bát Nhã Tâm Kinh:

- "Sắc tức là Không, chẳng phải chờ Sắc diệt rồi mới là Không, Tính của Sắc tự Không".

If we comprehend both the Form and Emptiness aspects of Prajna, we will no longer perceive Body and Mind as two distinct entities. To regard Body and Mind as separate implies favoring the Mind while neglecting the Body, or prioritizing Emptiness at the expense of Form. This perspective leads to the notion of choosing solely the Pure Land, a Formless realm, while disregarding the Form represented by our Body and the universe in which we currently reside.

One-sided misunderstandings, as previously mentioned, can lead to a situation where one possesses wisdom but lacks embodiment. Such thinking contradicts the aforementioned sutras and is also contrary to the Buddha's teaching that the Buddha Dharma is not separate from worldly Dharma.

Yes, it cannot be separated from the Universe, the Three Thousand Great Thousand Worlds, which are Form and Emptiness.

Where do we go after death? Will we continue to exist here, with our body and mind, within the universe that encompasses both form and emptiness, as well as the all-encompassing mind and wisdom of Prajna?

Let me emphasize this once more:

The Lankavatara Sutra states that regarding the relationship between body and mind, nature is form, and form is nature. Furthermore, the enlightened nature is true emptiness, and emptiness is true enlightenment.

Regarding the Universe and All Things: The essence of Earth, Water, Fire, and Wind is True Emptiness; the essence of True Emptiness is Earth, Water, Fire, and Wind.

Again, Bodhisattva Hỷ Kiến in the Vimalakirti Sutra said about the Heart Sutra as follows:

- Form is Emptiness; it is not necessary to wait for Form to be destroyed before recognizing it as Emptiness. The nature of Form is, in fact, Emptiness.

- "Ngũ Uẩn tức là Không, chẳng phải chờ Ngũ Uẩn diệt rồi mới là Không. Tính Ngũ Uẩn tự Không, thì Thọ, Tưởng, Hành, Thức cũng thế".

Không ở đây chẳng phải là "Vô Ký Không" tức là "Không có gì" mà Không ở đây là "Chân Không Diệu Hữu".

Như vậy Thân Tâm, Vũ Trụ Thế Giới là đồng nhất, đã hiểu rốt ráo về Thân Tâm và Vũ Trụ Vạn Vật cùng một Chân Lý như thế, thì phải chăng chúng ta đã và đang Vãng Sinh khi đang hiện Sống, nghĩa là Vãng Sinh Khi Đang Mở Mắt, thật là vô cùng vi diệu!

Vậy thì tại sao phải chờ sau khi Chết mới Vãng Sinh? Có nghĩa là chờ khi mắt đã nhắm lại rồi, thì liệu có trễ không? Liệu lúc ấy chúng ta có hiểu nổi cái Chân Lý Thâm Sâu của Tâm Trí Bát Nhã không? Cho dù có Minh Sư khai thị rõ ràng tới đâu, e cũng vẫn khó lắm!

Xin đừng "chấp thật" trong nghĩa "Sắc" với "Không" mà phải hiểu như sau đây mới là thật hiểu:

"Sắc" chẳng phải "Sắc" mới thật là "Sắc";
"Không" chẳng phải "Không" mới thật là "Không"
Tức Không chấp thật là Sắc, thì mới chính là Sắc;

Không chấp thật là Không, thì mới thật là Không.

Vì phủ định nên Không
Vì thừa nhận nên bất Không
Vì phủ định nên "Vô Ngã"
Vì thừa nhận nên "Có Ngã" (Đại Ngã)

Do đó: Chẳng nói phủ định cũng chẳng nói thừa nhận, mà vượt ra ngoài cả phủ định lẫn thừa nhận.

- The Five Aggregates are characterized by Emptiness. It is not necessary to wait for the Five Aggregates to be destroyed in order to recognize their Emptiness; rather, the very nature of the Five Aggregates is Emptiness itself. Consequently, Feeling, Perception, Volition, and Consciousness also embody this quality of Emptiness.

The emptiness here is not mere nothingness; rather, it is a true emptiness that simultaneously embodies a wonderful existence.

Thus, the Body and Mind, the Universe, and the World are identical. Once we thoroughly understand that the Body and Mind, as well as the Universe and all things, share the same truth, we can recognize that we have been and are being reborn while we are currently alive. This rebirth occurs even with our eyes open, which is truly miraculous!

Why must we wait until after death to achieve rebirth? If we delay until our eyes have closed for the final time, will it be too late? Will we then be able to comprehend the Profound Truth of the Prajna Mind? Regardless of how clearly a Master articulates it, understanding remains a significant challenge!

Please do not accept as real in the meaning of Form and Emptiness, but must understand as follows to truly understand:

Form is not Form, so it is truly Form;

Emptiness is not Emptiness, so it is truly Emptiness.

That is, Emptiness is truly accepted as Form, then it is truly Form;

and Emptiness is truly accepted as Emptiness, then it is truly Emptiness.

Because it is negated, it is Emptiness;

Because it is posited, it is not Emptiness.

Because it is negated, it is Non-Self;

Because it is posited, it is the Great Self.

So, do not negate and do not posit; instead, transcend both denial and acceptance.

BÁT NHÃ BA LA MẬT ĐA TÂM KINH

"Sắc bất dị Không, Không bất dị Sắc;
Sắc tức thị Không, Không tức thị Sắc."

Cốt tủy Phật Pháp là Bát-Nhã Tâm Kinh

Tâm trí Bát Nhã của Tổ, Phật ba đời cũng là Tâm Kinh ấy. Ai tin, hiểu, thấu, hành cũng đều y vậy.

Vẫn ngay đây mà vẫn thông vượt:
Trọn nhân quả, thời gian và cả không gian.

Diệu pháp thậm thâm Bát Nhã Tâm Kinh
Sắc Không, Không Sắc nào khác chi mình

"Hình Tướng" là "Không", "Không" vừa là "Tướng"
"Không" là "Hình Tướng", cũng vừa là "Không"
Căn cứ thậm thâm Bát Nhã Tâm Kinh
Sắc Không, Không Sắc đâu khác chi mình
Không tức Hình Tướng, Tướng Hình tức "Không"
Không chính Hình Tướng, Tướng đây Vô Hình.

Tuyệt diệu thậm thâm Bát Nhã Tâm Kinh
Không Sắc, Sắc Không vẫn chính là mình

Bao gồm cả Hữu Tình lẫn Vô Tình
Vũ trụ này toàn là Không, là Sắc
Sắc với Không tuy hai mà là một
Không Sắc là một, hóa hiện như hai
Ngài Bồ Tát Quán Tự Tại đã răn dạy "thị-khai"

THE HEART SUTRA - PRAJNA PARAMITA

Form is not separate from Emptiness;

Emptiness is not separate from Form.

Form is emptiness; emptiness is form.

The essence of the Buddha Dharma is encapsulated in the Heart Sutra.

The Heart Sutra, revered by the Patriarchs and Buddhas of the three times, conveys a unified message. Those who believe in, comprehend, delve into, and practice its teachings are all on the same path.

Those who practice the Heart Sutra, although they are present in this moment, will transcend the limitations of cause and effect, as well as time and space.

The Profound Dharma of the Heart Sutra.

Form and emptiness, emptiness and form, are not different from ourselves.

Appearance is emptiness, and emptiness is also appearance.

Emptiness is both appearance and emptiness.

Let us turn to the profound Heart Sutra for insight:

Form and Emptiness, Emptiness and Form, are not different from ourselves.

Emptiness is form, and form is emptiness.

Emptiness is an appearance, and appearance here is invisible.

The Profound and Wonderful Heart Sutra

Emptiness and form, form and emptiness, are still aspects of ourselves.

Including Both Sentient and Insentient Beings

This universe is composed of both emptiness and form.

Form and Emptiness are two but one

Emptiness and Form are one, manifesting as two

Bodhisattva Avalokiteshvara taught thus

Ơn sâu tầy biển, cao dày bằng núi

Nhiệm mầu hóa hiện Chân Sắc, Chân Không
Sắc Không y nhất, Thân Tâm cũng đồng
Thế Gian Pháp cũng cùng là Phật Pháp
Hỏi: Phật Pháp nào mà khác Pháp Thế Gian?

Tụng như thường lệ với chuông và mõ:
Ma Ha Bát Nhã Ba La Mật Đa Tâm Kinh
Quán Tự Tại Bồ Tát hành thâm Bát Nhã Ba La Mật Đa thời, chiếu kiến ngũ uẩn giai không độ nhất thiết khổ ách...

Ghi chú: Sắc nghĩa là hình tướng; Không ở đây không phải vô-ký-không mà là Chân Không.

Gratitude is as deep as the sea, as high and thick as the mountains

Miraculously Manifesting True Form and True Emptiness

Form and emptiness are one; body and mind are the same.

Worldly Dharma is also known as Buddha Dharma.

Which aspects of Buddha Dharma differ from worldly Dharma?

Please recite, as usual, with the bell and wooden fish: the Maha Prajnaparamita Heart Sutra.

Avalokitesvara Bodhisattva, while practicing the profound Prajnaparamita, realized that the five aggregates are empty and transcended all suffering and affliction.

Note: "Form" means appearance; "emptiness" here is not nothingness but true emptiness.

LỐI VỀ NGUỒN

Thật ra mà nói, với Chân Như, Phật Tính thì làm gì có đường có lối, làm gì có đi có về, cũng chẳng có văn tự lời nói!

Chỉ vì phương tiện nên mới có muôn đường, muôn lối, muôn phương pháp ở khắp mọi nơi trong các Kinh Sách... Cũng không ngoài mục đích để chỉ dẫn cách thức tu hành sao cho có kết quả mà thôi! Nếu là người chín chắn, hỏi ai tu hành mà lại không chọn cho mình một đường lối, một Pháp Môn thật thích hợp vì không ít thì nhiều ai cũng biết đại khái về lý thuyết, về mục đích của sự tu hành là:

- Để Sạch Phiền Não
- Để Hết Vô Minh
- Để Ra Ngoài Tam Giới
- Để Không Còn Sinh Tử...

Và kết quả là sẽ được an nhiên, tự tại vĩnh viễn. Cái kết quả mỹ mãn siêu việt này còn được gọi qua nhiều danh từ khác nhau như: Về Nhà, Về Nguồn, Về Quê Cũ, Về Cội... Gọi như thế là để thay vì không gọi thẳng là Chân Như, Bản Lai Diện Mục, Tự Tính, Phật Tính...

Rất nhiều người hiểu lầm, đã dựa vào Tự Tính, Đệ Nhất Nghĩa Đế để gàn dở một cách vô lý, mà tự cho là:

Không có đường lối gì!

Không có phương pháp gì!

Không có văn tự, lời nói gì!

Và hễ thấy ai nói gì, hoặc viết gì thì cũng bảo là đã lọt vào "Tứ Cứ" rồi! Nghĩa là cứ vin vào Chân Như Tự Tính để chấp

THE PATH BACK TO THE SOURCE

In truth, with True Nature and Buddha Nature, there is no path, no coming or going, and no writing or speech.

It is solely due to the necessity for means that numerous paths and methods are found throughout the Sutras and sacred texts. These are intended to guide practitioners toward achieving results. If you are a mature individual, you will select a path or Dharma Door that is genuinely suitable for you during your practice. Most people have a general understanding of the theory and the purpose of practice:

- To cleanse afflictions,
- To end ignorance,
- To escape the Three Realms,
- and to transcend the cycle of birth and death.

As a result, you will be at peace and at ease forever. This perfect and transcendent result is also called by many different names, such as Returning Home, Returning to the Source, Returning to the Old Home, and Returning to the Root. Calling it like that is to replace not calling it directly as True Nature, Original Face, Self-Nature, or Buddha Nature.

Many people misunderstand the terms "self-nature" and "first meaning truth," using them to express nonsensical ideas and to assume that the path to liberation lacks a method, written guidance, or verbal expression.

They claim that everything spoken or written has fallen into the Four Lines. In other words, they become so attached

chặt đến nỗi không còn ai nói năng, viết lách, hành động gì được, mà chỉ được im lim thôi. Nhât là Thiên thì không được nói gì cả!

Trong thực tế Đức Phật thuyết giảng ròng rã bốn mươi lăm năm, đã để lại một rừng kinh điển với muôn vàn phương pháp để dẫn dắt chúng sinh!

Vậy, mặc ai nói: "Không có đường, không có lối, không có tu, không có chứng, không có văn tự, không có lời nói!" hay "đã bị lọt vào Tứ Cú!" thì cũng đừng rồi trí, vì họ đã hiểu lầm nghĩa cao tột của Tự Tính!

Có biết đâu rằng:

"Phải nói Có rồi hãy nói Không"

Vì: "Phật Pháp không rời Thế Gian Pháp" y nghĩa Sắc/ Không của Bát Nhã Tâm Kinh!

Do vậy mà muôn sự ở đời đều là thiên biến vạn hóa, cho nên phải tùy cơ ứng biến, vì không có cái gì là cố định cả! Có như thế mới phù hợp được với cái "Chân Không Diệu Hữu" vi diệu nhiệm mầu.

Vì vậy chúng ta vẫn cần đường, cần lối, cần phương pháp thích hợp với căn cơ của mình để tu hành. Vì kết quả của sự tu hành nhanh hay chậm đều là do "căn cơ", đều là do "phương pháp" cũng như sự nỗ lực của chúng ta.

to the True Nature of Self-Nature that they misunderstand it to the extent that no one can speak, write, or act but can only remain silent. They particularly misinterpret that Zen should not express anything.

In reality, the Buddha preached for forty-five years, leaving behind a vast collection of scriptures filled with countless methods to guide sentient beings. So don't be fooled by anyone who says there is no path, no practice, no realization, or no written teachings, or who claims to have fallen into the Four Lines. Such individuals have misunderstood the ultimate meaning of Self-Nature.

They do not understand that the practitioner must first assert the existence of something and then declare that there is no existence.

Because the Buddha Dharma is inseparable from the Dharma of the World, this encapsulates the meaning of Form and Emptiness in the Heart Sutra.

Therefore, everything in life is subject to change, and we must adapt to our circumstances, as nothing is permanent. Only then can we align ourselves with the profound truth of True Emptiness and Wonderful Existence.

Therefore, we still require a clear path, a roadmap, and a method that aligns with our capacity for practice. The outcome of practicing quickly or slowly is contingent upon our abilities, the chosen method, and the effort we invest.

TỈNH MỘNG ĐI THÔI TRỞ VỀ NGUỒN

Hằng sa kiếp rồi, mãi lăn trôi
Cứ lạc loài thôi, quên hết lối về rồi
Ôi thương đau! Trở về mau
Nổi trôi chi hoài, trong biển nước mắt thương đau!

Sao mơ chi mãi? Tỉnh mộng đi thôi
Ối tiền tài! Ôi danh vọng! Ối sắc đẹp! Ôi cuộc đời!
Dù lộng lẫy, huy hoàng như ánh sáng mặt trời
Cũng chỉ là bọt sóng, là sương sớm, là vọng lôi

Sao mơ chi mãi? Tỉnh mộng đi thôi
Mơ đến bao giờ mới nguôi?
Mơ suốt ngày đêm!
Mơ hết cả cuộc đời

Muôn kiếp người:
Có ai mà không khóc than?
Có ai mà không nát tan?
Mà không mất mát?
Mà không hoạn nạn, điêu tàn?

Ôi làm sao?
Làm sao tỉnh mộng thật, cho hết chơi vơi?

Làm sao biết đường nào, về nguồn về cội?
Làm sao hết vô minh, không còn ngu tối
Làm sao có tự tại, dứt sạch nghiệp luân hồi?

WAKE UP AND RETURN TO THE SOURCE

For countless lifetimes, we have been adrift.
We feel lost and unable to find the way back.
Oh, pain! Please return quickly.
Why are you drifting endlessly in the sea of tears and pain?

Why do you continue to dream? It's time to wake up!
Oh, money! Oh, fame! Oh, beauty! Oh, life!
Although splendid and brilliant like sunlight, all is merely foam, morning dew, and illusory lightning.

Why do you continue to dream? It's time to wake up!
When will the dream end?
Why do you dream both day and night?
Don't allow your dreams to dominate your life.

In countless lifetimes, ask yourself:
Who among us does not shed a tear?
Who among us is not broken?
Who has not experienced loss?
Who among us has not endured hardship and ruin?

Is there any way to do that?
How can one awaken from this dream and stop feeling lost?

How can one find the way back to the source?
How can one overcome ignorance?
How can one attain freedom and break the cycle of karma and reincarnation?

Cứ Thiền đi sẽ biết đường về
Cứ Thiền đi là hết si mê
Thiền, cứ Thiền không còn đau khổ
Thiền tu xong, trọn vẹn muôn bề

PHƯƠNG TIỆN TỰ GIÁC

Công Án "Mu"
Công Án "Tôi Là Ai?"
Công Án "Niệm Phật Là Ai?"
Niệm Phật A Di Đà
Niệm Thầnn Chú
Chú Tâm Từng Hơi Thở
Chỉ đơn thuần niệm mà không tạp niệm
"Tự Tính" Tự niệm, gọi "Niệm Chân Như"
"Tự Niệm", Niệm mãi, Niệm y "Vô Niệm"

Thức tự chuyển Trí, Ô! Trí đây thôi

CHÚ TÂM TỪNG HƠI THỞ
(Phương tiện tự giác)

Dùng Mắt Tâm ta chú tâm từng nhịp thơ
Chăm chú từng hơi để thấy biết rõ ràng
Hô hấp chú tâm từng hơi thở nhịp nhàng
Thở hay không thở! Mắt Tâm ta vẫn thấy

Thấy biết chẳng rõ vì vọng niệm ngăn che

Thấy biết chăng rõ vì niệm đầy biên kiến

With Zen, and you will discover the path back.
With Zen, and you will overcome ignorance.
With Zen to alleviate suffering.
With Zen; when you finish practicing, you will feel complete in every way.

MEANS TO SELF-ENLIGHTEN

Koan "Mu."
Koan: "Who Am I?"
Koan: "Who Is Reciting the Buddha's Name?"
Reciting the Name of Amitabha Buddha.
Reciting the Mantra
Paying Attention to Every Breath.
Reciting purely, without any other thoughts.
Self-Nature Recitation: Calling Upon True Suchness.
Self-reciting, reciting endlessly, reciting until there is no thought.
Consciousness evolves into wisdom. Oh, wisdom is here!

PAY ATTENTION TO EACH BREATH
(A Path to Self-Realization)

Using the mind's eye, we focus on each breath.
Pay attention to each breath to gain clarity.
Pay attention to each rhythmic breath as you breathe.
Breathing or not breathing, the mind's eye still sees.

We perceive and understand imperfectly because false thoughts arise and obstruct our clarity.

We perceive and understand unclearly because prejudiced thoughts arise.

Thấy biết chăng rõ vì vui theo vọng niệm

Thấy biết rõ rồi vì biết vọng hết mê

We perceive and understand ambiguously because we indulge in false thoughts.

We perceive and understand clearly when we are awake, recognize the delusion, and are no longer misled.

NHÂN DUYÊN PHƯƠNG TIỆN

Muôn loài, muôn vật chúng sinh đều cùng cần Nhân Duyên và Phương Tiện để nương vào nhau mà sống, dù không muốn cũng chẳng được. Trước mắt, chúng ta đang hiện sống ngay đây cùng vũ trụ vạn vật: sơn hà, đại địa, mặt trăng, mặt trời, trái đất, muôn người, muôn vật, loài hữu tình, loài vô tình, loài vô hình, loài hữu hình, đất, nước, gió, lửa, hoa lá, cỏ cây...

Dù lớn, dù nhỏ, tất cả đều liên hệ mật thiết với nhau, đều nương dựa vào nhau, đều có Nhân Duyên với nhau, và đều là Phương Tiện cho nhau, một cách hài hòa tuyệt diệu.

Một vài thí dụ về Nhân Duyên, Phương Tiện cần thiết lẫn nhau:

Như những hạt gạo nhỏ chúng ta ăn hàng ngày. Khi gieo mạ, trồng lúa mà không có những Phương Tiện như: không có đất, không có nước, không có ánh nắng mặt trời, không có khoảng không gian, không có không khí, không có người cày sâu cuốc bẫm, không có những dụng cụ của nhà nông, cũng không có người trông nom theo dõi, nghĩa là không có đủ Nhân Duyên hội tụ những thứ vừa kể đó, thì liệu có kết quả gì không? Có được mùa lúa chín mà gặt, mà hái không?

Như muốn xây một cao ốc to lớn, nguy nga hay xây một cái cầu đồ sộ, vững chắc mà không có đầy đủ phương tiện như: máy móc, và các vật dụng cần thiết là đất, nước, gió, lửa, ciment, cát, đá, gạch ngói...các Kiến Trúc Sư, các Kỹ Sư cùng đủ loại Thợ chuyên môn như: Thợ Mộc, Thợ Nề, Thợ Điện,

THE CAUSE AND THE CONDITIONED

All living things depend on various causes and conditions to coexist, whether they know it or not. At this moment, we exist alongside the universe and all its elements: mountains and rivers, the Earth, the moon, the sun, all people, sentient beings, insentient beings, both visible and invisible entities, as well as the fundamental elements of nature-earth, water, wind, fire, flowers, leaves, grass, and trees.

Whether large or small, all entities are closely interconnected, relying on one another and influenced by various causes and conditions. They serve as means for each other, creating a remarkable harmony.

The cultivation of rice, a staple food we consume daily, illustrates some examples of interdependent causes and conditions. When sowing and growing rice, the absence of essential elements-such as soil, water, sunlight, space, air, labor for plowing and hoeing, farming tools, and supervision-indicates a lack of sufficient causes and conditions. Without these critical components, what outcomes can we expect? Will there be a harvest of ripe rice to gather and pick?

Similarly, if you wish to construct a large building or a massive, sturdy bridge without the necessary resources-such as machinery and essential materials like soil, water, wind, fire, cement, sand, stone, bricks, and tiles-and without the expertise of architects, engineers, and various specialized

Thợ Ống Nước, Thợ Làm Sườn Nhà, Sườn Cầu... nếu không có đủ Nhân Duyên hội tụ những thứ ấy, thì chẳng bao giờ có được tòa cao ốc và cái cầu đồ sộ như ý mong muốn!

Những việc lớn cần mọi Phương Tiện, cân đầy đủ Nhân Duyên hội tụ, mới có kết quả tốt đẹp đã đành, nhưng các việc thường ngày tưởng như rất giản dị như: nâu cơm, làm bánh, nuôi con, giặt giũ, cũng vẫn cần Nhân Duyên và Phương Tiện phù hợp, mới nên cơm nên cháo. Còn các vai trò không thể tránh né, phải diễn xuất suốt đời như làm con, làm cha mẹ, làm học trò, lầm Thầy thì làm sao ra ngoài được mọi Nhân Duyên hội tụ, và mọi Phương Tiện để nên vợ, nên chồng, nên gia đình, nên trường học, nên Quốc Gia, Xã Hội!

Đúng như vậy:

Nếu nấu cơm, làm bánh mà thiếu nồi, thiếu bột, thiếu đường, thiếu nước, thiếu lửa, thiếu người làm, thì làm sao thành cơm, thành bánh?

Nếu một trường học mà không có thầy, không có học trò, không có bàn ghế, không có sách vở, giấy bút, thì làm sao mà gọi là trường học, là thầy, là trò cho được?

Một gia đình mà không có vợ, không có chồng, không có cha, không có mẹ, không có con cháu thì làm sao có thể gọi là gia đình?

Một Quốc Gia, một Xã Hội có Chính Phủ mà không có dân, hay có dân mà không có Chính Phủ thì cũng chẳng thành cái gì cả!

Bởi thế cho nên muôn người, muôn vật, muôn cảnh trong vũ trụ đều có giá trị như nhau và cùng cần nhau, nương nhờ lẫn nhau để có cuộc sống hiện hữu là thế!

Rất nhiều người vô minh tuyên bố rằng: "Tôi không cần bất cứ ai giúp đỡ, tôi đẹp, tôi tài, tôi thành công, tôi giàu có, tội có đầy đủ mọi thứ trên đời, tôi mãn nguyện!" Có biết đâu rằng ngay từ trong thai mẹ là đã phải nhờ đủ thứ rồi; nói chi khi chào đời thì còn làm phiền biết bao người hy sinh, giúp đỡ

workers, including carpenters, bricklayers, electricians, plumbers, and frame builders, you will never achieve the desired outcome of a substantial building or bridge.

Great projects require the right causes and conditions to yield successful results. However, seemingly simple daily tasks-such as cooking, baking, caring for children, and doing laundry-also depend on the appropriate causes and conditions for their completion. Additionally, essential roles that must be fulfilled throughout life, such as being a child, parent, student, or teacher, necessitate sufficient causes and conditions to effectively maintain responsibilities as a spouse, care for a family, manage a school, govern a country, or contribute to society.

That's correct.

When cooking rice or baking cakes, if you lack essential items such as a pot, flour, sugar, water, heat, or people, how can you possibly prepare the rice or cakes?

Similarly, if a school has no teachers, no students, no desks, chairs, books, paper, or pens, how can it truly be considered a school, or have teachers or students?

How can a family be considered one without a husband, a father, a mother, or children?

A nation or society without its people, or people without a government, is nothing!

This is why all individuals, all entities, and all aspects of the universe hold equal value and rely on one another for a meaningful existence.

Many misguided individuals assert that they do not require anyone's assistance, believing they are beautiful, talented, successful, and wealthy, possessing everything they desire. However, they fail to recognize that even in the womb, they depend on their mother for sustenance; once born, they rely

cho bản thân mình. Ta cần biết bao nhiêu vật dụng, thức ăn, cần biết bao tình thương để tăng trưởng tinh thần lẫn vật chất!

Khi đi học thì lại cần biết bao Phương Tiện, bao Nhân Duyên, bao năm tháng tốn kém đủ đường để học hành mãi cho đến khi thành tài, mới có được một cái nghề chuyên môn mà nuôi thân mình và gia đình của cá nhân mình.

Ấy, nhưng chưa! Khi đã sẵn sàng để hành nghề thì lại vẫn cần đầy đủ Nhân Duyên cùng Phương Tiện phù hợp cho nghề nghiệp đó, tức là cần mọi người giúp đỡ cũng như mọi vật dụng không thể thiếu và nhất là cần khách hàng.

Thí dụ:

Nghề bác sĩ cần phòng mạch, cần y tá, cần dụng cụ y khoa, cần sách, cần bệnh nhân...

Nghề thương mại, mở cửa hàng buôn bán cần hàng hóa, cần nơi chỗ, cần người giúp, cần khách chiếu cố...

Như vậy thử hỏi ai có thể thành công, và tự sống nổi một mình mà không cần mọi Nhân Duyên và mọi Phương Tiện?

Trong Đạo thì cũng thế, muốn học Đạo, muốn giải thoát mọi khổ đau phức tạp ở đời, khi sự tu hành chưa được rốt ráo, vì lúc Thiện lúc lại Ác, Nhân Quả Nghiệp Báo lúc xuống lúc lại lên thì vẫn cần Nhân Duyên và Phương Tiện.

Phương Tiện để vào Đạo có muôn ngàn lối, tùy căn cơ, trình độ của từng người mà có đủ Nhân Duyên tương ứng cho từng người. Bởi vậy Đức Phật mới truyền lại cho chúng ta muôn ngàn phương pháp, và một rừng kinh điển là những lời khai thị để hướng dẫn.

on countless individuals who selflessly support and nurture them. Every person needs various essentials-food, love, and support-to grow both spiritually and materially.

When attending school, you require various resources, numerous factors, and considerable time and financial investment to complete your degree and establish a professional career that can support both yourself and your family.

However, that is not the end of the journey! Once you are prepared to practice your profession, you still need additional resources and the right tools specific to your field. This includes having supportive individuals, essential materials, and, most importantly, clients to sustain your practice.

For instance, practicing medicine necessitates a clinic, nurses, medical equipment, books, and patients. Similarly, engaging in commerce and opening a store requires goods, a location, assistance, and customers. So, who can achieve success and thrive independently without all the necessary resources and conditions?

In The Way, the principle remains consistent. If you wish to learn the Way and seek liberation from the complexities of suffering in life, it is essential to recognize that your practice may not yet be complete. At times, it may seem good, while at other times, it may appear evil. The cause and effect of karma can fluctuate; sometimes it descends, and at other times, it ascends. Therefore, you still require the right causes, conditions, and means to progress.

There are countless ways to embark on the spiritual path, tailored to each individual's capacity and level of understanding. Each person has unique causes and conditions that shape their journey. Consequently, the Buddha imparted numerous methods, and a vast array of scriptures serves as guidance for us.

Chúng ta chỉ việc y chỉ, thực hành để đi vào thế giới Tuyệt Đối tự tại, thường lạc đó mà thôi.

Tám mươi bốn ngàn Pháp Môn được cô đọng lại thành bốn đại loại, cũng là bốn Phương Tiện để dùng làm Công Phu hàng ngày là:

Tịnh Độ Tông
Mật Tông
Thiền Giáo Môn
Tổ Sư Thiền

Tịnh Độ Tông: Niệm Phật sao cho miên mật đến độ Nhất Tâm Bất Loạn thì được vãng sinh, tức là có Đức Phật A Di Đà đến đón về Tây Phương Cực Lạc (thật ra Phật A Di Đà ở đây tức là "Di Đà Tự Tính", là "Phật Tính" của chúng ta).

Mật Tông: Trì Chú (cũng không ngoài mục đích là sao cho từ Tán Loạn Tâm trở về Nhất Tâm)

Thiền Giáo Môn: Thiền Chỉ, Thiền Quán và v.v... Tùy theo trình độ để thực hành:

Thí dụ thực hành: Thiền Chỉ (Samatha), Thiền Quán (Vipassana), thì lúc Chỉ, lúc Quán, lúc lại cả Chỉ lẫn Quán là tùy theo Tâm quá động hay quá Tịnh nhưng vẫn chung một mục đích là thanh tịnh Thân Tâm.

Tổ Sư Thiền: Trực Chỉ Chân Tâm, y hệt như khi Đức Phật "Niêm Hoa Thị Chúng", "Giáo ngoại biệt truyền", Kiến Tính giải thoát sinh tử.

Mọi Phương Tiện đều cùng một mục đích là đi đến chỗ Giác Ngộ, thanh tịnh Thân Tâm, giải thoát ra khỏi Nghiệp Báo, Nhân Quả, Luân Hồi. Nhưng:

- Có Phương Tiện đi hơi lòng vòng, tốn thời gian, tốn hằng hà sa số kiếp mới tiến tới cứu cánh giải thoát!

We simply need to follow and practice in order to enter the realm of absolute freedom and eternal happiness.

The eighty-four thousand Dharma doors are condensed into four main categories, which serve as the four methods for daily practice:

Pure Land School,
Esoteric School,
Meditation School,
and Patriarch Zen.

Pure Land Buddhism teaches that anyone who continuously recites the name of Amitabha Buddha with single-minded concentration will be welcomed by Amitabha Buddha into the Western Pure Land upon their death. In this context, Amitabha Buddha refers to Amitabha's true nature, which is actually our own Buddha-nature.

Tantric Buddhism is a practice that involves the recitation of mantras, with the goal of transforming a scattered mind into a focused, unified state of consciousness.

Scriptural meditation encompasses Samatha, Vipassana, and various other techniques. Both Samatha and Vipassana can be adapted to cultivate a calm and pure state of body and mind.

Zen or parochial meditation is a technique for directly examining the mind to understand its pure nature. This practice originates from the story of the Buddha holding up a flower, which prompted Kasyapa to smile. It is also referred to as outside the scriptures, that those who perceive the pure nature of the mind will attain liberation.

All paths share a common goal: to attain Enlightenment, purify the body and mind, and achieve liberation from karma, cause and effect, and samsara. However:

- Some paths are slow and time-consuming, requiring countless lifetimes to attain liberation.

- Có Phương Tiện đi nhanh hơn, ít tốn thời gian hơn, và cũng đi vào mục đích giải thoát nhanh hơn.
- Có Phương Tiện "Trực Chỉ Chân Tâm", hợp cả Lý lẫn Sự, cả Phúc lẫn Trí, giải thoát sinh tử trong một đời! Nhưng còn sự thanh lọc, thanh tịnh thân tâm cho đến thật tuyệt đối thì đòi hỏi thời gian dài, tùy theo sự kiên trì, nỗ lực thực hành, và sự buông bỏ tận cùng mọi tập khí thì mới có thể tiến tới viên mãn được.

Tuy là tùy theo căn cơ, trình độ của từng người thật, nhưng vẫn có nhiều vị bị oan uổng bởi sự hướng dẫn của ai đó bảo rằng: "Phải học từ thấp rồi từ từ lên cao, tức là phải học tử tiêu học, rồi trung học mới tới đại học!" Như thê là hơi hô đô, nông cạn vì chỉ chấp vào hình tướng ở trong đời này thôi.

Nghĩa là căn cứ vào sự tu hành được tính từng năm, từng tháng trong đời này mà cho là lâu hay mau, cao hay thấp, chứ không chịu suy tư để tính cho người ta đã từng tu từ nhiều kiếp. Những vị đã tu nhiều kiếp thường có tướng thật uy nghi, có sự thông minh tột độ, có đạo đức, có lòng từ bi, và ít tập khí, lại hiểu và học Phật Pháp rất nhanh. Những vị này không thể bảo rằng cứ giậm chân mãi ở bậc Tiểu Học hay Trung Học, mà hãy khuyến khích họ đi ngay vào Đại Học.

Nói như thế không phải là ai có hình tướng đẹp, đều được như vậy, mà ở đây chỉ là thí dụ cho dễ hiểu nên đại khái mà nói thôi. Chẳng hạn như người này có những ưu điểm của người này, người khác có những ưu điểm của người khác về Phật Pháp và hình tướng tương ứng. Đôi khi có người hình thù rất thô kệch như Lục Tổ Huệ Năng mà lại là Tổ thì sao! Do đó cần sự uyên chuyên nhận xét đê tránh thiệt thôi, bất lợi cho mọi người! Bởi con đường tu không có gì là cố định, cứng ngắc cà, mà là sự khôn khéo, uyên chuyên, tùy cơ ứng

- Others are more efficient, leading to liberation in a shorter time frame.
- Certain methods point directly to the true mind and can facilitate liberation within a single lifetime, aligning with both principle and practice, as well as blessings and wisdom. Nevertheless, purifying the body and mind to reach absolute truth necessitates a significant investment of time, contingent upon perseverance, diligent practice, and the complete relinquishment of all habitual tendencies. Only then can one attain perfection.

Although it varies based on an individual's background and skill level, many people believe that one must follow a traditional educational path, starting from elementary school, progressing through high school, and ultimately attending university. However, this approach is not always necessary, as it reflects a conventional method of learning in this life.

This gradual practice is rooted in this life; however, many individuals have engaged in similar practices in their past lives. Those who have practiced in previous incarnations often possess a majestic presence, exceptional intelligence, strong moral character, compassion, few negative habits, and a remarkable ability to understand and learn the teachings of Buddhism quickly. Such individuals should be encouraged to pursue higher education without delay.

Stating this does not imply that everyone with an attractive appearance will behave in a certain way; rather, it serves as a simple example for better understanding. There are instances where individuals with a rough exterior, like Lục Tổ Huệ Năng, can learn rapidly and easily ascend to the status of a Patriarch. Therefore, we must remain flexible and offer appropriate observations. The path of cultivation is not fixed or rigid; it requires intelligence, expertise, and adaptability. Only then will the foundation, level, and cause-and-effect

biến! Có như thế mới đúng căn cơ, trình độ, Nhân Quả tương ứng đúng nghĩa với từng cá nhân!

Để không uổng thời gian, và uổng cái phúc báu được làm Thân người có đầy đủ sáu Căn vô cùng đẹp đẽ, chúng ta hãy tiến Tu cho đến Tuyệt Đối mà ra ngoài cái thường tình của những Nhân Duyên hội tụ và Nhân Duyên chia lìa.

* Mọi sinh vật do Nhân Duyên hội tụ được sinh ra, đều không thể ra ngoài được định luật "Sinh, Trụ, Dị, Diệt"

Sinh là được sinh ra

Trụ là sống một thời gian giới hạn

Dị là sức tàn, lực kiệt, tóc bạc, da nhăn, mắt mờ, chân chậm dần dần

Diệt là chết

* Mọi loài thực vật và mọi đồ vật như nhà cửa, đồ đạc, quần áo, xe cộ, máy móc... cũng do Nhân Duyên hội tụ mà có, nên cũng không thể ra ngoài được định luật "Thành, Trụ, Hoại, Không".

Thành là được tạo ra

Trụ là tồn tại một thời gian giới hạn

Hoại là hư dần, mòn dần, rỉ sét dần, mục dần, héo úa dần...

Không là không còn những vật ấy nữa!

Vậy nếu muốn ra ngoài những quy luật vừa kể trên, thì chỉ có một cách tu hành cho đến khi mở được "Con Mắt Tâm" mới vượt ra ngoài Tương Đối, thì không còn bị phụ thuộc vào Nhân Duyên, không còn dính dáng gì đến cái "Sinh, Trụ, Dị, Diệt". Khi ấy cái Thân Tâm toàn Thức này chuyển thành Thân Tâm toàn Trí, đồng thời muôn cảnh, muôn vật cũng chuyển theo để lộ diện cái Thật Tướng vốn sẵn có của toàn vũ trụ, là cái vượt không gian, vượt thời gian, tức cái Tuyệt Đối. Nó cũng không ngoài chúng ta, mà đã không ngoài chúng ta thì phải ở ngay cõi đời này! Vậy còn cần đi đâu, và về đâu nữa?

align with each individual.

In order to avoid wasting time and to appreciate the blessing of being born human with six extraordinary senses, let us practice diligently until we reach the Absolute, transcending the ordinary aspects of the interplay of causes and conditions.

* All living beings, born from the convergence of causes and conditions, cannot escape the law of Birth, Existence, Change, and Destruction. Birth refers to the act of being born. Existence signifies living for a limited duration. Change encompasses the decline of vitality, manifesting as exhaustion, gray hair, wrinkled skin, dimming eyesight, and a gradual slowing down. Destruction ultimately leads to death.

* All plants and objects, including houses, furniture, clothing, vehicles, and machines, arise from a convergence of causes and conditions, and therefore cannot escape the laws of Formation, Persistence, Destruction, and Emptiness. Formation refers to the process of creation. Persistence indicates existence for a limited duration. Destruction encompasses the gradual processes of decay, wear, rust, rot, and withering. Emptiness signifies the eventual non-existence of these entities.

If you wish to transcend the aforementioned rules, there is only one path: to practice until you awaken the Mind's Eye and move beyond relativity. At that point, you will no longer be dependent on causes and conditions, nor will you be entangled in the cycle of birth, existence, change, and destruction. In that moment, your body and mind, infused with complete consciousness, will transform into a state of total wisdom. Simultaneously, all scenes and phenomena will also undergo a transformation, revealing the inherent true nature of the entire universe, which exists beyond space and time-this is the Absolute. It is not external to us; if it is not

Nếu còn có chỗ "để đi", còn có chỗ "để về" là vẫn còn ở trong Tương Đối, vẫn còn trong sinh tử, và cũng là đi ngược lại với Phật Pháp như Kinh đã nói:

"Phật pháp không rời thế gian pháp bao giờ!"

Về cái "Không có không gian, cũng không có thời gian", Thiên Sư Duy Lực đã dịch và giảng rất rõ ràng về những lời dạy của Phật của Tổ như sau:

Không có không gian là không có nơi, không có chỗ nên bất khứ bất lai (nghĩa là không đi không về) thì tức là "Như Lai".

Không có thời gian là không có sự đứt đoạn, tức liên tục, nên không có ngày, không có tháng, không có năm và không có sự giới hạn của tuổi tác, nên không có sinh, không có tử, thì tức là "Cực Lạc".

Vẫn theo Kinh Sách, khi "cái bè" đã dùng để qua được bên kia bờ rồi thì phải bỏ "bè ấy" đi, chứ đừng có vác "cái bè" ấy theo nữa! Có nghĩa là mọi Phương Tiện khi đã dùng xong thì phải buông bỏ hết. Cũng như mọi chấp chước về sự Chứng Đắc, dù chỉ là dư âm thôi, hay bất cứ một khái niệm gì về những sự Chứng Đắc ấy, chúng ta cũng đều phải buông bỏ tận cùng, thì mới hợp với cái Vô Tu, Vô Chứng, Vô Đắc, cũng là Vô Sở Trụ.

outside of us, then it must be present in our current lives. Therefore, there is no need to seek elsewhere or to return to any specific place.

If there is still a place to go to, a place to return to, it indicates that you remain within the realm of relativity, still experiencing birth and death. This also suggests a deviation from the Dharma, as the Sutra states that the Dharma never departs from worldly existence.

Regarding the concepts of no space and no time, Zen Master Duy Lực clearly translated and explained the teachings of the Buddha and the Patriarch as follows: No space means no physical location, which implies no going and no returning-this is Tathagata. No time signifies no interruption, representing continuity; therefore, there are no days, no months, no years, and no limitations of age. Consequently, there is no birth and no death; this is the Pure Land.

According to the Scriptures, once the raft has served its purpose of reaching the other shore, it must be abandoned; the practitioner should no longer carry the raft!

This concept signifies that once all expedient means have been utilized, they must be entirely relinquished. Additionally, all attachments to Attainment-no matter how small the remnant-or any concepts related to those Attainments must also be completely forsaken. This is essential in order to align with the principles of Nothing to be cultivated, Nothing to become, Nothing to be gained, and Nothing to cling to.

NGƯỜI LÀ AI

Mẹ là năng lượng ấm, tràn ngập thân con
Mẹ là suối nước, nước tươi mát ngọt ngon
Mẹ là gió, gió nhẹ, lùa trên mái tóc
Mẹ là đất, dinh dưỡng, muôn loài ghi ơn

Thân mẹ mênh mông, vũ trụ, trời xanh, ngần mé nào là chót?
Tiếng hò mẹ, suối reo vang, sóng bể đàn, chim trời ca hót

Lời mẹ ru hay khúc nhạc hòa, khi bổng, khi trầm, khi thánh thót
Ôi bàn tay! Bàn tay huyền diệu, mẹ biến hóa đại địa, sơn hà ...
Huyễn hóa sắc không, sao mẹ khéo thêu dệt mãi chẳng hề ngưng?
Nụ cười tươi, là chính hoa sao trời lấp lánh, nở tưng bừng

Mắt thái dương, muôn tia nháy, mẹ đùa trêu con, đây hóm hỉnh!
Vầng trăng tròn, trí sắt son, mẹ dõi theo con mãi không dừng

Khuôn mặt mẹ, vừa bình thản, cũng vừa đầy sống động
Hoa vẫn cười vui, mà vẫn tĩnh lặng, lặng như không

Y giọt nước này, ồ! ta hãy chăm chú nhìn trông
Dung nhan mẹ hay con, hỏi làm sao mà phân biệt?

Cùng cặp chân chung, hỏi ai đang cùng đi, cùng bước?

WHO ARE YOU?

Mother is the warm energy that fills my body.

Mother is like spring, the source of fresh, sweet water.

Mother is the gentle wind, softly blowing through my hair.

Mother is the earth, the nourishment; all beings are grateful.

A mother's body is immense, like the universe and the endless blue sky.

The mother's call, the roaring stream, the playful ocean waves, and the singing birds create a harmonious symphony of nature.

A mother's lullaby is a harmonious melody, sometimes high, sometimes low, and always melodious.

Oh, mysterious hand! Mother transforms the earth, mountains, and rivers.

How skillfully Mother weaves, never ceasing to create the illusion of form and emptiness.

A mother's bright smile is like a flower, a sparkling star, blooming radiantly.

Mother's eyes are like the sun, sparkling with a thousand flashes, playfully teasing her child with their wit!

A full moon illuminates the night as a devoted mother watches over her child without pause.

Mother's face is both calm and full of life.

The flower continues to smile happily, yet it remains still and silent, as if nothing is happening.

Just this drop of water-oh! Let us look closely.

How can we distinguish between a mother's face and a child's face?

With the same pair of legs, why inquire about who is walking together, taking the same steps?

Đi trước, bước sau, hay chúng ta cùng chung một lượt?

A vân y chang, từ lúc cha mẹ chưa hề sinh

À vẫn y chang, vi sóng nào mà không là nước?

Đừng sợ hãi, mà cũng đừng sửng sốt
Ai vừa thốt một tiếng: "Mẹ" rồi im?
Người là ai, mà bí mật, im lìm?
Là mẹ, là con, phải, ta cùng bật nói?

Nếu quả thế, thì hết rồi bối rối
Vu Lan này, chẳng còn khóc lôi thôi
Dù đỏ, trăng, bông hồng nào chẳng thế
Mẹ, hoa, tôi, cùng thể một mà thôi

Ai đang cài đóa hồng trên ngực áo?
Ai đang nhìn hoa mỉm miệng cười tươi?
Gặp mặt thôi, mà thật chửa biết người!
Cố gắng nhé, tầm cho ra người ấy

Are we going first, stepping later, or are we all in the same place?

Ah, it remains unchanged, just as it was before our parents gave birth.

Ah, it remains unchanged, for what wave is not made of water?

Don't be afraid, and don't be startled.
Who just said "Mother" and then fell silent?
Who is this person who is so secretive and silent?
Could it be my mother, or perhaps myself, or are we simply conversing together?

If that is true, the confusion will dissipate.
This Vu Lan Festival, there will be no more tears.
Whether red or white, every rose is the same.
Mother, Flower, and I are all one.

Who is wearing a rose on their chest?
Who is gazing at the flower and smiling?
We have just met, but we do not know each other well!
Make a concerted effort to locate that individual.

TỤNG KINH, NIỆM PHẬT, TRÌ CHÚ

Sinh tử là việc vô cùng trọng đại, vô cùng phiền não, phức tạp, khổ đậu! Hỏi ai lại không muốn thoát ra khỏi cái vòng luân hồi, luẩn quẩn ấy?

May thay, Đức Từ Phụ Thích Ca Mâu Ni đã vạch sẵn muôn đường, muôn lối, muôn phương pháp, mục đích không ngoài việc chỉ dạy sao cho chúng ta hiểu rõ mà thực hành nghiêm chỉnh để cũng được như Ngài là "tự giác ngộ, giải thoát mình và giải thoát chúng sinh". Cho nên, dù pháp môn nào chăng nữa, chúng ta đều cần hiểu thật rành mạch và rốt ráo. Mà muốn hiểu được như thế, thì tùy theo từng pháp môn, tự chúng ta phải tham, phải đọc, phải tụng, phải niệm, phải trì, thật minh bạch rõ ràng, mà không một vọng niệm dính mắc nào, có như vậy mới đạt được mục đích tối thượng.

Còn khi đang Tham, đang Đọc, đang Tụng, đang Trì, đang Niệm mà lại đầy phiền não, đầy phức tạp như những niệm thiện, những niệm ác hay dù những niệm vô tư, hoặc chỉ đọc, chỉ tụng thuộc làu; đọc tụng như vậy, thì hỏi có ích lợi gì?

Lại nữa, khi hành trì, mà hành trì cho có lệ, hành trì để mong cầu đủ thứ, là hành trì vì tự ngã, vì danh, vì lợi... thì cũng chỉ uổng công mà thôi!

KINH là lời Phật
THIỀN là Tâm Phật

CHANTING SUTRAS, RECITING BUDDHA'S NAME, CHANTING MANTRAS

Birth and death are profoundly significant yet often troublesome, complicated, and painful experiences. Who wouldn't wish to escape this relentless cycle of reincarnation?

Fortunately, the Compassionate Father Sakyamuni has outlined numerous paths, methods, and teachings designed to help us understand and practice diligently. The ultimate aim is for us to become like Him-enlightened and liberated, enabling us to free all living beings. Therefore, regardless of the specific Dharma method, it is essential that we comprehend it thoroughly. To achieve this understanding, we must engage deeply with each Dharma method through study, reading, and recitation, maintaining a focused and undistracted mind. Only then can we attain the ultimate goal.

If, while meditating, reading sutras, chanting mantras, or reciting the Buddha's name, our minds are filled with worries, confused thoughts about good and bad, or uncertain reflections, or if we are merely reading or reciting from memory, what benefit can we derive from these practices?

Again, if one practices merely to overcome challenges quickly, to seek various outcomes, or for the sake of ego, fame, or profit, then it ultimately becomes a waste of effort!

SUTRA represents the words of the Buddha,
ZEN embodies the mind of the Buddha,

CHÚ là tiếng của Phật
NIÊM HOA THỊ CHÚNG là chỉ thẳng ngay Tâm Phật

NIỆM PHẬT là tiếng của chúng sinh gọi Phật, cũng là tiếng của Phật trả lời chúng sinh.

Vậy cả năm Bảo Pháp vừa kể: Tụng Kinh, Niệm Phật, Trì Chú, Tọa Thiền, Thiền Giáo Môn, và Niêm Hoa Thị Chúng tức Tổ Sư Thiền (còn gọi là Thiền Giáo Ngoại Biệt Truyền) đều từ Tâm Phật mà ra.

TỤNG KINH

Kinh là lời Phật dạy, nếu tu hành mà không đọc, không Tụng Kinh thì đi lạc đường như người đi biển mà thiếu "Kim Chỉ Nam".

Nhưng khi đọc, khi tụng mà đầy phiền não với những Niệm Thiện, Niệm Ác hay dù những Niệm Vô Tư, cứ tiếp nối không ngừng là việc hành trì không có sự chú tâm! Cũng như chỉ đọc suông hoặc chỉ tụng thuộc làu thì hỏi có ích gì?

Lại nữa, khi hành trì mà chỉ trì cho có lệ, hoặc hành trì để mong cầu đủ thứ: hành trì vì Tự Ngã, vì danh, vì lợi thì chỉ uổng công mà thôi!

Muốn hiểu rốt ráo về lời Kinh Phật dạy thì chúng ta nên chú tâm đọc, chú tâm tụng một cách rõ ràng từng chữ, từng câu, từng hàng, từng trang mà không bị một vọng niệm nào chia trí trong khi đang đọc, đang tụng, đang trì... có như vậy mới đạt được mục đích của việc Tụng Niệm.

and MANTRA signifies the voice of the Buddha.

Holding the flower up in front of the Sangha makes it visible, directly pointing to the Buddha's mind.

Reciting the Buddha's name represents the voice of sentient beings calling out to the Buddha, as well as the voice of the Buddha responding to them.

Thus, all five of the precious methods mentioned-Chanting Sutras, Reciting the Buddha's Name, Reciting Mantras, Scriptural Meditation, and Zen Teachings exemplified by Holding up a Flower to the Assembly (also known as Patriarch Zen or Teachings Outside the Scriptures)-originate from the Buddha Mind.

CHANTING THE SUTRAS

Sutras are the teachings of the Buddha. If you practice without reading or chanting the Sutras, you will go astray like a sailor without a compass.

However, while reading and chanting the sutras, if you are overwhelmed by afflictions-whether they are positive thoughts, negative thoughts, or even indifferent thoughts-continuing without pause means that your practice lacks focus. Just reading or chanting from memory alone is of little value.

Furthermore, if you practice merely for the sake of practice or to pursue various superficial goals-such as feeding the ego, seeking fame, or chasing profit-then your efforts are ultimately in vain!

If we wish to fully comprehend the teachings of the Buddha, we must focus on reading and reciting each word, sentence, line, and page clearly, without allowing distracting thoughts to interfere. Only then can we fulfill the true purpose of our recitation and contemplation.

TỤNG KINH

Hỏi Kinh ai tụng mà như dội thấu tận tâm can?

Tụng rõ như khai thị, khiến ta tỉnh mộng mơ màng,

Dù bạc vàng, châu báu chất đầy mười phương thế giới
So làm sao, sánh thế nào, với Bảo Pháp Phật ban?

Ôi! Càng nghe Kinh, càng thấm, lại càng thấy bàng hoàng

Kinh như tiếng sét: "Thức tỉnh và thúc giục oang oang...

Thiết tha gọi con: "Mau thoát khỏi ngôi nhà lửa cháy!"

Sinh Tử, Luân Hồi nào khác gì: "Nhà cháy toang hoang!"

Tụng lời Kinh xưa mà tụng rõ từng câu, từng hàng

Tụng không vội vàng, mà chú ý từng chữ, từng trang

Người tụng, và câu Kinh, sao cho dung thông, hiệp nhất
Khai ngộ ta, người trong Đệ-Nhất-Nghĩa Ánh-Từ-Quang

Tụng lời Kinh xưa mà tụng rõ từng chữ, từng câu

Chú ý từng nghĩa, từng lời mà tâm không mong cầu

Người tụng, và câu Kinh, sao cho thấu thông, đồng nhất
Khai ngộ ta và người trong Đệ-Nhất-Nghĩa thâm sâu

CHANTING THE SUTRAS

Who is reciting the Sutras that appear to penetrate the heart?

Reciting clearly, like a sermon, awakens the listener from a dream.

Even if silver, gold, and jewels filled all ten directions of the world, they cannot compare to the precious Dharma taught by the Buddha.

Oh! The more I listen to the Sutra, the more I understand, and the more I am astonished.

The Sutra resonates like a thunderclap, urging me to awaken.

The Sutra earnestly urges me to swiftly escape from the burning house.

Birth and death, along with samsara, are merely tragic scenes, akin to a fire raging through a house.

Chant the ancient sutras clearly, enunciating each sentence and each line.

Recite without haste, but pay careful attention to each word and each page.

The person chanting and the sutras will become integrated and unified to enlighten both ourselves and others in the profound essence of the Light of Compassion.

Please recite the ancient scriptures, articulating each word and sentence clearly.

Pay attention to the meaning of each word, approaching them with an open mind and without expectations.

The reciter and the scripture will unite to enlighten both you and others with the highest and most profound meanings.

NIỆM PHẬT

Niệm Phật: Là tiếng từ trong Tâm của chúng ta phát ra một cách thiết tha gọi Phật. Phật ở khắp Mười Phương, ở cùng Tam Thế và ở ngay Thân Tâm chúng ta! Trong Kinh Lăng Nghiêm dạy: "Đã là Phật thì thương xót chúng sinh như Mẹ Hiền thương xót con thơ; Chúng ta là con, nếu cũng thương nhớ Mẹ Hiền thì sẽ luôn luôn gọi 'Mẹ. Khi có 'Gọi' thì sẽ có "Trả Lời' là lẽ đương nhiên!". Ở đây có nghĩa khi chúng ta "Niệm Phật", , mà "Niệm" một cách nỗ lực, thiết tha đến độ Nhất Tâm Bất Loạn thì sẽ tự biết mình là ai! Đồng thời, cũng tự biết Phật và chúng ta chẳng hề bao giờ xa cách nhau dù bằng một sợi tóc (Phật ở đây là Phật Tính).

Để đi vào chi tiết cách "Niệm" như thế nào cho có hiệu quả?

Thì xin thưa: Nên "Niệm" sao để không bị gián đoạn, tức là Niệm Miên Mật ngày cũng như đêm. "Niệm" trong bất kỳ hoàn cảnh nào dù gấp rút, vội vã, nguy hiểm tới đâu, chúng ta cũng đều "Niệm" bằng một cái Tâm Tuyệt Đối thanh tịnh, trong sáng, không một vọng niệm dính mắc, cũng không hôn trầm. "Niệm" cho thật rõ ràng, minh bạch, chậm rãi, từng chữ, từng câu với Nhất Tâm Chú Ý Tuyệt Đối; Dù là "niệm thầm" hay "niệm ra tiếng" cũng vậy. Nếu "Niệm Phật" được y như thế thì hiệu quả sẽ vô cùng tuyệt diệu... Là sẽ đi đến kết quả Tuyệt Đối, đó là Phật và chúng ta không hề xa cách nhau, dù một Sát Na (một Sát Na nhanh hơn một giây rất nhiều!).

Vâng, quả đúng thế, như đã nói ở trên, xin nhắc lại một lần nữa: "Niệm Phật" là tiếng của chúng sinh "Gọi Phật" , mà đã có "Gọi" là sẽ có "Trả Lời" cho những ai có được Công Phu

RECITING BUDDHA'S NAME

Reciting the name of Buddha is a heartfelt expression of our earnest longing for him. Buddha exists in all ten directions, throughout the three times, and within our body and mind! The Surangama Sutra teaches us, "Buddha has compassion for living beings just as a kind mother has compassion for her child. We are like children; if we miss our kind mother, we will always call out to her. When she calls, there will be a response-that is only natural!"

Here, it means that when we recite the name of Buddha with sincere effort and focus-achieving a state of one-pointed mind-we will come to understand our true selves. At the same time, we will understand that the smallest distance never separates Buddha and us. In this context, Buddha refers to Buddha Nature.

How to Chant Effectively?

The answer is that you should chant without interruption; that is, chant continuously, day and night. Chant in any situation, regardless of how urgent, hurried, or dangerous it may be. We should chant with an absolutely pure and clear mind, free from stray thoughts and drowsiness. Chant each word and sentence clearly and slowly, with absolute one-pointed attention. Whether you chant silently or aloud, the effect is the same. If you can chant the Buddha's name in this manner, the results will be extraordinarily profound. It will lead to the ultimate realization that Buddha and we are never separated, even for a moment.

Yes, that is correct. As mentioned earlier, let me reiterate: reciting the name of Buddha is akin to the voices of sentient beings calling out to him. When there is a call, there will

Niệm Phật đến độ Nhất Tâm Bất Loạn! Nghĩa là có sự Chú Tâm đến độ Tuyệt Đối thì tự động sẽ nhận ra: cái năng lực Vi Diệu phát ra tiếng của chính chúng ta đang "Gọi Phật" cũng chính là cái "Năng Lực Phật đang Trả Lời" chúng ta (Phật ở đây là Phật Tính).

Tức là:

"Sự gọi và Sự Trả Lời đồng thời và đồng lúc" đúng y mạch Kinh Bát Nhã với Nghĩa Vô Tướng: Năng Lực Vi Diệu ẩn mật, vô hình, vô tướng nhưng lại không rời hữu tướng.

Do đó mà:
Đang gọi mà không có người gọi
Đang trả lời mà không có người trả lời là như vậy!
Thật là vô cùng Vi Diệu Nhiệm Mầu.

NIỆM PHẬT

Niệm Phật nhất tâm khác gì Công Án

Đi, đứng, nằm, ngồi không rời, không nản

Ăn, nghỉ, làm việc không chi ngăn cản

Khẩn trương, vội vàng vững một niệm thôi

Niệm niệm không ngưng, không vọng, không cầu

Niệm niệm không ngừng, chẳng quản dài lâu

Niệm không tán loạn, suốt mãi canh thâu
Niệm thanh tịnh niệm, là thấy nhiệm mầu

be a response for those who have cultivated their practice of reciting Buddha's name to the level of one-pointed concentration. This means that with absolute concentration, one will naturally come to realize that the wonderful power emanating from our own voice, calling Buddha, is also the Buddha power that is responding to us. Here, Buddha Nature.

That is to say, the simultaneous calling and response align with the Heart Sutra's concept of formlessness, which represents the hidden, invisible, and formless miraculous power, yet does not diverge from form.

Therefore, the true nature of existence is characterized by the act of calling without a caller and the act of answering without an answerer. This phenomenon is truly remarkable and miraculous.

RECITING BUDDHA'S NAME

Recite Buddha's name with unwavering focus, similar to concentrating on a koan.

Recite Buddha's name endlessly without becoming discouraged, whether you are walking, standing, lying down, or sitting.

Recite Buddha's name without interruption while eating, resting, or working.

Recite Buddha's name with urgency and conviction, focusing on it as a singular thought.

Maintain a continuous flow of thought, free from delusion and the desire for attainment.

Maintain a continuous flow of thought, regardless of its duration.

Keep each thought undisturbed throughout the night.

Keep each thought pure, and you will witness the

Niệm từng hơi thở, hoa sen đang nở

Niệm từng Sát Na, Diêm Vương phải xa

Niệm không đứt đoạn, vượt cõi Sa Bà

Toàn thân đồng niệm, đã trở về nhà

Khai thị muôn loài, một tiếng Dị-Đà
Niệm nhỏ, to, tiếng Ca-Lăng Tần-Già

Vũ Trụ này, ngay bàn tay đang chấp

A-Di-Đà Phật; Nam-Mô Di-Đà

TRÌ CHÚ

Chú là tiếng của Phật, là đại lực vi diệu từ Tâm Phật phát ra thành tiếng, là tiếng gầm Sư Tử Hống, là tiếng hét của Thiền Sư làm thức tỉnh muôn loài Chúng Sinh đang say ngủ trong Chiêm Bao Nhắm Mắt, và mê mờ trong Chiêm Bao Mở Mắt!

Sở dĩ Trì Chú mà không có kết quả gì là tại chúng ta hành trì trong Mê, tức là trong khi hành trì đã không có sự Chú Tâm Tuyệt Đối, mà ngược lại chỉ toàn là vọng tưởng! Hết nghĩ Thiện, lại nghĩ Ác, và cứ thế toàn là Niệm Thiện, Niệm Ac, Niệm Ác, Niệm Thiện nối nhau không dứt nên chẳng có hiệu quả gì cả! Còn mọi hành động nói năng, đi đứng, làm việc cũng chẳng khác gì một cái máy.

miraculous.

Recite Buddha's name with each breath, and you will witness lotus flowers blooming.

Recite Buddha's name in every moment, and you will witness King Yama retreating far away.

Recite Buddha's name without interruption, and you will transcend Samsara.

Recite Buddha's name with your entire being, and you will find your way back home.

Reciting the name Amitabha serves to enlighten all beings.

Reciting, whether softly or loudly, is reminiscent of the echo of the Kalavinka bird.

The universe will resonate precisely where the hands are clasped:

Namo Amitabha Buddha.

RECITING MANTRAS

The mantra is the voice of the Buddha, a magnificent power emanating from Buddha's mind. It is the Lion's Roar, the Zen Master's shout that awakens all living beings who are asleep in the Dream of Closed Eyes and lost in the Dream of Open Eyes!

Chanting the mantra without experiencing results is often due to doing so in a state of delusion. This condition indicates a lack of absolute concentration, as the mind remains clouded by illusions. If the mind oscillates between positive and negative thoughts-constantly shifting from good to evil-then no meaningful results will manifest. In a state of delusion, all actions, whether speaking, walking, standing, or working, become indistinguishable from the mechanical operations of

Thở mà chẳng biết mình đang thở. Đi mà chẳng biết mình đang đi. Còn nói năng là nói năng trong mê sảng thì có khác gì một xác ma!

Những lỗi lầm ấy, là do mọi ý nghĩ xâm chiếm chúng ta. Những ý nghĩ này làm Tâm ta tán loạn!

Nay muốn trở về Nhất Tâm, rồi Vô Tâm và cuối cùng vượt cả Vô Tâm lẫn Hữu Tâm, là mục đích của sự giải thoát Sinh Tử, thì chúng ta nên Trì Chú như sau đây:

Ráng chú Tâm một cách Tuyệt Đối khi Hành Trì.

Trì một cách rõ ràng không mất một chữ nào dù đọc ra tiếng hay đọc thầm.

Trong tình trạng Tán Loạn Tâm cũng đừng sợ hãi, cứ vững Tâm mà hành trì là tự động vọng tâm sẽ lặn từ từ.

Không Trì khi hôn trầm, không Trì cho có lệ!

Không cần thuộc lòng, nếu đã thuộc lòng thì không nên miệng đọc mà Tâm nghĩ ngợi lung tung.

Không Trì vì Tự Ngã, vì danh, vì lợi...

Không Trì vì sự mong cầu bất cứ cái gì.

Không buông lơi câu Chú, dù hoàn cảnh nguy hiểm, gấp rút tới đâu.

Nếu hành trì được đến như thế thì dù muốn dù không, cái kết quả của sự Trì Chú này vẫn cứ tự động tới đích. Lúc ấy cái chúng ta choàng tỉnh cả hai Cơn Mộng Nhắm Mắt lẫn Mở Mắt! Và sẽ nhận ra cái tiếng của Phật là tiếng Gầm Sư Tử Hống, là Tiếng Hét của Thiền Sư, với tiếng của chính chúng ta đang Niệm Chú nó y như nhau, không sai, không khác vì cùng chung một Đại Năng Lực Vi Diệu phát ra!

a machine.

If you breathe without awareness, walk without consciousness, and speak as if in a delirium, you are no different from a ghost.

Mistakes are often the result of intrusive thoughts that distract our minds.

If you wish to return to One Mind, then to Mindlessness, and ultimately transcend both Mindlessness and Mindfulness-the goal of liberation from birth and death-we should recite the mantra as follows.

Be completely focused while reciting the mantra.

Recite the mantra clearly, ensuring that you do not omit any words, whether you are reading it aloud or silently.

When you notice your mind wandering, do not be alarmed. Instead, maintain your focus while reciting the mantra, and the distractions will gradually diminish.

Do not recite mantras while in a trance, and do not recite mantras merely for the sake of doing so!

There is no need to memorize mantras; however, if you have done so, avoid reciting them while distracted.

Do not recite mantras for the sake of ego, fame, or profit.

Do not recite mantras for any ulterior motive.

Do not abandon the mantra, regardless of how perilous or urgent the situation may be.

If you chant the mantra with sufficient dedication, even without desire, the results of this mantra recitation will inevitably reach their destination. In that moment, you will awaken from both the dreams of closed eyes and open eyes! You will come to realize that the voice of the Buddha is the Lion's Roar, the Zen Master's shout, and your own voice chanting the mantra; they are all one and the same-without error or distinction-because the same Great Miraculous Power is being emitted!

TRÌ CHÚ

Đọc nhỏ, Niệm to hay chỉ Đọc thầm
Trì không gián đoạn, không loạn, vọng Minh Tâm
Trì cho vững, dù nguy nan hay cấp bách
Linh diệu, tuyệt vời hỏi sao quá thậm thâm?

Miệt mài trì thôi, đừng quản ngại mau lâu

Thanh tịnh, kiên trì mà tâm không mong cầu

Trì đến khi nào Chú và ta đồng nhất

Sẽ thấu Chú là chi? Siêu việt, nhiệm mầu

Như gươm kim cương dẹp phiền não, vô minh
Hữu tình dung thông, cũng gôm cả vô tình
Đêm ngày chuyên chú, chăng máy may loạn tán
Mười phương, ba cõi, phải siêu phàm Tính Linh?

Trì đến độ Ta là Chú, Chú là Ta

Quỷ bay, ma chạy, Diêm Vương hàng, bỏ xa

Đại địa, sơn hà chỉ trong một câu Chú:
"Úm Ma Ni Bát Minh Hồng ... hồng... Úm Ma..."

RECITING MANTRAS

Whether reciting softly, aloud, or silently, do so with a bright and alert mind, without pausing or becoming distracted.

Recite the mantra with conviction, whether in times of danger or emergency, and you will discover it to be miraculous, wonderful, and profoundly impactful.

Recite the mantra diligently, without focusing on the speed at which you are doing it.

Recite the mantra with a clear mind, consistently and without expectation.

Recite the mantra until the mantra and the person reciting it become one.

Recite the mantra, and you will discover that it is both transcendent and miraculous.

Recite the mantra with the strength of a diamond sword to dispel afflictions and ignorance. In doing so, you will come to understand that sentient and insentient beings are interconnected. Recite the mantra day and night without distraction, and you will realize that the ten directions and three realms form a singular transcendent body.

Recite the mantra until you become one with it, and it becomes one with you.

At that time, ghosts will soar, demons will flee, and the King of Hell will be vanquished and retreat far away.

The Earth, mountains, and rivers are all encompassed in a single mantra: Om Mani Padme Hum.

ÚM MA NI BÁT MINH HỒNG

Sáu chữ Chú nghiêng trời và lệch đất!
Càng trì sâu, lại càng thấy nhiệm mầu

Chẳng gì bằng sự linh diệu thâm sâu
Chớ vì vọng để rồi tâm loạn động

OM MANI PADME HUM

The six-syllable mantra tilts the sky and the earth!

The deeper you chant, the more miraculous experiences you will encounter.

There is nothing quite like a profound miracle.

Do not allow your mind to be troubled by delusions.

TỌA THIỀN, THAM THIỀN

Ngay như Thái Tử Tất Đạt Đa, sau bao năm ròng rã khổ hạnh, tầm sư học Đạo với nhiều đường lối khác nhau mà cũng còn chưa đi vào được đúng mục đích "cứu cánh," là làm sao để thoát ra khỏi cái khổ đau của "Sinh, Già, Bệnh, Chết"! Sau đó chính Ngài phải tự mình nỗ lực ngồi Thiền, tức tĩnh tọa bốn mươi chín ngày dưới gốc cây Bồ Đề với nỗi niềm khao khát tìm ra Chân Lý, để giải thoát khỏi cái khổ triền miên Sinh Tử cho chính mình, và cho toàn thể chúng sinh.

Đấy, Đức Phật còn phải như thế thì hỏi chúng ta là những kẻ hậu học, mà lại không chịu ngồi Thiền, không chịu Tĩnh Tọa, không noi gương Đức Thế Tôn thì Tu đến bao giờ mới có kết quả? Tại sao không bước theo những dấu chân của Ngài? Nghĩa là Ngài Tu làm sao chúng ta Tu làm vậy thì mới có hy vọng giải thoát! Mặc dầu sự can đảm, hy sinh và sự nỗ lực của chúng ta không thể nào so sánh với Ngài được.

Nhưng cho dù là ai, là tu sĩ hay cư sĩ, nếu muốn thoát khổ, thì cũng đều phải cố gắng tối đa, tùy hoàn cảnh của từng cá nhân mà tiến Tu! Nghĩa là cứ theo gót chân Đức Từ Phụ, dũng mãnh mà đi, trực chỉ mà đi, cho dù là tốc độ của chúng ta chậm chạp như rùa cũng vẫn cứ cố mà đi, vì có đi là sẽ phải có đến.

SITTING MEDITATION, CONTEMPLATION

Even Prince Siddhartha, after many years of asceticism, seeking teachers, and studying the Dharma in various ways, still could not attain the ultimate goal: escaping the suffering of birth, aging, sickness, and death. Consequently, he made a determined effort to zen, sitting quietly for forty-nine days under the Bodhi tree with the intention of discovering the Truth and liberating himself and all living beings from the cycle of endless suffering associated with birth and death.

Even the Buddha had to make significant efforts, so we, his descendants, who do not zen, do not engage in meditation, and do not follow the example of the World-Honored One, must ask ourselves: when will our practice yield results? Why do we not follow in his footsteps? We must practice as diligently as he did if we hope to attain liberation, even though our courage, sacrifice, and efforts may not compare to his.

But regardless of who you are-whether a monk or a layperson-if you wish to escape suffering, you must do your utmost, taking into account each individual's circumstances. This entails following in the footsteps of the Compassionate Father, walking courageously and steadily. Even if our pace is as slow as a turtle's, we must continue to move forward, for if we keep walking, we will eventually reach our destination.

TỌA THIỀN, THAM THIỀN

Biết chú ý là cứu cánh tận cùng

Nếu không tọa thiền, khó lắm ai ơi

Đừng quên tĩnh tọa, ngày một vài tiếng
Để tâm mình, thôi đừng chạy mung lung

Thiền chuyển thức tâm chuyển cùng cội rễ

Cho đến cùng cái cội gốc si mê

Thiền, thiền sâu là đã có đường về
Chú ý là đây, tận cùng chú ý

Nếu muốn cùng tột, tận cùng chú ý
Hoán chuyển đi hầm "Vô thủy vô minh"
Tọa, tham đến độ, quên thân tâm mình
Thân tâm này, chính "ổ Tâm Ý Thức"

Dù tham công án, dù tham thoại đầu
Miên mật tham thôi, chẳng chút vọng cầu
Tham đến khi nào, nghi tình thành khối
Đi, đứng, nằm, ngồi giữ chặt một câu

"Tôi là ai?" Hỏi mãi suốt canh thâu
Công án nào, chẳng vi diệu, nhiệm mầu!
Chọn một câu, thật hoài nghi, thật hợp
Tham mãi, miệt mài, đừng kể dài lâu

SITTING MEDITATION, CONTEMPLATION

Knowing how to pay attention is the ultimate form of salvation.

Without meditation, achieving liberation can be challenging.

Remember to zen for a few hours each day.

Focus on your mind, and do not allow your thoughts to run rampant.

Meditation has the power to transform the mind at its very core, addressing the root of ignorance.

Deep meditation is the pathway to achieving this destination.

It is essential to focus your attention here, as it leads to profound understanding.

If you aspire to reach your highest potential, focus on the ultimate truths. Transform the depths of ignorance within your mind. Sit in stillness, allowing yourself to become fully absorbed, and forget the limitations of your body and mind. This body and mind serve as the dwelling place for your conscious awareness.

Whether you are interested in koans or Hua Tou, continue your studies without attachment or desire. Study until your doubts accumulate. While walking, standing, lying down, or sitting, focus on a single sentence.

Who am I? Continue to ask this question. Each koan is both wonderful and mysterious! Select one, and maintain your focus on the genuine doubt it evokes. Reflect on the question repeatedly and contemplate it with diligence.

Công án, Thoại đầu, là kiếm kim cương
Chớ lìa xa, quá tuyệt diệu khôn lường
"MU" là gì? "Ai người đang niệm Phật?"
Vậy thôi mà, hội Tổ, Phật mười phương

Hỡi những ai đã nhàm chán đau thương
Chọn lối đi, để dứt khỏi đoạn trường
Giản dị thôi, câu Thoại đầu, Công án
Tọa thiền, tham thiền, vượt hết sầu vương

Tham không gián đoạn, nghi tình thành khối
Chân nghi hiện rồi, Diêm Vương bỏ chạy thôi
Thuần một khối nghi, đầu sào trăm thước
Bảo kiếm vung lên, dứt sạch nghiệp luân hồi

Hầm sâu đen tối, đáy thùng tan rã
Thập phương thế giới, đã hiện toàn thân
Vô Tướng thuần nhất, chăng là thuần chân?
Siêu cả Sắc Không, vượt ngoài Phàm Thánh

Chẳng chi để nói, chẳng chỗ để về
Chẳng người chứng ngộ, ai người si mê?
Đặt Tổ, gọi Phật, tiền nhân dạy thế
Tùy duyên này, tôi thảo nhạc, ca thôi

Koans and hua tou are like diamond swords. Do not abandon them, for they are truly wonderful and immeasurable. What is MU? Or the question, "Who is reciting the Buddha's name?" By contemplating these, you will encounter the Patriarchs and the Buddhas of the ten directions.

Those who are weary of pain and suffering.

Choose a path to alleviate suffering.

It's simple; just observe the hua tou, or the koan.

Sit in meditation and reflect; through this practice, you will transcend all sorrow.

Contemplate continuously; let doubt accumulate. When true doubt arises, the King of Hell will retreat. Maintain a pure mind amidst doubt, reach the end of the hundred-meter pole, swing the sword, and sever all karma and reincarnation.

When the dark depths of ignorance in the mind are dissolved, the ten directions of the world will reveal themselves in their entirety. Is pure formlessness the ultimate truth? The truth transcends both form and emptiness, surpassing the ordinary and the noble.

The truth is an entity that cannot be expressed in words, has no destination to return to, and lacks a self to be realized. Therefore, where can there be a self that is ignorant? This wisdom, passed down by our ancestors and referred to as the patriarch or the Buddha, has inspired me to adapt to my circumstances and compose this piece of music.

THỞ THIỀN, THIỀN THỞ

Sự đang hô hấp, hít thở điều hòa của muôn loài, muộn vật, của toàn Thế Giới, của Đại Vũ Trụ, chứng tỏ chúng ta đều đang hiện sống.

Nhưng hầu hết, dù chúng ta đang hô hấp, đang sống thật đây, nhưng chỉ là tự động như một cái máy! Vì thở mà không biết mình đang thở, đi mà chẳng biết mình đang đi! Đầu óc luôn luôn bận bịu với những sự suy nghĩ này, kia...

Cứ thế, Tâm chúng ta chạy theo Vọng Tưởng Vô Minh ngày đêm không hề có giây phút nào gián đoạn! Sự việc này làm cho Tâm ta vô cùng căng thẳng, Thân ta vô cùng mệt mỏi! Để rồi bệnh hoạn, mau già và mau chết một cách vô bổ ích! Tất cả mọi khốn khổ này đều do Bệnh Lơ Đãng Trầm Trọng gây nên! Bởi quá lơ đãng, chúng ta không chịu tập trung, không chịu chú ý vào những gì đang hiện hữu ngay ta và quanh ta.

Vậy, chúng ta "Đang Sống" mà Không Ý Thức được là mình "Đang Sống", thì có khác gì chúng ta "Đang Chết"! Có khác gì những Bóng Ma Dật Dờ đang xuất hiện nơi đây, chỉ vì chúng ta Thở, nói năng, hành động đi, đứng, nằm, ngồi, ăn, nghỉ, làm việc đều Vô Ý Thức!

Muốn chấm dứt sự sống vô Ý Thức này, thì cũng chẳng có gì khó khăn và phức tạp cho lắm. Chúng ta chỉ việc dùng cái phương tiện sẵn có của chính mình là sự hô hấp. Hãy Thở sao

BREATHING MEDITATION, AND CONTEMPLATION OF BREATH

The rhythmic breathing of all species and everything in the world, including the vast universe, serves as evidence that we are all alive.

However, for the most part, even though we are breathing and truly living, it often feels automatic, like a machine. We breathe without being aware of it and walk without realizing we are walking. Our minds are constantly preoccupied with thoughts of this or that.

Just like that, our minds chase after ignorance and delusion day and night without a single moment of interruption. This relentless pursuit makes our minds extremely tense and our bodies excessively fatigued. Consequently, we become ill, age rapidly, and ultimately perish in a futile manner. All this suffering stems from profound ignorance. Due to our absent-mindedness, we struggle to concentrate and fail to pay attention to what is right in front of us and around us.

So, if we are alive but are not aware of our existence, what is the difference between being alive and being dead? What distinguishes us from wandering ghosts, merely appearing to exist because we are breathing, talking, walking, standing, lying down, sitting, eating, resting, and working-all unconsciously?

To transcend this unconscious existence, one need not face any difficulty or complexity. We simply need to utilize the resources at our disposal, namely, our breath.

cho Có Ý Thức, đừng buông lơi, hãy chịu khó kiên trì, giữ sao cho sự Chú Tâm luôn hiện hữu khi đang Thở. Đó gọi là Công Phu Miên Mật. Khi Công Phu đã Miên Mật thì không còn bị gián đoạn bởi Vọng Tưởng nữa!

Bất cứ là ai trong chúng ta, nếu chịu thực tập và làm được như thế, thì cái Công Phu ấy, tự nó sẽ dẫn đến sự an lạc, tự tại, dù ta có muốn hay không muốn thì cái kết quả nó vẫn cứ là như vậy! Và nó cũng tự động giải thoát chúng ta ra khỏi phiền não, ra khỏi vọng tưởng vô minh, tức là vượt Vòng Luân Hồi, Sinh Tử.

Tóm lại: thay vì lơ đãng với sự hô hấp, hít thở như trước đây, thì nay vẫn với sự hô hấp này, chúng ta chỉ việc thở sao cho Có Ý Thức; nghĩa là thở một cách chăm chú, từng hơi thở ra/vào đều được "Tuyệt Đối Chú Tâm". Thật sự mà nói thì nào có ai bắt buộc gì đâu, nhưng mọi người đều vẫn phải thở!

Mà đã thở là Thiền, Thiền là thở, chỉ cần thở bằng cách không theo dõi hơi thở, mà chỉ là nhận ra từng hơi thở vào, nhận ra từng hơi thở ra, tức là nhận ra rõ ràng từng nhịp thở... Rất quan trọng là đừng phân tích những hơi thở ấy là sâu hay nông, là dài hay ngắn... Và chúng ta cũng nên nhớ rằng lúc nào "cái đang lặng lẽ vô tư nhận ra" ấy, nó vẫn hiện hữu thường hằng. Do đó mà thở hay không thở nó đều nhận ra cả. Chỉ giản dị như vậy thôi, thì hỏi rằng có gì gọi là dao to búa lớn đâu!

Cuộc đời đã quá phức tạp, quá khổ đau. Chấp chước danh từ lại càng làm thêm phiền não. Tại sao chúng ta không chỉ giản dị, hồn nhiên bằng "cái đang lặng lẽ âm thầm nhận ra" từng nhịp thở ra/vào nhẹ nhàng, tuyệt diệu như vầy, như vầy đây...

Breathe mindfully; do not release your focus. Be patient and persistent, maintaining awareness throughout your breathing. This approach is referred to as Continuous Practice. When practice becomes continuous, it will no longer be disrupted by delusions.

Regardless of who we are, if we engage in practice, that practice will inevitably lead to peace and freedom. Whether we desire it or not, the outcome remains unchanged. Furthermore, it liberates us from afflictions, delusion, and ignorance, allowing us to transcend the cycle of reincarnation and the cycle of birth and death.

In summary, rather than being absent-minded about our breathing as we were before, we now need to breathe consciously. This means giving each inhalation and exhalation our full attention. No one is imposing anything on us; however, everyone still needs to breathe!

Breathing is a form of meditation, and meditation is a form of breathing. Simply breathe by acknowledging each in-breath and each out-breath without analyzing them as deep or shallow, long or short. It is crucial to remember that "that which silently and innocently recognizes it is still recognized. It is that simple-there is no need for elaborate rhetoric.

Life is already too complicated and painful. Clinging to words only adds to our suffering. Why not embrace simplicity and innocence by "silently and consciously realizing" each gentle, wonderful in-breath and out-breath, just like this?

THỞ THIỀN, THIỀN THỞ

Ngay trong thai, con Thở Thiền cùng mẹ
Khi chào đời, con biết Thở mình con
Thở cùng sơn hà, đại địa, nước non
Biết thở chính Thiền, Thiền là biết Thở

Thở Thiền, Thiền Thở như hoa đang nở
Chú tâm Thở Thiền, tỉnh mộng hết mơ
Vọng tưởng hay không, chẳng bị mây mờ
Trăng vẫn đây tròn, trong sáng như thơ

Dù muốn, dù không ai ai cũng thở
Thở Thiền, Thiền Thở, tu chứng gì cơ?
Phân biệt nhị biên, phiền não đâu ngờ!
Chú ý Thở để nhận ra "Biển Giác"

Ai cũng Thở, mà quên mình đang Thở!
Ai cũng Thiền, mà chẳng biết mình Thiền!
Kỳ thị biệt phân, môn phái đảo điên!
Ôm bảo vật mà ngập chìm trong tăm tối!

BREATHING MEDITATION, AND CONTEMPLATION OF BREATH

Even in the womb, you share a breath of Zen with your mother. Upon birth, you instinctively learn to breathe on your own. Breathing in harmony with the mountains, rivers, earth, and water: understanding how to breathe embodies Zen, and Zen is the art of breathing.

Zen breathing embodies the essence of Zen itself, much like a blooming flower. By concentrating on Zen breathing, one awakens from the dream state and ceases to indulge in illusions. Regardless of any delusions, the mind becomes unclouded. The moon remains present, round and clear, akin to poetry.

Whether you like it or not, breathing is essential. But does Zen breathing lead to any form of attainment? If you focus on extremes, afflictions will arise. By paying attention to your breath, you can access the Ocean of Awareness.

Everyone is breathing, yet many forget that they are doing so! Everyone is meditating, but few realize that they might be meditating! If you engage in discrimination, you will drive the community to madness, ultimately embracing treasures while drowning in darkness!

ĐAN ĐIỀN

Đan điền là trung tâm dung chứa năng lực, sức sống của con người; Nó giống như một cái bình điện (ắc quy) ở ngay dưới rốn khoảng 2, 3 đốt ngón tay (2, 3 inches) mà chúng ta thường gọi là: Bụng dưới (Abdomen).

Còn một nghĩa khác, nó là nơi, là phương tiện phù hợp và tối quan trọng cho những ai hành thiền để kiếm tìm "Bộ Mặt Trước Khi Cha Mẹ Sinh Ra" của mình.

Vâng, với những vị tu thiền này thì nó là:

Tim (Heart)

Tâm (Mind)

Tấm lòng chân thật (Heart-Mind)

Và cũng là nơi tĩnh lặng, an lạc, không hề bị căng thẳng bao giờ!

Hầu hết chúng ta sống theo sự suy nghĩ, học hỏi, tính toán bằng đầu óc chứ không mấy ai biết dùng đan điền (Hara). Đan điền là con tim, còn gọi là tấm lòng của chúng ta; người ngoại quốc gọi là "Heart-Mind".

Nơi đan điền (Hara) ấy thanh thanh, tịnh tịnh, không hề có danh từ, không hề có lời nói lảm nhảm, thầm thì suốt ngày đêm như đầu óc của chúng ta! Lúc nào cũng bận bịu bởi những vọng tưởng, suy nghĩ lăng xăng không bao giờ ngừng nghỉ! Làm cho tâm thần dễ căng thẳng, làm cho thân thể dễ mỏi mệt, và cũng dễ gây nên bệnh hoạn để mà tổn thọ, mau già, mau chết!

Do lẽ đó mà chúng ta cần tĩnh tâm lại, trước hết là cho sức khỏe, cho đời sống từng cá nhân. Đời sống cá nhân có ảnh

DANTIAN

The dantian is the center that stores human energy and vitality; it functions like a battery located just below the navel, approximately 2 to 3 finger widths (2 to 3 inches) below, which we commonly refer to as the lower abdomen.

In another sense, it serves as a significant and suitable space for those who zen to discover their true selves, or Before Their Parents Were Born.

With these meditators, it embodies the concepts of Heart, Mind, and Heart-Mind. Additionally, it is a sanctuary of peace, tranquility, and a complete absence of stress.

Most of us rely on our minds for thinking, learning, and problem-solving, but few know how to utilize our dantian. The dantian is often referred to as our heart or spirit; in Western terminology, it is called the Heart-Mind.

The dantian is pure and tranquil, devoid of names and free from the incessant chatter and distractions that occupy our minds day and night. Our thoughts are often consumed by delusions that never cease! These delusions create tension in the mind, fatigue in the body, and can lead to illnesses that shorten life, accelerate aging, and hasten death.

That is why we need to remain calm, primarily for our health and the well-being of each individual. Personal well-

hưởng rất nhiều đến gia đình, quốc gia, xã hội. Sau nữa, viên tĩnh tâm này còn liên hệ mật thiết đến vấn đề tâm linh, cũng là việc trọng đại nhất, nan giải nhất của hầu hết mọi người cần giải quyết. Đó là vấn đề "Luân hồi sinh tử".

Nhưng muốn tĩnh tâm mà cứ dùng cái đầu để thực tập thì e khó mà thành công! Vì cái "Tâm con khỉ" lăng xăng ấy, nó không chịu hàng phục chúng ta bao giờ! Cho dù có dùng bất cứ phương tiện nào, công phu nào đi nữa thì chúng ta cũng vẫn bị trong tình trạng là công phu và vọng tưởng lẫn lộn xen nhau, ấy là chưa kể hôn trầm (buồn ngủ) đến bất cứ lúc nào!

Để tránh được sự việc quá khó khăn và phức tạp này, thay vì dùng đầu óc để "hạ thủ (hành trì) công phu" bằng phương tiện:

Niệm phật
Trì chú
Tham thoại đầu
Tham công án...

thì chúng ta hãy dùng Đan Điền (Hara) là nơi để "hạ thủ" (hành trì) công phu". Công phu sẽ dễ dàng hơn và kết quả cũng nhanh hơn vì:

Nơi đan điền ấy, không nói năng thầm thì, lảm nhảm suốt ngày đêm như trong đầu óc!

Nơi đan điền ấy, quá ư tĩnh lặng nên không dễ gì hồ đồ, nóng nảy, sân si như trong đầu óc!

Nơi đan điền ấy, không có tướng này biến, tướng kia hiện như trong đầu óc!

Với cái đầu thì khi chúng ta nghĩ tới Nha Trang là tướng của Nha Trang hiện; tiếp tục, khi chúng ta nghĩ đến Sài Gòn là tướng của Nha Trang tự nhiên biến đi, để tướng của Sài Gòn hiện ra! Và cứ thế, tướng này sinh, thì tướng kia diệt, tướng

being significantly impacts family dynamics, the nation, and society as a whole. Maintaining calmness is also closely linked to spirituality and represents one of the most important yet challenging issues that many people must address. This involves overcoming the cycle of life and death.

However, if we aim to calm our minds while relying solely on our intellect for practice, I fear we may struggle to achieve success. When our minds are restless, they do not yield to our will. Regardless of the methods or practices we employ, we will find ourselves in a state where practice and delusions intertwine, not to mention the ever-present threat of drowsiness and sleepiness, which can arise at any moment.

To avoid obstacles, rather than relying on the mind to practice techniques such as reciting the Buddha's name, chanting mantras, or contemplating koans and hua tou, let us focus on the Dantian as our point of concentration. By doing so, focusing becomes easier and results are achieved more quickly because, in the Dantian, there is no incessant whispering or babbling that plagues the mind. In the Dantian, there is no anger or frustration that can arise in the mind. Additionally, in the Dantian, there are no fleeting images that vanish only to be replaced by others, as often occurs in the brain.

In our minds, when we think of Nha Trang, the image of Nha Trang beach comes to the forefront. However, when we shift our thoughts to Saigon, the image of Nha Trang beach fades away, making room for the vibrant image of Saigon city. This cycle continues: one image emerges while another recedes, creating a dynamic interplay of memories and associations.

When we focus on the dantian, we can clearly recognize that we possess only one mind. However, due to a scattered mindset, we mistakenly believe we have hundreds of thousands of minds. Has anyone observed that when a monkey

này diệt, thì tướng kia sinh!

Qua nơi đan điền ấy, chúng ta mới thấy rõ là mình chỉ có một cái tâm, nhưng vì "tán loạn tâm" , "vọng tưởng tâm" làm cho mình tưởng như có đến trăm ngàn cái tâm! Có ai hay "con khỉ" đã đậu ở cành đào thì thôi đậu ở cành mận. Ngược lại, khi đậu ở cành mận thì thôi ở cành đào là lẽ đương nhiên! Cũng như thế, khi đã có công phu thì thôi có vọng tưởng, và khi có vọng tưởng thì thôi có công phu! Cho nên khi qua đan điền chúng ta chú tâm để "hạ thủ công phủ", thì Tâm đã ở đan điền và đang bận với công phu nên đầu óc bặt đi cái suy nghĩ miên man! Bởi chúng ta chỉ có một cái Tâm, nếu nó đã ở chỗ này thì thôi ở chỗ kia!

Do lẽ nơi đan điền ấy, là tấm lòng chân thật vô tướng (heart-mind), là tâm yên lặng (silent mind), là nơi không có một danh từ, lời nói nào cả, thì quả là tuyệt vời cho chúng ta hạ thủ công phu - tức là để sự chú tâm nơi đó, thì sẽ thư thái, nhẹ nhàng, không bị căng thẳng như khi dùng đầu óc!

Nơi đây chúng ta hãy đề lên một niệm thật đứng đắn, thí dụ như đề lên câu:

Công án "Tôi là ai?"

thì với sự chú tâm trong tĩnh lặng ở đan điền, ta sẽ thấy rõ từng chữ: "Tôi... Là... Ai.. ?" một cách rõ ràng, minh bạch. Không có tạp niệm để pha trộn lẫn lộn. Không có sự mơ hồ để không tỉnh táo, rồi bị hôn trầm bởi vọng tưởng hỗn tạp của đầu óc! Vì khi sự chú tâm đã ở đan điền thì nơi đầu óc không còn vọng tưởng lan man nữa! Cho nên sự "hạ thủ công phu" sẽ dễ dàng đến độ miên mật. Để rồi nơi Heart-Mind, nơi yên lặng không lời, vô tướng ấy! chúng ta sẽ chợt nhận ra sự Tịnh Chiếu và Chiếu Tịnh, tức là sự tham vấn của mình là (Chiếu), và sự tĩnh lặng của đan điền là (Tịnh). Vâng, chỉ còn toàn là Chiếu với Tịnh, Tịnh với Chiếu; Định và Huệ, Huệ và Định mà thôi! Do đó mà mọi công án, mọi thoại đầu đều được giải quyết một cách rất nhanh chóng!

lands on a peach branch, it ceases to land on a plum branch? Conversely, when a monkey lands on a plum branch, it stops landing on a peach branch-this behavior is entirely natural! Similarly, when we practice effectively, our delusions begin to dissipate. Therefore, by concentrating on the dantian, we harness the power of focus to quiet the scattered mind and eliminate all wandering thoughts. Since we truly have only one mind, when it is engaged here, it no longer flits to other distractions.

Because the dantian is the heart-mind, the silent mind, the place devoid of names or words, it is truly wonderful for us to practice. By directing our attention there, we can achieve a state of relaxation and lightness, free from the tension that often accompanies mental activity.

Let us contemplate the koan, "Who am I?" With focused concentration in the dantian, we will perceive each word-Am... I... Who...? and transparently. There are no distracting thoughts to intermingle. There is no ambiguity that could dull our awareness, allowing the mixed delusions of the mind to take hold. When our concentration is centered in the dantian, wandering delusions dissipate. Consequently, the practice becomes effortless and continuous. In the Heart-Mind, within that wordless, formless silence, we will suddenly realize Pure Illumination. Our questioning embodies Illumination, while the tranquility of the dantian represents the Pure. Indeed, there exists only Illumination with the Pure, and the Pure with Illumination; Concentration and Wisdom, Wisdom and Concentration! Thus, all koans can be resolved swiftly and effectively.

Tóm lại, qua nơi đan điền ấy, nơi tĩnh lặng vô tướng ây, mà chúng ta lại dùng câu thoại đâu vô tướng hoặc câu công án vô tưởng thi toán là vô tướng cả; và vì vô tướng như thể nên không biết nó là cái gì! Mà khi đã không biết thì tự động sẽ có nghi, và khi đã có nghĩ là sẽ có ngộ! Thì quả là nơi phù hợp lý tưởng cho mọi hành giả thực tập tham thiền vì:

Trong lúc tham Thiền như thế, dù là ở trong tình trạng chưa được miên mật cho lắm, thì cũng đang được trong trạng thái của tiềm thức tức thức số bảy và thức số tám! Chứ không phải trong kiến thức (intellect) của bộ óc, là thức số sáu và tiền ngũ thức!

Còn nếu công phu được miên mật không có gián đoạn thì hành giả sẽ đi đến giác ngộ, tức là chứng nghiệm được cái Chân Lý thật sự! Vì khi đó đã buông được hết mọi tán loạn tâm để chỉ còn trơ lại "Một Niệm" đang tham, đang hỏi từng chữ, từng câu không gián đoạn! Niệm không gián đoạn này là Nhất Tâm (Single Mind). Tuy nhiên nó vẫn còn là hữu tâm! Từ hữu tâm cứ tiếp tục tham nữa sẽ đến được vô tâm, còn gọi là "công phu thành phiến", cũng là "công phu thành khối Nghi, tức Chân Nghi. Khi có Nghi thì các tướng đều không còn! Nói cách khác, Chân Nghi đã hiện thì cũng là vô tướng thuần nhất hiện! Và Hành Giả đang ở giai đoạn sắp kiến tính.

Giai đoạn này có nhiều tên gọi khác nhau nhưng đồng một nghĩa:

Đầu sào trăm thước
Đã đến được thoại đầu, cũng là sắp phá vỡ công án...
Đỉnh núi muôn trượng
Vô tâm
Chỗ một niệm chưa sinh khởi
Chỗ vô thủy vô minh
Và cũng chính là cội gốc vô minh, vô ký không.

In summary, through the dantian, the realm of formless silence, we can utilize the formless hua tou or the formless koan. Since these concepts are formless, their true nature eludes our understanding. This lack of understanding naturally leads to doubt, and from doubt arises enlightenment. The dantian serves as the ideal focal point for all practitioners engaged in meditation. Even if we are not in a deeply concentrated state, we still access the subconscious, specifically the seventh and eighth consciousnesses. Consequently, our experience transcends the cognitive realm of the brain, which encompasses the sixth consciousness and the five preconscious states.

If the mind remains focused continuously, without interruption, the practitioner will attain enlightenment, experiencing the ultimate Truth. At that moment, all distractions of the mind are relinquished, leaving only a singular thought that contemplates and questions each word and sentence without interruption. This uninterrupted thought is referred to as the Single Mind. However, it is still a mind. If one continues to concentrate, one will eventually reach a state of no-mind, which is also known as the practice of becoming a unified whole or a mass of doubt, referred to as True Doubt. When doubt arises, it signifies not-knowing, and all forms dissipate. In other words, when true doubt manifests, it represents the pure essence of formlessness. At this stage, the practitioner is on the verge of perceiving their true nature.

This stage is known by many different names, yet they all convey the same meaning: the pinnacle of a hundred-foot pole; the moment of reaching the koan, just before breaking through it; the summit of a thousand-foot mountain; a state of mindlessness; the point where a single thought has not yet emerged; the realm of beginningless ignorance; and it is also the source of ignorance, representing indeterminate emptiness.

Để rồi từ cái Chân Nghi Vô Tướng Thuần Nhất này, tức Đầu Sào Trăm Thước ấy, Hành Giả lại vẫn phải công phu, tức là tiếp tục Tham Thiên mãi không ngừng để phá "Bản Tham" nghĩa là làm cho Khối Nghi tan rã, cũng là lúc hành giả đã "Kiến Tính"!

"Kiến Tinh" còn gọi là:

Đập Bể Ngân Sơn, Nhảy Qua Thiết Bích

Bàn Tay đập vỡ Hư Không

Hang ổ Vô Minh đã bị phá hủy

Căn bản Vô Minh tự tan tành

Lúc ấy Niệm Nghi tự biến thành "Chân Như Niệm",

Hầm Sâu Đen Tối, Vô Thủy Vô Minh biên thành thuần một Chân Định! Đông thời "Toàn Thức" đã chuyển thành "Toàn Trí"!

Và Thập Phương Thế Giới hiện Toàn Thân.

Dĩ nhiên, Công Án đã có câu trả lời chính xác, đồng thời hành giả tự rõ biết mình là ai! Lúc này đây, Hành Giả vượt ra ngoài cả Vô Tâm lẫn Hữu Tâm và thấy rằng:

Dụng là Thể, Thể là Dụng.

Dụng là Tâm, Tâm là Dụng.

Sự là Lý, Lý là Sự, (tức Tâm Cảnh đều Vô Ngại, chúng tự hỗ dụng cho nhau)

Nên:

Khi cầm cuốn sách lên, hay là nâng, hay là nhấc bất cứ vật gì cũng đều là Tâm

Và Tâm lại là cuốn sách, Tâm cũng là bất cứ vật gì đang ở trong tay!

Tuy nhiên, "Kiến Tính" mới khởi tu, tu bất kể thời gian để còn Ngộ mãi chứ không phải chỉ Ngộ vài lần, mà là Ngộ không giới hạn... Đồng thời cũng là để màn mây mù của Tập Khí sâu dày tích trữ từ bao đời, bao kiếp ấy từ từ tan biến đi hết, để Vầng Trăng Trí Tuệ hiện ra thật tròn đầy! Thì đó mới là Giác Ngộ Viên Mãn!

From this pure, formless true doubt, referred to as the Hundred-Foot Pole, the practitioner must engage in continuous meditation to eliminate the Original Desire. This process aims to disintegrate the Block of Doubt, marking the moment when the practitioner perceives their true nature.

Seeing the true nature is also referred to as: The Hand that Breaks the Void; The Den of Ignorance has been destroyed; Fundamental Ignorance has been dissolved; At that moment, Thoughts of Doubt have transformed into Thoughts of True Suchness; All Consciousness has been transformed into All Wisdom; and the Ten Directions of the World manifest their Entirety.

Of course, the Koan provides the correct answer, and at the same time, the practitioner clearly understands their identity! In this moment, the practitioner transcends both mindlessness and mindfulness, recognizing that: Function is the Body, and the Body is Function; Function is Mind, and Mind is Function; Phenomena is Principle, and Principle is Phenomena. In other words, Mind and Scene are both free from obstacles, mutually supporting one another.

At that moment, whether picking up a book or lifting any object, it is all about the Mind; the Mind is the book, and the Mind encompasses whatever is in our hands. However, recognizing the true nature of reality is the first step in practice. A dedicated practitioner will engage in this practice continuously, seeking not just temporary Enlightenment but an everlasting state of Enlightenment. Simultaneously, this journey involves allowing the dense clouds of habits accumulated over countless lifetimes to gradually dissipate, revealing the full brilliance of the Moon of Wisdom. This is the essence of Perfect Enlightenment.

Còn "Kiến Tính" chỉ như một mũi kim khâu đã chọc và chạm được vào mặt trăng, để ánh sáng của mặt trăng tỏa ra vừa cỡ của đầu mũi kim khâu đó mà thôi! Ấy thế mà Hành Giả cũng đã ra khỏi được Tam Giới, Sáu Nẻo rồi! Và quả vị của hành giả tương đương với Bồ Tát Thập Địa! Nếu vẫn tiếp tục tinh tấn, công phu mãi, không dậm chân một chỗ, không giải đãi thì hành giả lại còn có cơ hội tiến tới sự "Giác Ngộ Viên Mãn" tức "Quả Vị Phật"! và vấn đề Sinh Tử hoàn toàn tự tại!

Còn ngược lại, sau khi "Ngộ" mà không tinh tấn nữa, chỉ dậm chân một chỗ, lại còn lười biếng vì chấp thật là mình đã "Chứng Ngộ" rồi, không còn cần phải Tu tiếp nữa, thì đó chỉ là "Ngộ Lý Thuyết" mà thôi! Chứ nói chi đến cái "Sự"! Khi cái "Sự" chưa thực hành được y như cái "Lý" thì cái Ngộ của hành giả vẫn còn trong cái vấn vương của Ngũ Uẩn. Nói trắng ra là hành giả vẫn còn nằm trong Nhị Biên Tương Đối! Bởi vì "Lý" và "Sự" lúc nào cũng phải đi đôi, "Lý" và "Sự" không phải là hai, tức thực hành và lý thuyết là một. Do đó những Hành Giả nào rơi vào trường hợp "Ngộ Lý Thuyết" như vừa kể trên, thì chỉ đạt được "những quả vị và đẳng cấp giới hạn trong sự Chứng Ngộ của Nhị Biên". Tức là sự chứng đắc tương đối trong Tam Giới Tương Đối của Thế Giới Nhị Biên Tương Đối!

Còn vấn đề Sinh Tử thì cũng sẽ tương ứng với những quả vị mà họ đã đạt được, nhưng chưa vượt qua được Định Luật Nhân Quả!

Còn nguy hiểm hơn, nếu Hành Giả cứ giải đãi, không tiếp tục hành trì Công Phu nữa, và nếu không hề thực hành y như lý thuyết đã ngộ để buông bỏ mọi thói hư tật xấu, mà trái lại, được một chút đã cho là đủ, rồi còn trụ vào việc "Ta đã Ngộ Đạo" để huênh hoang, để cao ngạo, thì cái "Sự Ngộ nhỏ bằng

Experiencing the true nature of reality is akin to a sewing needle that has touched the moon, rendering the moon's light no larger than the tip of the needle. Yet, the practitioner has already begun to transcend the Three Realms and Six Paths. The practitioner's attainment is comparable to that of a Bodhisattva at the Tenth Ground. If one remains diligent and continues to practice without pause, the practitioner will have the opportunity to progress toward Perfect Enlightenment, or Buddhahood. In doing so, the practitioner will fully overcome the cycle of birth and death.

On the contrary, if after achieving Enlightenment one becomes complacent, merely standing still and exhibiting laziness due to the belief that they have already attained Enlightenment and no longer need to practice, then this is merely Theoretical Enlightenment. When the phenomenon cannot be practiced in accordance with the Principle, the practitioner's Enlightenment remains entangled in the attachment to the Five Aggregates. To put it bluntly, the practitioner is still caught in the Two Relative Extremes. Principle and Phenomena must always coexist; they are not separate entities, meaning that practice and theory are one. Therefore, practitioners who fall into the trap of Theoretical Enlightenment, as described above, will only achieve limited fruits and levels within the Enlightenment of the Two Extremes. This results in a relative attainment within the Relative Three Realms of the Relative Two Extremes World.

Regarding the challenge of transcending the cycle of birth and death, it is essential to recognize that this journey is directly linked to the fruits of one's efforts, which may not yet have fully overcome the Law of Cause and Effect. Even more perilous is the situation where a practitioner becomes complacent, neglecting to continue their cultivation practice. If they fail to apply the theoretical insights they have gained to relinquish all negative habits, believing that minimal

mũi kim ấy" lại tự nó đóng bít lại! Và vị hành giả này tự động rơi trở về vị trí của chúng sinh để mà bơi lội, chìm nổi trong vòng Sinh Tử Luân Hồi như cũ!

Nói tóm lại chúng ta tu ra sao, tu cách nào, mà chưa chứng đạt quả vị Tuyệt Đối tức Quả Vị Phật, là còn chưa vào được Thế Giới Tuyệt Đối thật sự!

Tiến thêm một bước nữa là vượt ra ngoài cả Tương Đối lẫn Tuyệt Đối, tức không có Phật để thành. Đó là cái Vượt Phật, vượt Tổ, vượt Chúng Sinh: có như vậy mới gọi là "Viên Mãn"! (vượt ở đây có nghĩa là ra ngoài tất cả).

CHÚ GIẢI

- Tam Giới: Dục Giới, Sắc Giới, Vô Sắc Giới

- Sáu Nẻo: Trời, Người, A Tu La, Ngã Quỷ, Súc Sinh, Địa Ngục.
- Chỗ Một Niệm Chưa Sinh Khởi, cũng là Cội Gốc của Vô Minh, còn gọi là:
  Đầu sào trăm thước
  Đã đến được Thoại Đầu, cũng là sắp phá vỡ Công Án...
  Đỉnh Núi Muôn Trượng
  Vô Tâm
  Chỗ Một Niệm Chưa Sinh Khởi
  Chỗ Vô Thủy Vô Minh
  Và cũng chính là cội gốc Vô Minh, Vô Ký Không.
- Cái Cội Gốc Vô Minh, Vô Ký Không này, là Chỗ Của Một Niệm Bất Giác khởi lên, cho nên: Khi chúng ta Biết là Vọng Giác Biết! Tức "Cái Biết" tương đối bị

effort suffices, and instead become arrogant about their small achievements, that limited enlightenment-akin to the size of a needle-will ultimately retract. Consequently, this practitioner will regress to the state of an ordinary sentient being, once again adrift in the cycle of birth and death, experiencing the same struggles as before.

In summary, while we practice, we have not yet attained Absolute Fruition, or Buddhahood; we have not yet entered the true Absolute World. Taking one more step involves transcending both the Relative and the Absolute, meaning there is no Buddha to become. This transcendence goes beyond the Buddha, beyond the Patriarchs, and beyond all living beings. Only then can it be considered Perfection. To transcend in this context means to surpass everything.

NOTES

- Three Realms: Desire Realm, Form Realm, and Formless Realm
- Six Paths: Heaven, Human, Asura, Hungry Ghost, Animal, and Hell.
- The place where a single thought has yet to arise is known as the Root of Ignorance, also referred to as the Hundred-Foot Pole. Having reached the Head of the Talk, one is on the verge of breaking the Koan. This is the Peak of the Thousand-Foot Mountain, a state of mindlessness, and the location of Beginningless Ignorance. It is also the root of Ignorance, representing Unconditioned Emptiness.

- The root of ignorance, characterized by undetermined nothingness, serves as the origin of unconscious thoughts. Consequently, when we claim to know, it

giới hạn của Kiến, Văn, Giác, Tri (Thấy, Nghe, Hay, Biết của Mắt, Tai, Mũi, Lưỡi, Thân, Ý)
Còn khi Không Biết là Vô Ký Không, tức Vô Thủy Vô Minh!
Hang ổ này chính là Tạng Thức số Tám dung chứa và quán xuyên toàn bộ Thây, Nghe, Hay, Biêt, cùng mọi Thiện/Ác, Ác/Thiện đều do Tiền Ngũ Thức và Ý Thức, đưa cho Mạt Na Thức định đoạt, rồi truyền vào A Lại Gia Thức. Các Thức đó là:

- Tiền Ngũ Thức là Nhãn Thức, Nhĩ Thức, Tỷ Thức, Thiệt Thức, Thân Thức.
- Thức Số Sáu là Ý Thức
- Thức Số Bảy là Mạt Na Thức
- Thức Số Tám là A Lại Gia Thức

Những Thức này là nguyên nhân của sự tạo nên một dòng Nhân Quả, Nghiệp Báo thật kiên cố, sâu dày cho hằng hà sa số kiếp! Muốn không còn bị trở ngại của các Thức ấy thì chỉ có Tham Thiền thật nỗ lực, kiên trì, miên mật, và nhất là phải đúng cách, đúng phương pháp như đã nói ở trên mới có thể tiến tới được "Đầu Sào Trăm Thước"

Chú Ý:
Mọi danh từ: Đập vỡ, phá hủy, tan tành, quả vị... đều chỉ là phương tiện, cũng là giả danh

is often a delusional form of knowing. This refers to the relatively limited understanding derived from our senses-seeing, hearing, knowing, and the consciousness associated with the eyes, ears, nose, tongue, body, and mind. Conversely, when we do not know, we encounter indeterminate nothingness, which can be described as beginningless ignorance. This realm is the Eighth Store Consciousness, which encompasses and permeates the entire body. The fluctuations of good and evil are influenced by the five preconsciousnesses and the mind consciousness, which are then relayed to the Manas Consciousness for decision-making before being transmitted to the Alaya Consciousness.

- The various forms of consciousness include the following: The Five Consciousnesses are Eye Consciousness, Ear Consciousness, Nose Consciousness, Tongue Consciousness, and Body Consciousness. The Sixth Consciousness is Mind Consciousness, the Seventh is Manas Consciousness, and the Eighth is Alaya Consciousness.

These consciousnesses are the source of a profound and powerful stream of cause and effect, or karma, that spans countless lifetimes. To transcend the limitations imposed by these consciousnesses, one must engage in meditation with great effort, perseverance, and diligence. It is especially important to adhere to the correct methods outlined above in order to reach the Hundred-Foot Pole.

Note:
Words such as "smash," "destroy," "disintegrate," and "fruition" are merely means and also false names.

NIỆM PHẬT

“Sáu Chữ Hồng Danh”

“Sáu Chữ Hồng Danh” trời đất chuyển
“Di Đà Tự Tính” hiện toàn thân
“Chân Như Niệm” tự không tác ý
Mười phương quy Một, Cõi Di Đà

Tạm nói cõi thật không có cõi
Tạm nói quy cũng chẳng phải quy
Không nhiều chẳng một vì đồng thể
Hỏi chỗ nào không “Tự Tính Di Đà”?

Đơn thuần niệm mà không tạp niệm
“Tự Tính Niệm” gọi “Niệm Chân Như”
“Niệm”, Niệm mãi, Niệm y “Vô Niệm”
Thức tự chuyển Trí, Trí đây thôi

Chú ý: “Vô Niệm” ở đây không phải là không có gì

CÔNG ÁN MU

MU hỡi ! MU ơi ! Sao MU quá thâm sâu
Tham vấn MU thôi để rõ sự nhiệm mầu
Đơn thuần MU này mà đảo xoay trời đất
Tạp niệm xen vào sẽ chẳng thấy MU đâu!

RECITING THE BUDDHA'S NAME

Six Syllables of the Holy Name

The six syllables of the Holy Name have the power to move heaven and earth: Amitabha's true nature will manifest in its entirety. The recitation of True Suchness does not involve intention; rather, the ten directions will return to the One, the Amitabha Realm.

Let's consider, for a moment, the idea that the real world may not exist as we perceive it. Let's propose that returning to this world does not equate to a true return. It is neither many nor one, as all things share the same essence. I ask: Is there any place that is not a manifestation of Amitabha's Self-Nature?

Recite purely without any distractions. The practice of self-nature recitation is referred to as reciting True Suchness. Recite, recite endlessly, and recite from a place of No-Recitation. Consciousness transforms into Wisdom, and in that moment, Wisdom is present.

Note: The term "non-thoughts" here does not imply the absence of thought.

KOAN "MU"

MU! MU! Why is MU so profound? Observing and questioning MU is sufficient to recognize and appreciate the miracle it represents. This simple concept of MU has the power to turn the world upside down. However, if distracting thoughts intrude, MU may become elusive!

Chú ý: Tạp niệm là vọng tưởng, (đừng để ý tới nó, cũng đừng đè nén hay cắt nó, chỉ chú Tâm thăm hỏi MU là gì mà thôi)

CÔNG ÁN TÔI LÀ AI

Không tác ý, cứ hỏi mà thôi
Tôi Là Ai ? Hỏi Ai Là Tôi?
"Tự Tính hỏi" còn ai vào đó
Miễn sao đừng tạp niệm người ơi!

Không tạp niệm, chỉ duy Vô Niệm
"Vô", vô đây nào phải không ngơ
"Vô", vô đây là "Vô Biên Kiến"
Còn "Niệm" này là "Niệm Chân Như"

Tướng là Tính, Tính cũng là Tướng
Tướng đâu cần hoại, Tướng tự Không
Bát Nhã Tâm, môi nở nụ hồng
Có ai dè Tính Tướng dung thông

Chú ý: Chỉ chú tâm vào Công Án, ngoài ra có vọng tưởng hay không có vọng tưởng cũng không cần biết tới.

Note: Miscellaneous thoughts are misleading perceptions. Instead of ignoring or suppressing them, focus on exploring what MU truly represents.

THE KOAN: WHO AM I?

Don't think, just ask: Who am I?

That is Self-Nature asking, not anyone else. Simply avoid following distracting thoughts, my friend!

No distracting thoughts-only a clear mind illuminated by the absence of thought. The absence of thought does not equate to ignorance; rather, it signifies a departure from extreme viewpoints. To assert that thoughts are merely reflections of True Suchness is to recognize their inherent nature.

Appearance is Nature, and Nature is also Appearance. Appearance does not need to be destroyed; rather, it is, in essence, Emptiness. The Prajna Mind unfolds like a blossoming bud. In truth, Nature and Appearance are interpenetrating.

Note: Focus solely on the Koan; do not concern yourself with the presence of any delusions.

CÔNG PHU MIÊN MẬT

Muốn buông xả được cái ý thức nhị biên tương đối: có/không, thật/giả, phải/trái, thắng/thua, sinh/tử

Muốn không bị trụ chấp vào danh, tài, ái, dục... ở thế gian

Muốn có một sự chú tâm tuyệt đối để không còn bị tán loạn tâm

Muốn buông bỏ được mọi tập khí: thói hư, tật xấu, tham, sân, si, mạn, nghi ...

Muốn giữ được giới luật một cách dễ dàng, trang nghiêm, đúng mức, cũng là đắc giới

Muốn tỉnh được cơn trường mộng, muốn hết khổ đau, muốn giác ngộ giải thoát sinh tử thì chúng ta phải có những phương tiện để hành trì.

Và đây là những phương tiện để chúng ta hành trì cho mau có kết quả. Hãy chọn một trong những phương tiện thích hợp với mình sau đây làm công phu miên mật hàng ngày như:

I. Niệm Phật
II. Trì Chú

DILIGENT PRACTICE

You must have a method of practice when you seek to transcend relative dualistic consciousness, such as: yes/no, true/false, right/wrong, win/lose, and birth/death.

You need a practice method to detach yourself from fame, wealth, love, and desire in the world.

You need a structured practice method to achieve absolute concentration, ensuring that your mind is no longer scattered.

You must have a practice method if you want to let go of all your habits: bad habits, vices, greed, anger, ignorance, arrogance, and doubt.

You must have a method of practice if you wish to uphold the precepts easily, solemnly, and correctly, while also striving to attain them.

You must have a practice method if you wish to awaken from this prolonged dream, end suffering, and achieve enlightenment and liberation from the cycle of birth and death.

These are the methods we can use to achieve results quickly. Choose one of the following options that is suitable for you to practice diligently every day:

I. Reciting the Name of Buddha

II. Reciting Mantras

III. Nếu Thiền Giáo Môn thì: Một là đếm hơi thở; Hai là chú tâm nhận rõ từng hơi thở vào/ra; Ba là Thiền Quán; Bốn là Thiền Chỉ.

IV. "Tổ Sư Thiền" tức Thiền Giáo Ngoại Biệt Truyền "Niêm Hoa Thị Chúng" của Đức Phật thì:

Một là đếm hơi thở

Hai là chú ý vào "Cái Đang Lặng Lẽ Vô Tư Nhận Ra" từng hơi thở vào/ra

Ba là Tham Thoại Đầu

Bốn là Tham Công Án

Năm là Chỉ Quán Đả Tọa

Riêng Chỉ Quán Đả Tọa thì chỉ ngồi với cái Tâm bình thản thôi, mà tự động nhận ra mọi diễn biến hay không diễn biến của nội tâm. Nhưng không nên để ý đến chúng, nghĩa là không dựa vào bất cứ cái gì, không dựa vào đếm hơi thở, không dựa vào theo dõi hơi thở, không dựa vào Công Án, không dựa vào Thoại Đầu, không cắt đứt tư tưởng, không dõi theo vọng tưởng. Ấy vậy mà chỉ một vọng niệm nào thoáng qua thôi, cũng không thoát khỏi "cái đang lặng lẽ vô tư nhận ra" ấy, nó lập tức biết ngay! Vì "cái đang nhận ra" bất biến thường hằng, vô cùng bén nhạy mà lại tuyệt đối vô tư và bình thản.

Việc đạt được mục đích nhiều hay ít là do sự nỗ lực, kiên trì, hy sinh và can đảm của chúng ta nhiều hay ít, để mà có cái quả tương ứng với sự hành trì đó.

Đúng như thế, việc gieo nhân để gặt được quả to hay quả nhỏ là tùy thuộc vào công lao của chính mình; còn như không chịu gieo nhân mà đòi hái quả thì thật là phi lý, thí dụ:

Muốn có tiền nhiều mà không siêng năng làm việc thì cũng khó!

Muốn thi đỗ mà không chịu học bài thì làm sao mà thi đỗ cho được!

III. If it is Scripture Meditation: First, count your breaths; second, pay attention to each inhalation and exhalation; third, practice Insight Meditation; and fourth, engage in Samatha Meditation.

IV. The Zen Patriarch, representing meditation beyond the scriptures, is also known as the dharma taught by the Buddha while holding a flower and smiling. This practice includes: first, counting the breaths; second, paying attention to the Quietly Mindless Realization of each in-breath and out-breath; third, contemplating Hua Tou; fourth, reflecting on the Koan; and fifth, practicing Shikantaza.

The Shikantaza method encourages practitioners to sit with a calm mind and to observe the developments or lack thereof within their inner thoughts. However, it is essential not to focus on these thoughts; this means refraining from relying on any specific techniques, such as counting breaths, following the breath, engaging with Koans, or utilizing Hua Tou. Do not attempt to suppress thoughts or chase after delusions. Even a fleeting delusion cannot escape the awareness that is silently and effortlessly recognizing it; this awareness is immediate and perceptive. The essence of this recognition is constant and unchanging, highly sensitive, yet entirely carefree and tranquil.

Whether we achieve our goals largely depends on our efforts, perseverance, sacrifice, and courage, which ultimately determine the results we reap. Indeed, the extent of our success-whether significant or modest-hinges on our own dedication. However, it is unreasonable to expect results without putting in the necessary work. For instance, if you desire to accumulate wealth but do not put in the effort, it will be challenging to attain that goal. Similarly, if you wish to pass an exam but do not study, how can you expect to succeed?

Vậy muốn đạt được mục đích giải thoát, muốn buông xả được mọi tập khí, thói hư tật xấu thì chúng ta phải dùng một trong những phương tiện đã nói ở trên để làm công phu hàng ngày thì mới có kết quả tốt được.

Nếu chúng ta có công phu miên mật thật sự 24/24 thì:

- Công phu là niệm phật
- Công phu là tụng kinh
- Công phu là trì chú
- Công phu là thiền quán
- Công phu là tham công án; tham thoại đầu
- Công phu là nhận ra từng hơi thở....
- Công phu là đang trì giới
- Công phu là giới luật, giới luật là công phu

Do đó:

Khi công phu không buông lơi giây phút nào, thì ý làm sao mà phạm giới?

Khi công phu không buông lơi giây phút nào, thì thân còn phạm giới giây phút nào?

Khi công phu không buông lơi giây phút nào, thì khẩu làm sao ăn nói vô ý thức được? Mà đã không nói vô ý thức thì khẩu phạm giới gì?

Cho nên khi thân, khẩu, ý đã là công phu, và công phu đã là thân, khẩu, ý thì ngay cả mọi tập khí tham, sân, si... cũng chẳng còn có cơ hội để phát sinh!

Tóm lại, nếu có được công phu miên mật như thế, thì lo gì chúng ta không hành trì giới luật đúng mức! Lo gì chúng ta không buông xả được mọi tập khí, thói hư, tật xấu. Lo gì chúng ta lại chăng lân bước được vê ngôi nhà sẵn có là ngay Thân Tâm siêu việt của mình. Đó chính là ngôi nhà vượt sinh tử, vượt khổ đau; nó không ngoài thế giới, vũ trụ vạn vật này!

To achieve the goal of liberation and to let go of harmful habits and vices, we must consistently practice one of the aforementioned methods daily to attain positive results.

If we engage in truly diligent practice for 24 hours a day, then:

- Practicing involves reciting the name of Buddha.
- Practice involves chanting sutras.
- Practice involves reciting mantras.
- Practice is a form of meditation.
- Practice involves contemplating koans.
- Practice involves recognizing each breath.
- Practice involves adhering to precepts.
- Practice is guided by precepts, and precepts are reinforced through practice.

Therefore:

When practice is consistently diligent, how can the mind violate the precept?

When practice is consistently diligent, how can the body violate the precept?

When practice is unwavering, how can the mouth speak without conscious thought? And if one does not speak unconsciously, which precept does the mouth violate?

Therefore, when the body, speech, and mind are already engaged in practice, and practice encompasses the body, speech, and mind, the habits of greed, anger, ignorance, and similar afflictions will no longer have the opportunity to arise!

In summary, if we can practice diligently, why should we worry about not adhering to the precepts properly? Why should we be concerned about our inability to let go of all habits, including bad habits and vices? Why should we fear that we cannot return to our true home, which is our own transcendent Body and Mind? This is the home that transcends birth and death, transcends suffering; it is not separate from

Vậy chúng ta còn chần chờ gì mà không dùng chiếc chìa khóa kim cương, là những phương tiện nói ở trên, làm "Công phu miên mật" để mở cửa ngõ "Vô Môn Quan" mà hội nhập ngôi nhà thường lạc đó. Ngôi nhà không một dấu vết sinh tử, cũng chẳng gì gì hết không ngoài Thân Tâm chúng ta...

Ghi Chú:

Tất cả những danh từ: Có/Không, Thật/Giả, Thắng/Thua,

Tương Đối/Tuyệt Đối, Đến/Đi, Mê/Ngộ, Sinh/Tử, Ngôi Nhà,

Trở về, dựa vào, hội nhập... đều là Phương Tiện, đều là Giả Danh

CÔNG PHU MIÊN MẬT

Công phu miên mật ta không phạm giới luật
Tâm công phu, hỏi thân còn phạm giới gì?

Tâm công phu, hỏi khẩu, ý phạm luật chi?

Công phu miên mật là hành trì Luật Giới

Niệm Phật, Tham Thiền hay khi đang Trì Chú

Liên tục, miệt mài, ta gọi đó "Công phu"
Không giải đãi là bổn phận của người tu
Được giải thoát, là do công phu miên mật

Tập trung niệm Phật như người đang đấu kiếm
Mắt không mù, ta thấy khán giả ngồi xem
Tai không điếc, nên ta nghe họ chê khen

this world or the universe of all things!

So why don't we use the diamond key, the aforementioned means, to diligently practice opening the gate of the Gateless Gate and enter the house of eternal happiness? This house is devoid of birth and death, containing nothing but our body and mind.

Note:

All the nouns: Existence, Non-Existence, True, False, Win, Lose.

Relative/Absolute, Coming/Going, Ignorance/ Enlightenment, Birth/Death, Home

Return, rely on, and integrate are all means; they are all false names.

DILIGENT PRACTICE

With diligent practice, we adhere to the precepts.

With diligent mental practice, which precepts does the body violate?

With diligent mental practice, which precepts do the mouth and mind violate?

With diligent practice, we adhere to the Precepts.

Reciting the name of Buddha, meditating, or chanting mantras.

Continuously and diligently, we refer to that as cultivation.

It is the responsibility of a practitioner to avoid laziness.

Achieving liberation is the result of consistent practice.

Concentrate on reciting the name of Buddha with the focus and precision of a swordsman.

Eyes are not blind; we can see the audience watching.

Chi cũng mặc, chỉ một đường ta tiến tới

Công phu liên tục, là công phu thành khối
Tay kiếm buông lơi, là sống chết như chơi

Nỗ lực chủ tâm, là đúng đây người ơi
Vọng tưởng tâm gì, cũng coi như khán giả

Khán giả dù đông, vẫn coi tựa như không

Mục đích chính là công phu không buông thả

Không buông thả, là công phu ta thành phiến

Phiến đã thành rồi, tự ta bật tiếng ca.

PHƯƠNG TIỆN CÔNG PHU

Tại Nơi Căn Bản với Trì Chú, Thiền, Niệm Phật

Cái đang lặng lẽ vô tư nhận ra, từng câu Trì Chú thiêng liêng
Cái đang lặng lẽ vô tư nhận ra, câu Niệm Phật diệu huyền

Cái đang lặng lẽ vô tư nhận ra, Công Phu vẹn toàn hay chia trí
Cái đang lặng lẽ vô tư nhận ra, Ai hiện hữu an nhiên?

Cái đang lặng lẽ vô tư nhận ra, câu Công Án triền miên

Ears are not deaf; therefore, we hear both praise and criticism.

No matter what, we will move forward on just one path.

Continuous practice is practice that becomes a block.

Allowing your sword to slip from your grasp poses a significant risk of imminent death.

Deliberate effort constitutes effective practice.

When delusions arise, view yourself as an observer.

Even in the presence of numerous spectators, behave as if there are none.

The primary objective is to practice diligently and without complacency.

Not being lazy will make our practice as steady as a mountain of stone.

When the mountain is stable, you will sing with joy.

EFFECTIVE METHODS

With Mantras, Meditation, Buddha Recitation

The one who is silently and impartially realizing each sacred mantra.

The one who is silently and impartially appreciating the wonderful Buddha Recitation.

The one who is silently and impartially observing is determining whether the practice is complete or distracted.

Who is quietly and impartially aware, and who finds peace in the present moment?

Who is silently and impartially realizing the Koan?

Cái đang lặng lẽ vô tư nhận ra, mọi Vọng Tưởng làm phiền

Cái đang lặng lẽ vô tư nhận ra, sao nhiệm mầu sắc bén?

Cái đang lặng lẽ vô tư nhận ra, ôi tuyệt diệu siêu nhiên!

Cái đang lặng lẽ vô tư nhận ra, chưa hề liên đới nhị biên

Cái đang lặng lẽ vô tư nhận ra, âm thầm hiểu thấu mọi điều

Cái đang lặng lẽ vô tư nhận ra, mặc ai tranh đua, gán ghép

Cái đang lặng lẽ vô tư nhận ra, cứ tịch tĩnh y nguyên!

Who is silently and impartially recognizing all the disturbing delusions?

Who is silently and impartially recognizing how remarkably sharp it is?

Who is silently and impartially perceiving, oh wonderfully supernatural!

Who is silently and impartially perceiving, without any dualistic connection?

Who is silently and impartially perceiving and comprehending everything.

Who is quietly and impartially observing, despite others competing and pushing one another?

Who is silently and impartially observing, remaining calm and composed!

BÁT KỈNH VÀ GIỚI ĐIỀU

Tu hành mà không có Giới Luật, không có Nội Quy, Ngoại Qui thì dù có tu đến bao đời chăng nữa cũng chẳng đạt được mục đích gì, chỉ phí công vô ích mà thôi.

Ngay ở đời:

Trong một gia đình Lễ Giáo đương nhiên là có nhiều khuôn phép để đào tạo những đứa con ngoan ngoãn, hiếu để, đức hạnh, nên người. Cho nên rất nhiều gia đình có "Hội Đồng Gia Tộc".

Trong mỗi Xóm, mỗi Làng đều có Luật Lệ riêng, do đó mới có câu "Phép Vua còn thua Lệ Làng"

Trong mọi Quốc Gia, mọi Xã Hội cũng đều có Luật Lệ để đào tạo công dân tốt, để bảo toàn thuần phong, mỹ tục, an ninh, hòa bình, và hạnh phúc.

Về Đời còn phải có luật lệ như thế, thì huống chi về Đạo, làm sao lại không có Giới Luật cho được, để đào tạo các Tu Sĩ, các Tăng Tài, Ni Tài mà gánh vác Sứ Mạng Như Lai, tức là giáo hóa, chỉ đường, dẫn lối giải thoát cho Chúng Sinh ra khỏi mê mờ sinh tử.

Do lẽ đó mà Đức Phật đã đặt ra rất nhiều Giới Luật để giúp chúng ta tu hành cho mau có kết quả. Nhất là đối với nữ lưu thì ngài còn cho vào quy luật khắt khe hơn, do đó mà có Bát Kinh để các vị Ni thực hành. Vì mục đích của sự tu hành là đập ngã, đập pháp, thì đương nhiên phải tuyệt đối buông sạch mọi Tập Khí từ thô tới tế, từ Tương Đối tới Tuyệt Đối và cũng là từ Hình Tướng tới Vô Hình Tướng để Thật Tướng Bát

EIGHT RESPECTS AND PRECEPTS

Practicing without precepts, without internal or external rules, regardless of how many lifetimes one dedicates to it, will not lead to any meaningful achievement; it will ultimately be a waste of effort.

In real life, families that prioritize etiquette often establish numerous rules to teach children to be obedient, respectful, virtuous, and kind. As a result, many families have a Family Council.

In every hamlet and village, there are their own laws; hence the saying, King's Law is inferior to the Village Law.

In every country and society, laws exist to cultivate responsible citizens and to uphold positive customs, security, peace, and happiness.

In the secular world, rules are essential; similarly, within the Sangha, there must be Precepts to guide Monks and Nuns in fulfilling the mission of the Tathagata. This mission involves educating, showing the way, and leading others toward liberation from the confusion of birth and death.

That is why the Buddha established numerous precepts to assist us in practicing effectively and achieving results quickly. Particularly for women, he instituted even stricter guidelines, leading to the formulation of the Eight Respects for nuns to follow. The purpose of this practice is to eliminate the ego and detach from worldly phenomena. To reveal prajna's true nature, we must abandon all habits, from the

Nhã hiển bậy! Muốn Thật Tướng hiển bầy thì không gì hữu hiệu hơn bằng cách giữ Giới một cách tối đa.

Muôn loài, muôn vật chúng ta đều có Phật Tính, chỉ vì Vô Minh, với mọi Tập Khí sâu dày từ Vô Thủy đến nay đã bao trùm, che lấp Chân Tâm ấy mà thôi!

Vậy những Vô Minh Tập Khí là gì?

Thưa, những Tập Khí Vô Minh ấy là:

Tham, Sân, Si, Mạn Nghi (tham lam, giận dữ, ngu si, nghi ngờ)

Tài, Sắc, Danh, Thực, Thùy (tiền tài, sắc dục, danh vọng, ăn và ngủ)

Và mọi tranh dành, ích kỷ, ghét ghen, ác độc...

Những thứ này đã làm chúng ta bị phiền não, trôi lăn Sinh Tử trong hằng hà sa số kiếp tới nay, và vẫn còn tiếp diễn mãi nếu chúng ta chưa chịu dứt bỏ hẳn!

Vấn đề Sinh Tử vô cùng quan trọng này, nếu không chịu giải quyết, hoặc chưa muốn giải quyết mà còn vin vào cớ này, cớ khác thì không có gì để nói! Nhưng với những ai đã có đầy đủ Nhân Duyên, đã khéo tu từ muôn kiếp trước, và nay chỉ còn những Nghiệp rớt lại, thì sau khi ân oán đã tạm phân minh, nợ nần đã tạm sạch, chẳng chóng thì chầy, Duyên Lành sẽ hội đủ để cho Hành Giả ấy tiếp nối con đường Giải Thoát.

Với những vị này thì những Giới Luật của Đức Phật là những liều Linh Dược quý giá vô ngần, và cũng là những bùa hộ mệnh cho họ trên bước đường dài đầy chông gai khi trở về quê cũ. Bởi thế cho nên chẳng những họ đã rất hạnh phúc, rất sung sướng tiếp nhận những món quà vô giá ấy là Giới

gross to the subtle, from the relative to the absolute, and from form to formlessness. If we desire this true nature to manifest, there is no more effective method than to diligently adhere to the precepts.

All beings possess Buddha Nature; however, due to ignorance and the deep-seated habits accumulated from the beginning until now, this True Mind has been obscured and concealed.

What are Ignorance Habits?

The following are habits of ignorance:

Greed, Anger, Delusion, Pride, Doubt

Wealth, Beauty, Fame, Food, and Sleep

All competition, selfishness, jealousy, and cruelty...

These factors have led to our distress, causing us to drift through the cycles of birth and death for countless lifetimes. This cycle will persist indefinitely unless we fully abandon these attachments!

This critically important issue of life and death must be addressed. If you don't fix it and make excuses, there's not much more to say. However, the situation is different for those who possess the necessary causes and conditions, have skillfully cultivated their practices in previous lives, and are now left with only residual karma. After temporarily resolving grievances and clearing debts, favorable causes and conditions eventually emerge, enabling the practitioner to continue their journey towards liberation.

For these individuals, the Buddha's Precepts serve as invaluable elixirs and protective charms on their long and arduous journey back to their homeland. Consequently, they were not only overjoyed to receive these priceless gifts-the Buddha's Precepts-to practice diligently throughout their

Luật của Đức Phật truyền lại, để thực hành một cách nghiêm chỉnh, rốt ráo trong suốt cuộc đời tu hành, mà họ lại còn luôn luôn tán dương, khắc cốt, ghi xương, tri ân Đức Từ Phụ, Đấng Cha Lành Đại Trí Đại Bi, đã vô cùng thương xót chúng ta, mới kê toa cho thuốc để chữa trị bịnh Vô Minh, Sinh Tử ấy!

Vâng! "Thuốc Đắng Giã Tật", thuốc càng đắng càng hay, càng hữu hiệu, quý giá lắm thay!
Ôi là tuyệt diệu:
"Liều Linh Dược Giới Luật của Đấng Đại Giác"

Ghi Chú:
Tất cả những danh từ: Có/Không, Thật/Giả, Thắng/Thua, Tương Đối/Tuyệt Đối, Đến/Đị, Mê/Ngộ, Sinh/Tử, đập ngã/đập Pháp... đều là Phương Tiện, đều là Giả Danh.

Nhiều người hiểu lầm nghĩa buông bỏ ở đây là vứt bỏ gia đình, vợ chồng con cái, tiền tài, danh vọng đi, thì sợ hãi, không dám tu, nhưng xin thưa rằng tùy hoàn cảnh là tu sĩ hay cư sĩ mà buông nhiều hay buông ít. Nghĩa buông bỏ với người tu tại gia chỉ là buông bỏ cái Tâm, đừng dính mắc vào những thứ ấy mà thôi.

BÁT KỈNH GIỚI ĐIỀU

Đấng đại giác Thích Ca Mâu Ni
Vừa đại trí, vừa đại từ bi
Ngài thấu hiểu Tăng Đoàn Ni Chúng
Tự hại mình, vì tột mê si!

monastic lives, but they also consistently praised, cherished in their hearts, and expressed gratitude to the Merciful Father, the embodiment of Great Wisdom and Great Compassion, who has shown them immense mercy by providing the remedy to cure the ailments of Ignorance and the cycle of Birth and Death.

Yes! Bitter medicine cures illness; the more bitter the medicine, the better and more effective it is-how precious!

Oh, how wonderful! The Miraculous Medicine of the Precepts of the Greatly Enlightened One.

Note:

All the nouns-Existence/Non-Existence, True/False, Win/Lose, Relative/Absolute, Coming/Going, Ignorance/ Enlightenment, Birth/Death, smashing the self/smashing the phenomena-are all means; they are all false names.

Many people misunderstand the concept of letting go, equating it with abandoning family, spouses, children, money, or fame. This misconception often leads to fear and reluctance to practice. However, I would like to emphasize that, depending on the circumstances, both monks and laypeople can practice letting go to varying degrees. For lay practitioners, the essence of letting go involves releasing attachment in the mind rather than discarding these important aspects of life.

EIGHT RESPECTS AND PRECEPTS

The great enlightened Sakyamuni possesses immense wisdom and compassion, understanding that the Sangha of nuns may harm themselves due to profound ignorance.

Thường tình nữ nhi, nhỏ nhen, nhiều chuyện
Độc ác, thâm trầm, thủ đoạn, đảo điên
Đố kỵ, ghét ghen, tạo lắm ưu phiền
Ích kỷ, ngạo mạn, thị phi, tranh chấp

Đầy tham vọng, nào cao, nào thấp
Trong nhị biên, chẳng biết đường ra
Cõi tương đối, ấy cõi Sa Bà
Vào biên kiến là trong tử sinh!

Đức Từ Phụ vô vàn thương xót
Phận má hồng, khờ dại, vô minh
Ngài kê toa: "Liều thuốc Thánh Linh"
Ba Trăm Bốn Mươi Tám giới điều, và đây "Bát Kỉnh"

Một Bát Kỉnh chứ mười Bát Kỉnh
Quá nương tay, cũng quá nhẹ nhàng
Bệnh nan y, sao khỏi bàng hoàng!
Không dùng Linh Dược, làm sao bịnh hết!

Nương Bát Kỉnh để mà chuyển hóa
Tự sửa mình kiểm điểm "Cái Ta"
"Cái Ta" ấy là cái "Vọng Ma"
Hạ được cái "Ta" , vượt cõi Sa Bà

Women can exhibit a range of negative traits, including pettiness, gossip, cruelty, introversion, scheming, irrational behavior, jealousy, envy, selfishness, arrogance, and argumentative tendencies.

They may be ambitious, clinging to high or low positions in a dualistic world, and find it challenging to discern a way out. Those who become entrenched in dualistic perspectives within this relative reality will remain trapped in the cycle of birth and death indefinitely.

The Merciful Father showed compassion for foolish and ignorant women by providing them with the sacred guidance of the 348 precepts and the Eight Respects.

If the Buddha were to offer ten times the Eight Respects, it would still be insufficient. Due to the incurable nature of the disease, failing to utilize the Spiritual Medicine will make it challenging to achieve a cure.

Rely on the Eight Respects for transformation. Engage in self-examination to confront the Self, as it embodies the Devil of Illusion. By eliminating the Self, you can transcend the cycle of Samsara.

KHAI THỊ VỀ SÁM HỐI

Sám Hối cũng là một hình thức tự xưng tội, tự thú nhận tội ác hay lỗi lầm để ăn năn, để sửa đổi và để thề bồi sẽ không bao giờ còn tái phạm những tội lỗi ấy nữa.

Sám Hối để Tâm mình được thanh thản, không còn bị dằn vặt ngày đêm với những nỗi khổ đau về tội ác đã lỡ phạm hay đang phạm ấy. Nhưng Sám Hối phải thật lòng, Sám Hối cả Thân Tâm, từ thô tới tế, từ ngoài vào trong, từ trong ra ngoài.

Dĩ nhiên, Sám Hối phải có lòng can đảm để nói ra hết mọi tội lỗi của mình, những tội đã phạm hay đang phạm, hay sẽ phạm, và trong khi Sám Hối như thế phải có tối thiểu một vị Minh Sư, hay càng nhiều càng tốt để chứng minh thì mới có hiệu quả.

Đã Sám Hối mà còn che dấu, thì không phải là Sám Hối chân thật! Sám Hối còn che dấu là còn sợ mất mặt, sợ xấu hổ, sợ mất thể diện, có nghĩa là còn Chấp Ngã! Sám Hối như thế chẳng được tiêu tội mà vô tình còn vạch rõ thêm tội điên đảo che dấu cho Tự Ngã, bảo vệ cho sự Vô Minh và cũng là bảo vệ cho Sinh Tử!

Nói sâu rộng hơn thì Sám Hối đây cũng là một lối tu, một hình thức Đập Ngã tùy theo lòng can đảm, chân thành muốn Đập Ngã tới cỡ nào? Ít hay nhiều để thú nhận mọi tội lỗi hiện tại, và cả những tội lỗi tày trời đã lỡ phạm trong quá khứ.

TEACHING ON REPENTANCE

Repentance is a form of self-confession, in which one admits their sins or mistakes in order to seek forgiveness, make amends, and commit to avoiding those transgressions in the future.

Embrace repentance so that your mind can find peace, free from the torment of the sins you have committed or are currently committing. However, repentance must be sincere, encompassing the entirety of the body and mind, addressing both the gross and subtle aspects, and working from the outside in as well as from the inside out.

Of course, penitents must have the courage to confess all their sins-those they have committed, are committing, or will commit. While engaging in such repentance, it is essential to have at least one Enlightened Master, or as many as possible, to witness the confession for it to be effective.

A truly repentant person does not conceal their repentance. Repentance that remains hidden is rooted in a fear of losing face, feeling ashamed, or losing prestige, which indicates the presence of ego. Such repentance cannot eradicate sins; instead, it inadvertently reveals deeper, more insidious sins associated with concealing the ego, perpetuating ignorance, and safeguarding the cycle of birth and death.

More broadly, repentance is a practice that involves diminishing the ego, contingent upon the courage and sincerity one possesses to relinquish it. This process includes the extent to which one confesses current transgressions, as

Kết quả của việc Sám Hối cũng còn tùy theo vào sự việc đám Đập Ngã nhiều hay ít. Đương nhiên là nhân nào thì quả ấy: nhân nhỏ thì quả nhỏ, nhân to thì quả to.

Người tu hành chân chính, dĩ nhiên là muốn đập Bản Ngã của mình một cách triệt để, nên cũng thừa can đảm để thú nhận hết mọi tội lỗi đã lỡ làm trong quá khứ, cũng như những tội hiện tại đang làm, và đương nhiên là sẽ chẳng bao giờ còn để những tội lôi ấy tái phạm trong tương lai.

Người tu hành chân chính dám thú nhận, phơi bày mọi tội lỗi của mình cho dù tội tầy trời tới đâu, hãi hùng tới đâu. Không những với một vị thầy của mình, mà còn không ngần ngại ngay cả trước đám đông!

Đó là một hành động vô cùng can đảm, và khiêm cung tột độ, cũng là hành động Vô Ngã, là hành động của một vị Bồ Tát; vì chỉ có Bồ Tát mới dám làm thế.

Nếu cứ tiếp tục thực hành mãi thì cái Quả Vô Ngã sẽ hiển bầy trong mọi lúc, mọi sát na...

Xin nhắc lại, Sám Hối là tự xưng, tự thú, tự nhận mọi tội lỗi đã làm hay đang làm:

Để xin ăn năn, xin Sám Hối về những tội lỗi ấy.

Để xin tự sửa đổi, tự cải hóa.

Và để xin tự thề bồi là sẽ không bao giờ tái phạm lại những lỗi lầm ấy nữa.

Ý nghĩa của sự việc Sám Hối là như thế, cho nên nếu là một Lễ Sám Hối chân thật tuyệt đối thì kết quả cũng sẽ được tuyệt đối y như vậy! Và người Sám Hối cũng chẳng còn gì phải thắc mắc về lỗi lầm của mình nữa, để mà có một Thân Tâm an lạc hơn.

well as the more grievous sins committed in the past. The outcome of repentance is also influenced by the degree to which one smashes the self. Ultimately, the principle of cause and effect applies: a small cause yields a small effect, while a significant cause produces a substantial effect.

A true practitioner, of course, seeks to completely dismantle their ego, allowing them the courage to confess all the sins they have committed in the past, as well as those they are currently committing. Furthermore, they will strive to ensure that these sins are never repeated in the future.

A true practitioner boldly confesses and reveals all of his sins, regardless of how terrible or frightening they may be. He does not only share these confessions with his teacher; he is also unafraid to do so in front of a crowd!

It is an incredibly courageous and profoundly humble act, as well as an expression of selflessness-an act characteristic of a Bodhisattva, for only a Bodhisattva would·dare to undertake such a deed.

If you continue to practice, the fruit of selflessness will manifest consistently, in every moment.

To reiterate, repentance involves confessing, admitting, and acknowledging all the sins that have been committed or are currently being committed. It entails seeking forgiveness for those sins, striving for self-correction and self-improvement, and committing to never repeat those mistakes again.

The concept of repentance is such that if it is a truly sincere Repentance Ceremony, the outcome will be equally profound. The individual who repents will no longer dwell on their mistakes, allowing them to achieve a greater sense of peace in both body and mind.

LỄ SÁM HỐI

Lạy sám hối, trăm lẻ tám Hồng Danh

Thận trọng, nhịp nhàng, đừng vội, đừng nhanh
Ngũ Bách Danh, Tam Thiên hay Vạn Phật ...

Lạy lễ miệt mài, nghiêm trọng, tinh anh

Chú ý từng lễ, vừa đẹp, vừa thanh
Từ thô-động đến tế-vi cũng rành
Năng lễ, Sở lễ, Tính-không đồng thể

Trời đất gom tròn trong một lễ "Hồng Danh"

Lễ thế "Chân Sám", mới vượt tử sinh
Lạy không vọng niệm, hối trong, hối lành
Cũng chẳng câu mong, cũng không chấp chước
Cũng không sự nghiệp, ngọc ngà long lanh!

Khi hối lạy mà "Thân Tâm đồng nhất"
Đất chuyển, rung trời, thấu suốt từng xanh
Thôi giã từ nghiệp chướng, đời mong manh
Lỗi tận, tội tiêu, Vạn Đức viên thành

SÁM HỐI

Nhất Niệm Vô Minh con lỡ khởi từ vô thủy

Tam độc sâu dày con lỡ tạo Tham Sân Si

RITUAL OF REPENTANCE

Bow in repentance, invoking the one hundred and eight Holy Names.

Carefully, rhythmically, neither hastily nor quickly.

Five Hundred Names, Three Thousand, or Ten Thousand Buddhas...

Bow with diligence, seriousness, and brilliance.

Pay attention to every gesture, both beautiful and sincere.

From the gross to the subtle, all is clear.

The individual paying respects and the Buddha receiving those respects both exist within the same state of Emptiness.

Heaven and Earth are united in a singular ceremony of repentance for the Holy Name.

Only through sincere repentance can one transcend the cycle of life and death. Bow with a clear mind, free from false thoughts. Maintain purity of thought; do not desire anything, become attached to anything, or seek a career, wealth, or jewels.

When you bow and repent, maintaining unity of body and mind, the earth will tremble, the sky will quiver, and the heavens will also resonate. Bid farewell to your karma, for this life is delicate. Repent until your mistakes are erased, your sins are absolved, and all blessings and virtues are realized.

PENITENT

I have inadvertently emerged from beginningless time with the singular thought of ignorance.

The Three Poisons are so profound that I have inadvertently

Thân Khẩu Ý con lỗi lầm tầy núi Tu Di

Lỡ dại rồi, con biết gì ngoài sám hối!

Nguyện: Sám hối mọi lỗi lầm lỡ khởi từ vô thủy

Nguyện: Chuyển vô minh này thành Trí Tuệ Từ Bi

Nguyện: Dứt hết mọi tập khí ba độc Tham Sân Si

Nguyện: Cải hối tột cùng, chí tâm thành chân sám hối

Vì tội từ Tâm khởi, nên thân con phạm lỗi

Thật tâm sám hối rồi, con thanh tịnh Thân Tâm

Chỉ một giới thanh tịnh thôi, là con được tiêu sạch mọi lỗi lầm

Bởi thanh tịnh Thân Tâm này, thì chính con là Chân Tinh Khiết ấy

fostered Greed, Anger, and Delusion.

My body, speech, and mind have made mistakes as significant as Mount Sumeru.

I have made a mistake; what else can I feel but repentance?

I vow to repent for all my mistakes from beginningless time.

I vow to transform this ignorance into compassionate wisdom.

I vow to eradicate the three poisons of greed, anger, and delusion.

I vow to make the utmost corrections, sincerely repenting with all my heart.

Sin originates in the mind, leading my body to make mistakes.

Sincerely repenting, I purify my body and mind.

With a single, clear principle, I am liberated from all errors.

Because of this pure body and mind, I embody that pure truth.

CHÂN SÁM HỐI

Theo Lục Tổ Huệ Năng, sám hối có nghĩa là:

Sám: tức là sám trừ

Hối: tức là hối cải

Sám Trừ: Có nghĩa là bao tội lỗi trước đã tạo, thì từ phút giây này đây xin dốc lòng dứt trừ

Hối Cải: Có nghĩa là những lỗi sau, nếu còn vương vấn thì sẽ không bao giờ tái phạm nữa!

Nếu được đúng như vậy thì có phải chăng khi mọi tà niệm, ác niệm đã dứt bỏ hẳn.. thì "Chính Hạnh Niệm" sẽ hiện tiền, vậy còn có tội lỗi gì nữa?

Do đó chúng ta nên hướng vào nội tâm chính mình để tự chân thật dứt bỏ, chân thật ăn năn, chân thật sám hối cho mọi tội lỗi của mình đã lỡ tạo, thì mới có chân hiệu quả, chứ mà cứ tạo tội rồi đi cầu Phật, cầu Chúa giúp cho mình tiêu tội thì làm sao mà được! Chẳng ai có thể thay hay gánh tội cho mình và cải tà quy chính cho mình được, mà chính ta phải tự mình chân thật muốn làm, chân thật muốn sám hối!

Nêu chúng ta chịu suy tư chín chắn, thì sẽ rõ mọi tội lỗi đã làm hay sẽ làm đều do vô minh mà ra cả: Khi Tâm ta khởi những tà niệm, ác niệm, ngạo mạn niệm, dối trá niệm, ganh tị niệm, ghét ghen niệm, thì Thân ta cũng tự động tạo đủ mọi nghiệp xấu ác y như vậy! Hiểu như thế thì bắt đầu từ giây phút này, chúng ta xin dốc lòng chân sám trừ và chân cải hối, tức là xin dứt trừ hết mọi tội ác, nghiệp ngu đã lỡ phạm từ trước. Tất cả những tội lỗi dù nhỏ, dù lớn đều xin ăn năn, buông bỏ sạch và xin nguyện nhất thời được tan rã mọi lỗi lầm ấy.

TRUE REPENTANCE

According to the Sixth Patriarch Huệ Năng, repentance involves eliminating past sins and refraining from committing them again.

If that is true, then when all evil and wicked thoughts are completely eliminated, Right Conduct Thoughts will emerge. What sin remains?

Therefore, we must look within ourselves to genuinely repent for all the sins we have committed; only then will our efforts be truly effective. If we continue to commit sins and then pray to Buddha or God for assistance in eliminating them, how can we expect that to work? No one can take on our sins or reform us in our place. We must sincerely desire to change and genuinely seek repentance!

If we reflect deeply, we will recognize that all the sins we have committed or will commit stem from ignorance. When our minds generate negative thoughts-such as evil, arrogant, deceitful, jealous, and envious thoughts-our bodies inevitably create various forms of negative karma. Understanding this, we sincerely seek to eliminate our past sins and refrain from committing new ones. In essence, we ask to eradicate all the harmful and foolish karma we have accumulated. We repent for all our sins, regardless of their magnitude, and we fully

Xin nguyện trọn vẹn dứt bỏ mọi ý niệm sai lầm.

Xin nguyện chẳng còn bao giờ dám tái phạm, tức là chẳng khởi lại những lỗi lầm ấy nữa.

Đồng thời cũng xin nguyện được hối cải mọi tội lỗi sau, nếu còn có những tà niệm, ác niệm khởi lại như xưa, thì cũng xin nguyện thề không bao giờ tái phạm nữa.

Tóm lại, khi chúng ta làm được y như vậy thì gọi là chân sám hối. Và đương nhiên mọi tội lỗi trước đều được tận tiêu diệt, và những lỗi sau chắc cũng sẽ không bao giờ tái khởi lại nữa, bởi chúng ta đã phát nguyện thề bồi và đang thực hành "Thiền Định".

Đúng như vậy: chúng ta đã có sẵn một phương tiện nhiệm mầu trong tay, là cứu cánh thật vi diệu để nhận ra Thân Tâm thanh tịnh, đó là "Thiền". Vì khi "Thiền" mà Tâm tịnh thì sẽ tự động nhận biết một cách thật rõ ràng:

Từng niệm đang khởi lên và từng niệm đang lặn xuống mà Tâm ta vẫn bình thản, không hề bị chi phối bởi bất cứ vọng niệm nào đang khởi hay đang lặn đó.

Từng niệm, từng niệm vẫn đang khởi và vẫn đang lặn nhưng chúng ta vẫn đang nhận ra không thiếu một chi tiết nào, chẳng khác gì máy camera đang vắng lặng và tự nhiên kiểm soát dù muốn hay không muốn.

Và từng niệm, từng niệm vẫn đang khởi, Tâm ta vẫn cứ an nhiên tự tại, tự động thấy biết rất rõ nhưng không nhiễm cũng chẳng chước bởi những niệm xấu hay niệm tốt ấy.

Trong Kinh có nói rằng:

"Khéo phân biệt các pháp tướng, mà nơi đệ nhất nghĩa thường chẳng động" là vậy đó.

Khi đã hiểu và nhận ra Bản Thể Tâm thường hằng bất biến, luôn vắng lặng, thanh tịnh tuyệt đối đến như vậy, thì hỏi rằng thân chúng ta còn làm sao mà phạm lỗi cho được, bởi vì:

release them. We vow to correct our past mistakes.

Pray to completely relinquish all negative thoughts.

Pray that you never dare to repeat those mistakes again.

At the same time, pray for guidance to avoid making mistakes in the future.

In summary, when we achieve this state, it is referred to as true repentance. Consequently, all past sins will be completely eradicated, and future sins will not arise, as we have made a commitment to practice and are actively engaging in Zen.

That's right; we already possess a miraculous means in our hands-a truly wonderful salvation for achieving a pure body and mind: meditation. When we zen and our minds are clear, we can automatically perceive all phenomena with great clarity.

Observe how each thought arises and then fades away, leaving our mind calm and unaffected by the ups and downs of these thoughts.

See that each thought arises and subsides, yet we continue to perceive without missing any details, much like a camera that silently and naturally adjusts, regardless of our desires.

See that each thought arises while our mind remains at ease, allowing us to see and understand clearly without becoming contaminated or attached to either positive or negative thoughts.

In the Sutras, it is stated that one should skillfully discern the characteristics of the dharmas, and that in the ultimate sense, one should always remain steadfast.

Once we understand and recognize that the essence of the mind is always unchanging, silent, and absolutely pure, we must question how our bodies can make mistakes. This

"Thân Tâm chẳng phải hai
Tính Tướng chính là một"

CHÂN SÁM HỐI

Quỳ sám hối, con xin Phật, xin Chúa rủ lòng thương
Cầu tha tội cho con, để rũ sạch mọi tai ương

Nương theo Đạo, con quyết tâm thành xin sám hối
Sợ sa địa ngục, mất hồn, mong manh hơn sương

Tội bại hoại gia phong, tội đảo lộn luân thường

Tội đến Diêm Vương còn kinh hãi, treo làm gương

Nhưng chân hồi cải nào chẳng rúng động mười phương

Mọi tội lỗi vơi đầy, xin dốc lòng sám hối
Tội biết bao đời, kế tiếp tội này đây thôi

Ôi tội của con giăng khắp chốn, ngập chân trời!
Ngạo mạn, bất hiếu, vọng ngữ, bội bạc, khơi khơi

Không còn Đạo Lý, Kỷ Cương, Đức Hạnh trên đời!

Nhưng:
Niệm niệm vô minh biết quay về toàn chân cải hối
Chân nghĩa sám hối nào chẳng rúng động muôn phương?
Nên:
Bỗng nhiên Tâm con bừng như ánh sáng Thái Dương
Lòng con thanh, dạ con ngát tựa một bông hồng

is because the body and mind are not separate; nature and appearance are one.

TRUE REPENTANCE

I kneel down to repent, beseeching both Buddha and God for mercy, forgiveness, and the cleansing of all my misfortunes.

Following this path, I am dedicated to sincere repentance.

I fear falling into hell and losing my soul, which is more delicate than dew.

I fear the sin of disrupting family traditions and the sin of disturbing the social order.

I am so fearful of sin that even the King of Hell is terrified, reflecting my fear like a mirror.

I believe that genuine repentance will resonate throughout all directions.

I repent for all the sins I have committed.

I repent for the sins accumulated over countless lifetimes up to this point.

Oh, my sins are everywhere, obscuring the horizon!

I have committed the sins of arrogance, disloyalty, falsehood, and ingratitude.

I have offended the principles of morality, discipline, and virtue in the world!

But I have learned how to return to true repentance, and I believe that true repentance will resonate in all directions.

Suddenly, my mind feels as bright as the sun, and my thoughts are as pure and fragrant as a rose.

Thế mới biết:
Khi nhất dạ, nhất tâm hoán cải hết lỗi mình
Là hoán chuyển tội rồi, và chuyển cả vô minh
Tội tự tiêu, lỗi tan tành dù cao hơn núi
Thanh tịnh Tâm này là toàn vũ trụ linh, linh...

Therefore, we understand that when we genuinely repent for our mistakes, we can transform our sins and ignorance.

Sins will vanish, even if they are greater than mountains. This pure mind embodies the entire miraculous universe.

THỌ BÁT QUAN TRAI

Thọ Bát Quan Trai, là nương theo hạnh "Học Xuất Gia một ngày, một đêm" hầu tạo cái nhân xuất gia cho tương lai, rồi chờ một lúc nào đó, có đầy đủ nhân duyên là khi việc Đời đã trọn và cái giây phút việc Đạo cũng muôn vẹn, thì sẽ xuất gia theo bước chân Thầy Tổ để giải quyết vấn đề là làm sao vĩnh viễn giải thoát Sinh Tử Luân Hồi, là nguyên nhân, nguồn gốc của mọi phiền não, khổ đau trong cõi Sa Bà này!

Thọ Bát Quan Trai là để giúp cho những ai còn đa đoan, và còn trách nhiệm với gia đình: cha mẹ, vợ chồng, con cái; còn vì hoàn cảnh, vì gánh nặng riêng của cuộc đời, nhưng đã thấm thía mọi phức tạp, phiền não, mất còn, đau thương trong ái dục, trong danh vọng, tiền tài! Ngoài ra, còn luôn khắc khoải một việc khổ não nhất mà không sao tránh khỏi, cũng không sao chấm dứt được, đó là việc "Sinh, Già, Bệnh, Chết".

Thọ Bát Quan Trai cũng là để giúp cho những ai đã khá thấm nhuần Đạo Pháp, đã hiểu rõ sự huyễn hóa vô thường ở đời, nên rất muốn buông bỏ tất cả để tìm một lối thoát, nhưng vì hoàn cảnh chưa cho phép. Do đó các vị này thường hay đi Thọ Bát Quan Trai để lấy nhân xuất gia cho tương lai.

OBTAINING THE EIGHT PRECEPTS

Observing the Eight Precepts involves practicing "Learning to be a monastic for one day and one night" to cultivate the conditions necessary for becoming a monastic in the future. One must wait for the right moment, when the appropriate circumstances align, and when the tasks of the worldly life are fulfilled, as well as the responsibilities of the Dharma. At that point, one can follow in the footsteps of the Masters to address the challenge of achieving liberation from the Cycle of Birth and Death, which is the root cause of all afflictions and suffering in this Samsara world.

The observance of the Eight Precepts is designed to assist those who are still burdened by responsibilities towards their families-parents, spouses, and children-while navigating the complexities and challenges of life. These individuals often face troubles, losses, and emotional pain related to love, fame, and financial concerns. Furthermore, they are perpetually anxious about the inevitable realities of existence: "Birth, Aging, Sickness, and Death".

Observing the Eight Precepts also assists those who have deeply absorbed the Dharma, clearly understood the illusions and impermanence of life, and genuinely wish to let go of everything in search of liberation, but find themselves unable to do so due to their circumstances. Consequently, these individuals often choose to observe the Eight Precepts as a means to cultivate the conditions necessary for becoming a monastic in the future.

THỌ BÁT QUAN TRAI

Thọ Bát Quan Trai sáng đẹp tựa sao mai
Tập xuất gia thật chuyên, nghiêm trọng miệt mài

Phiên não bên ngoài, tạm gác qua một buổi
Trai giới một ngày, tôi học hạnh Như Lai

Không đua tranh, cũng không còn đúng với sai

Không tị hiềm, cũng không còn hơn thua ai

Giới, Định, Huệ, mục tiêu là nhân giải thoát

Một ngày tu thôi, mà phiền não dần phai

Ôi tuyệt vời thay là Thọ Bát Quan Trai!
Tịch thanh, thanh tịnh quả một mà không hai
Trai giới trì, còn gì oan khiên, nghiệp chướng!

Hỏi hồng trần nào còn trĩu nặng đôi vai?

Nếu tiếp tu thôi, chắc sinh tử tiêu tai

Nếu tiến tu hoài, ắt sẽ thấy Bản Lai

Nếu muốn giã từ mọi trần lao oan trái
Chỉ tu, tu rồi, Ồ xem: "Tôi là ai?"

OBTAINING THE EIGHT PRECEPTS

The Eight Precepts shine as brightly as the morning star.

Practicing monasticism requires true dedication and seriousness.

Putting aside external worries for a while.

By observing the precepts for a day, I gain insight into the conduct of the Tathagata.

There is no competition; there is no longer a distinction between right and wrong.

There is no jealousy; there is no winning or losing against anyone.

Precepts, concentration, and wisdom are the keys to liberation.

Just one day of practice, and afflictions gradually diminish.

Oh, how wonderful the Eight Precepts are!

The tranquility and purity are truly exceptional.

By adhering to the precepts, what grievances and karmic obstacles still persist!

What burdens of the mundane world still weigh on one's shoulders?

If you continue to practice diligently, you will undoubtedly conquer the challenges of life and death.

If you continue to practice, you will undoubtedly discover your Original Face.

If you wish to escape all worldly suffering.

Just practice, and you will see: "Who am I?"

CÔNG QUẢ

Rất nhiều người thích làm công quả với nhiều quan niệm khác nhau:

Người này làm để cầu phúc.

Người kia làm để mong đổi chác một cái gì đó.

Người nọ làm đê hy vong tiêu tai hoạn nạn và nghiệp chướng.

Người ý chí sâu sắc hơn thì dùng công quả để thực hành, tức dùng công quả làm lối Tu thiết thật nhất, như các vị Tổ Sư ngày xưa:

"Một ngày không làm, một ngày không ăn"

Làm công quả cũng là một hình thức bố thí, cúng dường.

Thay vì bố thí, cúng dường bằng tịnh tài, vật dụng thì vị không có khả năng, vì hoàn cảnh không cho phép hay vì muốn cúng dường bằng công sức của chính mình mà ta làm công quả.

Thật sự mà nói, đem sức lực của mình ra để cúng dường thì hỏi còn cái gì quý báu hơn? Chỉ cần chúng ta biết dùng công sức và tâm trí mình sao cho thật đúng mức và đúng nghĩa là khi bắt tay vào làm bất cứ việc gì, dù nhỏ, dù lớn, dù nặng, dù nhẹ, chúng ta đều làm bằng một cái Tâm tuyệt đối chú ý, bình đẳng, không phân biệt, không so đo, không tị hiềm, mà làm hết lòng, hết dạ, tận tâm, tận lực, để việc nào cũng thật trọn vẹn, hoàn mỹ từ A đến Z, thì đó đúng nghĩa của "chính nghiệp", một trong Bát Chính Đạo.

MERITORIOUS WORKING

Many people enjoy performing meritorious acts in various ways.

This individual engages in this practice to seek blessings.

That person performs meritorious acts in exchange for blessings or favors.

That person helps the deceased avoid disasters and negative karma.

People with deeper wills use meritorious acts to practice; that is, they use meritorious deeds as the most practical way of practicing, like the ancient masters: a day without work, a day without food. Doing meritorious deeds is also a form of charity and offering.

Instead of giving alms or making offerings of money and material possessions, we can offer our own efforts. Honestly, what could be more valuable than contributing our own hard work?

As long as we understand how to utilize our efforts and intellect effectively and genuinely, we should approach every task-whether small or large, light or heavy-with a fully attentive, impartial, and dedicated mindset. We must engage in our endeavors with all our heart, soul, and strength, ensuring that each task is completed thoroughly and perfectly from start to finish. This embodies the true essence of right action, which is one of the principles of the Noble Eightfold Path.

Xin nói vào chi tiết hơn. Trong khi thực tập làm việc, thì từ việc nhỏ và nhẹ như lau bàn, nhặt rau đến việc nặng và lớn như khuân vác, xây cất, chúng ta đều nên hết sức thận trọng, tận tụy với Nhất Tâm, chú ý tột độ vào công việc mình đang làm, không nên khởi bất cứ niệm gì. Không niệm thiện, không niệm bất thiện, không niệm mua bán, đổi chác, cầu mong mà chỉ nên chú ý làm, đến độ cái công việc và người đang làm không phải là hai, tức là công việc với ta hòa nhập một. Nếu thực hành được như thế thì dĩ nhiên kết quả của tất cả mọi việc đều mỹ mãn tuyệt vời, không gì so sánh được! Vì khi đã có sự Nhất Tâm chú ý để làm thì kết quả của mọi việc làm ấy khó mà có sự sơ hở, dở dang và cẩu thả được.

Bởi thế, dù muốn, dù không chúng ta đã tự động biến cách làm công quả thành một lối Tu Tuyệt Đối, thì đương nhiên cái quả của nó cũng phải Tuyệt Đối. Chính chúng ta cũng phải sững sờ vì cái việc làm công quả tưởng đem cúng dường cho ai, hay làm cho ai, hóa ra là làm cho mình và cúng dường cho chính mình, chứ chẳng phải cúng cho một ai khác cả. Tại sao vậy?

Xin quý vị nghe sơ một giải thích rất ngắn và gọn của đường lối Tu này.

Nói về THÂN: Khi Thân đang tận tâm, tận lực xả thân, xả xác mà làm việc thì cái thân đang được tiêu tai nghiệp chướng, và cái phúc báu dù không muốn, nó vẫn cứ âm thầm đến với cái thân ấy.

Nói về TÂM: Khi đang làm việc với Nhất Tâm chú ý thì đương nhiên Tâm chẳng có vọng tưởng, chẳng có một niệm phân biệt nào cả, thì tức là Tâm Tịnh, Tâm Trí Tuệ. Rất giản dị và dễ hiểu vì vọng tâm lặng thì Trí Tuệ hiện sáng, chứ chẳng có gì là phức tạp cả!

To be more specific, while engaging in various tasks-ranging from small and light activities such as wiping the table and picking vegetables to heavier and larger tasks like carrying and building-we must exercise extreme caution. We should approach our work with unwavering focus and dedication, paying the utmost attention to the task at hand, and strive to eliminate any distracting thoughts.

Do not dwell on notions of good or bad, nor on buying, selling, exchanging, or wishing. Instead, concentrate solely on the act of doing, to the extent that the work and the individual performing it become one. If you can cultivate this practice, the outcomes of your efforts will undoubtedly be remarkable and unparalleled. When you maintain a singular focus on your tasks, it becomes challenging for the results to be anything less than complete, meticulous, and polished.

Therefore, whether we intend to or not, we have inadvertently transformed the practice of performing meritorious deeds into an absolute method. Consequently, the results must also be absolute. We may find ourselves astonished, as the act of doing good deeds, which we believed was an offering to others, ultimately serves as an offering to ourselves. Why is this the case?

Please listen to a brief and clear explanation of this practice.

Speaking of the BODY: When the body is functioning wholeheartedly, it is actively eliminating negative karma. As a result, blessings-whether welcomed or not-will quietly flow to that body.

Speaking of the MIND: When we engage in focused attention, the mind naturally becomes free of delusions and discriminatory thoughts. This state reflects a pure mind, one characterized by wisdom. It is straightforward and easy to comprehend; when the delusional mind is quiet, wisdom emerges. There is nothing complicated about this process!

Xin nhắc lại và nhấn mạnh: Nếu lúc nào chúng ta cũng làm việc được y như vậy thì Thân, Tâm và việc làm đều trở thành đồng nhất, đồng thời, đồng lúc, nên: Khi đang làm thì Thân đang được tiêu nghiệp cũng là đang được phúc báu.

Và khi đang làm mà Tâm chú ý tuyệt đối vào công việc thì sẽ không có một vọng niệm nào cả nên là Tâm Thanh Tịnh, cũng là Tâm Trí Tuệ.

Vậy lối Tu này là "PHÚC TRÍ ĐỒNG TU".

Nếu dùng cách tu và hành này, thì đây là một lối tu vừa rất dễ, vừa rất vui, mà rồi chính chúng ta cũng không ngờ được là mình đang tu Thiền, đang thực tập Thiên ở mức độ thật sâu, lại cũng là đang tu theo đường lối của các vị Tổ xưa: "Một ngày không làm, một ngày không ăn"

CÔNG QUẢ

Khi làm công quả, ta đừng kể công

Chấp chước công lao, công tựa như không
Chỉ nên tận lực, dù việc lớn bé

Chăm chú, cần cù, việc như gấm bông

Tôi là việc, mà việc cũng là tôi
Việc, tôi nhập một, vui làm như chơi

Ngoại cảnh chẳng màng, vọng tâm tự lặng

Làm không người làm, ồ Tuyệt Đối thôi!

Let me reiterate and emphasize: If we can consistently work in this manner, then the body, mind, and work will all become unified simultaneously. When we engage in work, the body is not only eliminating karma but also receiving blessings.

Furthermore, if the mind is completely focused on the task at hand, there will be no distracting thoughts, resulting in a pure mind-a mind of wisdom.

This method of practice aims to cultivate both virtuous merit and wisdom.

If we adopt this method of practice, we will find it both easy and enjoyable. Unbeknownst to us, we will be engaging in Zen practice and experiencing a profound connection to Heaven, all while following the path of the ancient Patriarchs: "One day without work, one day without eating".

MERITORIOUS WORKING

When engaging in meritorious work, we should not focus on the recognition or rewards.

If we cling to merit, then merit becomes meaningless.

We should always strive to do our best, regardless of the size of the task.

With perseverance and dedication, the work will be as beautiful as brocade.

I am the work, and the work is also a part of me.

The work and I are one, collaborating joyfully as if we are playing.

I am indifferent to the outside world; my mind is inherently calm.

I work and see there is no one doing it. Oh, absolutely!

Làm Ba La Mật, thật là công quả
Siêu công quả này, sinh tử phải qua
Không chấp chước, không cầu mong, đổi chác
Tiếp tục lâu dài, hoa nở không xa

Làm công quả, mà chấp chước, mong cầu
Chỉ được phúc báu, kiếp sau sẽ giàu
Công danh, sự nghiệp, tuy giàu sang thật đó
Nhưng không giải thoát, luân hồi khổ đau!

Practicing Paramita is a significant virtue.
This profound merit must transcend both birth and death.
No attachment, no desire, no exchange.
The flower will soon bloom if it continues to grow for a long time.

Performing virtuous deeds while remaining attached and hopeful will only yield blessings and wealth in the next life. Even if you attain fame, a successful career, and material wealth, it will be challenging to break free, and you will continue to endure suffering in the cycle of reincarnation.

BỐ THÍ CÚNG DƯỜNG

Bố Thí, Cúng Dường là một việc vô cùng quan trọng và vô cùng cần thiết cho tất cả mọi người chúng ta, dù là Tu Sĩ hay Cư Sĩ. Đó là sự thể hiện lòng tôn kính, thương yêu, ngưỡng mộ, biết ơn, cũng là lòng nhân từ bác ái... và không ngờ lại là một lối Tu Phúc! Vì cho tất cả thì chính mình lại được tất cả!

Mà được gì?

Được địa vị giàu sang, phú quý trong đời này và cả những đời sau nữa.

Tiến lên một bước nữa thì Bố Thí, Cúng Dường Ba La Mật tức Bố Thí bằng Tâm Từ Bi, là cách Cúng Dường Tuyệt Đối nên kết quả cũng được Tuyệt Đối y như vậy.

Bố Thí cách này thì khi chúng ta cúng dường bất kỳ cho ai, dù là dâng Phật, dâng Chúa, dâng Thánh Thần, dâng thầy, dâng bạn, dâng người nghèo khổ, tàn tật cho đến dâng đất, đá, cỏ, cây... chúng ta cũng dâng đồng đều bằng một Tâm Thanh Tịnh, trong sáng, tròn đầy như vầng trăng tròn! Tức là không phân biệt, không chấp chước, không đổi chác, không mong cầu thì vật bố thí dù to, dù nhỏ đều được phúc báu Tuyệt Đối!

Thậm chí vì quá nghèo không có khả năng, thì cũng chỉ cần dâng một bông hoa dại với tấm lòng chân thành, tinh khiết thôi! Mà ngờ đâu cái quả phúc lại cũng được tròn đầy, sáng đẹp y như tấm lòng chân thành, tinh khiết ấy! Mặc dù chúng ta không cầu mong gì cả, mà quả phúc nó vẫn cứ đến, chỉ vì gieo nhân nào thì sẽ được gặt quả nấy (có nghĩa là không tùy vào của nhiều hay ít, giàu hay nghèo, mà sự thật là

GIVING AND OFFERING

Giving and offerings are essential for everyone, whether monastic or laypersons. They represent respect, love, admiration, gratitude, and compassion. Surprisingly, they also serve as a means to cultivate blessings. By giving selflessly, we open ourselves to receiving abundantly in return. But what can we expect to gain? A position of wealth and prosperity in this life and in future lives.

One step higher is Giving, and Offering in the spirit of Paramita. Giving with Compassion represents the ultimate form of Offering, resulting in an equally profound outcome.

Giving alms in this manner-when we make offerings to anyone, whether to the Buddha, God, celestial beings, teachers, friends, the poor, the disabled, or even to the earth, rocks, grass, and trees-we should do so with a pure, clear, and full mind, akin to the brightness of a full moon. This means offering without discrimination, attachment, exchange, or expectation. When we give in this way, regardless of the size of the offering, it will receive absolute blessings!

Even if we are too poor to afford extravagant gifts, we can still offer a wildflower with a sincere and pure heart. Who would have thought that such a simple gesture could result in a blessing that is complete and beautiful, just like that sincere and pure heart? Even if we do not pray for anything specific, blessings will still come our way, simply because we reap what we sow. This principle does not depend on the

tùy vào cái Tâm thành khẩn, tinh khiết).

Ý nghĩa thâm sâu của bố thí Ba La Mật là khi chúng ta gieo nhân ba la mật thì phải được quả ba la mật, tức khi chúng ta cho ai, tặng ai hoặc làm bất cứ cái gì mà Tâm không trụ chấp vào việc đem cho, vào việc đem tặng, vào công lao của việc mình đang làm, thì gọi là ba la mật. Khi không trụ chấp thì tự động Tâm không vướng mắc vào công lao, vào vật đem cho. Mà đã không vướng mắc thì có khác gì Hư Không. Vậy Ba La Mật là Hư Không, là Chân Không, thì đương nhiên hư không tới đâu là phúc báu, tiền tài, danh vọng tới đó, chứ không phải là không được cái gì cả, như nhiều người đã hiểu lầm về nghĩa của Ba La Mật!

Do vậy mà Bố Thí, Cúng Dường Ba La Mật là lối Cúng Dường Tối Thượng, đúng cách, đúng mức và cũng là sự chân thật Bố Thí đúng nghĩa. Vì Ba La Mật Bố Thí, thì không có Cái Ta đang cho, không có Đối Tượng đang nhận và cũng không có Cái Vật để cho!

Còn trái lại với cách Bố Thí Cúng Dường này thì đều là cách bố thí, cúng dường của Tương Đối. Đó là cách bố thí của lòng nhân từ bác ái: có Cái Ta là Người đang bố thí, có Cái Vật mà ta đang cho, và có Cái Đối Tượng là Người đang nhận món quà ấy!

Ngoài ra còn có những cách Bố Thí không mấy tốt đẹp như:

Bố Thí vì Tự Ngã: vì danh, vì khoe khoang, vì tị hiềm, vì nịnh bợ, vì tự ái, vì muốn được đẹp mặt...

Bố Thí vì lòng thương hại: cho mà không kính trọng người cho.

Bố Thí vì mong cầu tư lợi: nghĩa là cho vì mục đích mua bán, đổi chác, đút lót.

quantity of our offerings-whether rich or poor-but rather on the sincerity and purity of our hearts.

The profound meaning of giving in the spirit of Paramita is that when we sow the seeds of Paramita, we must also reap its fruits. This means that when we give to someone, present something to another, or perform any act of kindness without attachment to the act of giving or the merits of our actions, it is considered Paramita. When there is no attachment, the mind naturally refrains from clinging to the merits or the object given. In the absence of attachment, there is no distinction from Emptiness. Therefore, Paramita embodies Emptiness-True Emptiness. Consequently, wherever Emptiness exists, blessings, wealth, and recognition will follow. It is a misconception held by many that we receive nothing at all from practicing Paramita.

Therefore, the Paramita of Giving and Offering represents the Supreme Offering, embodying the correct approach, the appropriate level, and the true essence of Giving. In the Paramita of Giving, there is no individual who gives, no individual who receives, and nothing that is given!

In contrast to the Paramita of Giving and Offering, this concept revolves around the act of giving and offering in relation to others. It embodies the essence of ordinary kindness: there is a person who gives, the object being given, and the person who receives the gift.

There are also some inappropriate methods of giving alms, such as

Giving alms for self-serving reasons: for fame, to show off, out of jealousy, for flattery, for pride, or to enhance one's image.

Offering alms out of pity: giving without honoring the dignity of the recipient.

Giving Alms for Personal Gain: This refers to the act of donating with the intention of buying, selling, exchanging, or

Bố Thí mà khinh khi: tức là cho một cách khinh bỉ, mắng nhiếc....

Những cách bố thí này và cách cúng dường Tương Đối của lòng nhân từ, bác ái đều chỉ được quả tương Đối, còn gọi là cái Quả Hữu Lậu! Quả Hữu Lậu thì dù của cải bỏ ra bố thí, cúng dường có nhiều như cát ở sa mạc, hay của đem cho có chất cao bằng núi thì cũng vẫn chỉ được cái quả giới hạn mà thôi, không gì khác được!

Tóm lại: Vì không biết, không hiểu Đạo nên ít có ai làm được việc Bố Thí Cúng Dường mà lại không chấp chước rằng: "Ta là người đang cho, ta có cái vật là tiền, là vật dụng này để cho, và có đối tượng là người đang nhận đồ ta cho!" Có biết đâu đấy chỉ là mặt Đời, mặt Hình Tướng, tức mặt HỮU VI, nên có sự giới hạn, có số lượng, có thời gian và có không gian nên chỉ được cái Quả Hữu Lậu.

Còn về mặt Đạo là mặt VÔ VI, mặt Vô Hình Tướng, mặt không có giới hạn hẹp hay rộng, số lượng ít hay nhiều, tức là mặt không có không gian và không có thời gian nên được cái Quả Vô Lậu, cũng gọi là Quả Ba La Mật như đã nói ở trên.

Nay xin được nhắc lại một lần nữa, Bố Thí Ba La Mật đúng nghĩa Tuyệt Đối thì:

Không có Năng: tức không có cái Ta là người đang cho (là cái ta Vô Ngã)

Không có Sở: tức không có Đối Tượng là người đang nhận

Không có vật: tức không có Cái Vật mà ta đang cho

Xin đừng hiểu lầm về ba chữ:

- Không có Ta là không có gì hết
- Không có Người là không có gì hết

bribing.

Giving Alms with Contempt: The Meaning of Giving with Disdain and Scorn.

The methods of giving alms and the approach to offering kindness and charity produce only limited outcomes, which are commonly referred to as outflow results. Even if the wealth donated in alms and offerings is as abundant as grains of sand in the desert or the material contributions are as towering as a mountain, they still yield only finite results-nothing more.

In summary, due to a lack of understanding of the Dharma, few individuals can engage in the act of giving and offering without the thought: "I am the one who is giving; I possess this item, whether it be money or another object, and there is a recipient who is receiving what I offer." This perspective is limited to the worldly aspect, the form aspect, which is the conditional aspect. As a result, it is bound by limitations of quantity, time, and space, leading only to the consumption of the fruit of the act.

As for the aspect of the Dharma, it represents the Unconditioned aspect-the Invisible aspect-characterized by its limitless nature, whether narrow or wide, small or large in quantity. This aspect transcends both space and time, allowing it to attain the Fruit of Non-Outflow, also referred to as the Fruit of Paramita, as mentioned above.

Now, let me reiterate the absolute meaning of Dana Paramita:

Seeing that there is no giver-specifically, there is no Self who is giving (that is, the Non-Self self);

There is no receiver; that is, there is no receiver.

There is no gift to give; in other words, there is nothing being offered.

Please do not misunderstand these three words:

- If there is no giver, then there is nothing.
- There is no receiver, which means there is nothing.

- Không có Vật là không có gì hết

Mà nên chú ý đến lời Đức Phật nói: "Phật Pháp không rời Thế Gian Pháp", tức mặt Đời và mặt Đạo không hề rời nhau do đó Hữu Vi, Vô Vi không phải là hai; Vô Tướng, Hữu Tướng chỉ là Đồng Nhất Thể.

Vậy: hai mặt Hữu Tướng và Vô Tướng đã không bao giờ tách rời nhau, thì việc Bố Thí Cúng Dường dĩ nhiên cũng được y như thế. Vì vậy khi bố thí, chúng ta nên làm trong sự hiểu biết tường tận, rốt ráo - nghĩa là làm với sự chân thành, kính cẩn và Nhất Tâm Thanh Tịnh, không một vọng niệm chấp chước - thì việc bố thí ấy, tự nó đã trọn vẹn cả Đời lẫn Đạo rồi!

BỐ THÍ CÚNG DƯỜNG

Việc bố thí cúng dường đẹp tựa ánh Thái Dương
Khiêm cung, trang trọng, một dạ chân thành dễ thương
Đừng chấp chước công này to, của tôi thật nhiều và thật lớn
Nhưng: Không bằng Tâm thành, của chỉ một đồng còn hơn
Mong cầu đổi chác trong việc bố thí cúng dường
Ngã, Pháp trụ chấp, tập khí còn chưa xả buông

Không Ba La Mật, không phải chân cúng dường bố thí

Còn ta cho, người nhận, còn mọi đường vấn vương

- There are no things given, which means there is nothing.

Pay attention to what the Buddha said: "Buddhism is not separate from worldly dharma". This means that the worldly aspect and the true dharma aspect are interconnected; therefore, existence and non-existence are not two distinct entities. Formlessness and form are simply two expressions of the same essence.

So, the two aspects of Form and Formlessness have always been interconnected; thus, the acts of Giving and Offerings are fundamentally the same. Therefore, when we give, we should do so with a thorough and complete understanding-that is, with sincerity, respect, and a Pure Mind, free from any thoughts of attachment. In this way, the act of giving becomes complete in both worldly and Dharma contexts.

GIVING AND OFFERING

Offering and giving are as beautiful as the sun when one is humble, dignified, sincere, and kind.

Do not assume that the more you give, the greater your merit will be.

When giving an offering, the most important aspect is sincerity, even if it is just a single coin.

To expect something in return when giving alms indicates that you still cling to the notion of a separate self who gives and an object who receives. This suggests that you have not yet fully relinquished your negative habits.

If you do not see Paramita, you are not genuinely offering alms.

If you observe that there is still a giver and a receiver, you remain entangled in all forms of attachment.

Ba La Mật mới chân thật bố thí cúng dường
Công, của dù nhỏ mà tỏa ngát trọn hoa hương
Không năng, không sở cũng chẳng vật gì bố thí

Chỉ một Tâm này, đồng thanh tịnh khắp muôn phương

Offering the Paramita is the true act of giving alms.

Even a small gift can still spread the fragrance of flowers.

While giving, there is neither a giver nor a receiver, and no alms are exchanged.

There is only one Mind, purifying all directions.

TẬP KHÍ

Có nhiều người nói rằng chúng ta ai cũng có Phật Tính rồi, thì cần gì phải tu! Cứ thông tay vào chợ, cứ đi làm việc xã hội, việc thiện là xong. Nhưng trong thực tế không phải thế: vì đã là con người thì ai cũng có những thói hư, tật xấu; những thứ ấy gọi là Tập Khí.

Tập Khí này của chúng ta thật sâu dày, kiên cố, vì nó đã được hun đúc từ bao đời, bao kiếp không thể đếm nổi! Bởi Tập Khí mà chúng ta bị phiền não không bao giờ dứt, Sinh Tử Luân Hồi chẳng bao giờ ngưng! Và cũng vẫn chính những Tập Khí ấy đã che mất Chân Tâm Phật Tính sẵn có của mình!

Để hết phiền não, khổ đau, để thoát khỏi Sinh Tử Luân Hồi, thì chỉ có một cách là phải tu. Tu làm sao cho thật nghiêm chỉnh, tu làm sao cho đúng Chính Pháp để nhận lại được Chân Tâm, Phật Tính. Đồng thời chúng ta cũng phải buông bỏ mọi tập khí như tham, sân, si, ái dục, danh vọng, tiền tài, đố kỵ, ghét ghen, ích kỷ, độc ác, thủ đoạn, điêu ngoa, nhỏ nhen, độc tài, ngã mạn, tranh chấp, cố chấp... Có như thế mới thật là tu, còn cứ chứng nào tật nấy, càng tu thì Tự Ngã lại càng cao, càng tu danh tài, ái dục lại càng nặng, thì tu như thế chẳng được cái gì!

Xin chú ý: nhiều người hiểu lầm nghĩa buông bỏ ở đây là vứt bỏ gia đình, vợ chồng con cái, tiền tài, danh vọng đi, thì sợ hãi không dám tu, nhưng xin thưa rằng tùy hoàn cảnh là tu

BAD HABITS

Many people claim that we all possess Buddha nature, so why is practice necessary? One might think that simply going to the market, engaging in social work, and performing good deeds is sufficient. However, the reality is more complex: as human beings, we all have our share of negative habits.

Our habits are deeply ingrained and solidified, having been forged over countless lifetimes and kalpas. These habits lead to endless afflictions, perpetuating the cycle of birth and death. It is precisely these habits that obscure our innate True Mind and Buddha Nature.

To alleviate all worries and suffering and to escape the cycle of birth and death, there is only one path: the practice of the Dharma. Engage in this practice earnestly and in accordance with the teachings to rediscover the True Mind and Buddha Nature. Simultaneously, we must relinquish all detrimental habits, including greed, anger, ignorance, attachment, the pursuit of fame and wealth, jealousy, envy, selfishness, cruelty, scheming, deceit, pettiness, authoritarianism, arrogance, disputes, and stubbornness. Only then can we claim to be practicing authentically. If we persist in these negative habits, our ego will only inflate with increased practice, leading us to pursue recognition and material gain, which will ultimately weigh us down. Such practice will yield no true results.

Please note that many people misunderstand the concept of letting go, equating it with abandoning family, spouses, children, money, or fame, which can create fear around

sĩ hay cư sĩ, mà buông nhiều hay buông ít. Nghĩa buông bỏ với người tu tại gia chỉ là buông bỏ cái Tâm, đừng dính mắc vào những thứ ấy mà thôi.

TẬP KHÍ

Tập khí ôm theo bao kiếp đời
Nâng niu, chiều chuộng chẳng xa rời

Ghét ghen, kỳ thị lồng tia mắt

Tranh cãi, hơn thua chẳng nhượng lời

Ý kiến, việc làm cho tuyệt đối

Nhỏ nhen, thù hận ngất lưng trời
Hung hăng chửi mắng, trông kỳ quái

Mặt chảy nặng, dài, thật khó coi

Khổ quá đi thôi, tập khí ơi!
Điêu ngoa, quỷ quyệt, hại danh người

Ham tiền, ham dục, ham lười biếng

Ham lợi, ham quyền, mãi chẳng ngơi

Độc ác, sân si, ngã mạn chơi
Khổ đau, chẳng sợ nghiệp luân hồi

the practice. It is important to recognize that the extent of letting go varies based on the practitioner's circumstances, whether they are monastic or lay. For lay practitioners, letting go primarily involves releasing mental attachments and no longer being preoccupied with worldly concerns.

BAD HABITS

People carry their habits with them through many lifetimes.

The harmful habit of cherishing, pampering, and never leaving is deeply ingrained.

Hate, jealousy, and discrimination are evident in people's eyes.

They engage in arguments, win and lose, and never surrender.

Habits can lead us to believe that our opinions and actions are absolute.

Habits can lead us to become petty and hateful.

Habits can lead to aggression and inappropriate language, making us appear unusual.

Habits can contribute to an elongated and unattractive appearance of our faces.

How wretched, oh habit!

These habits are deceitful and cunning, damaging people's reputations.

Greed for money, lust, and laziness is a common occurrence.

Greed for profit and power is insatiable.

The world is filled with cruelty, anger, and arrogance.

Embracing negative habits within the cycle of reincarnation

Tập khí tột cùng, thà ôm chết!

Dù chết còn mang mãi không thôi

Ngu si, tập khí đáng thương ôi,

Ôm mãi làm chi chẳng chịu rời

Không bỏ đi thời, thôi đành chịu
Sau đây ác đạo khó sao lui!

NGẠO MẠN

Người ngạo mạn, lội bơi trong vọng tưởng

Tưởng ta tài, đức hạnh trội hơn ai

Tưởng ta khôn, sành sỏi một không hai

Tưởng ta giỏi, tuyệt luân trong thiên hạ

Ngờ đâu!
Ngờ đâu: ngạo mạn thật vô minh

Ngờ đâu: ngạo mạn tạo điêu linh
Ngờ đâu: ngạo mạn khiến người khinh

Ngờ đâu: ngạo mạn gốc tử sinh

Tỉnh lên gạt bỏ vô minh
Cho tâm an lạc, cho mình, người vui

leads to suffering.

If you embrace bad habits, you accept the cycle of birth and death.

People in this world will carry their habits with them forever, even after death.

Ignorance is a means of clinging to detrimental habits, which is truly lamentable.

Why do living beings cling to bad habits and refuse to let them go?

Those who cannot relinquish bad habits will descend into harmful paths and will find it challenging to turn back.

ARROGANT

Arrogant individuals are those who are immersed in delusion.

They believe they possess greater talent and virtue than anyone else.

They believe they are more intelligent and sophisticated than everyone else.

They believe they are superior to everyone else.

Who would have thought?

Who would have thought that arrogance is, in fact, a form of ignorance?

Who would have thought that arrogance leads to ruin?

Who would have thought that arrogance leads people to despise others?

Who would have thought that arrogance could be the root of both life and death?

Be mindful to eliminate ignorance, as it contributes to peace of mind and happiness for both yourself and others.

PHẢN BỘI

Bội phản, thói thường là bệnh của chúng sinh
Chính nhân, chính quả, tạo dệt cảnh lầm than

Phản cha mẹ, vợ chồng, bạn bè, đất nước

Mình phản bội mình, mà ngỡ phản nhân gian!

Dưỡng dục sinh thành, như cỏ dại rêu xanh

Bội phản mẹ cha, nào cần chi hiếu hành

Trai gái, vợ chồng thề trọn nghĩa trung thành
Mới ngày hôm ấy, mà nay vầng trăng đã khuyết!

Tình bằng hữu khít khao, như dài lâu da diết
Để ngày nay, tặng bài vĩnh biệt bi ca!
Anh chị em thương yêu, ruột thịt một nhà

Áy cũng tị hiềm, phản bội cách nhau xa!

"Nước Việt ta, trên bốn ngàn năm sử sách

Vội nỡ quên đi, dòng máu đỏ da vàng
Lưu vong đây, là thử thách trí hùng anh
Vong bản, bội phản, làm sao không đáng trách!

Phản bội, hạt giống vô minh sao quái ác
Gây tóc tang, luân hồi, tử sinh sống thác

BETRAYING

Betrayal is a common affliction among living beings.

It is the cause that leads to the effect, resulting in a dismal scene.

One may betray their parents, spouse, friends, or even their country.

The act of betraying oneself is perceived as a betrayal against humanity!

It is a tremendous privilege to give birth to you and raise you.

Yet, there are individuals who betray their parents and do not uphold filial piety.

Men and women, husbands and wives, vow to be faithful.

On that day, there were many people who contributed to the moon's waning!

Friendship is intimate, akin to a deep and passionate bond.

Today, I dedicate a farewell song filled with sorrow.

Beloved brothers and sisters, cherished members of our family.

Aversion can also lead to feelings of jealousy, betrayal, and separation.

Our country, Vietnam, has a history spanning over four thousand years.

How can anyone forget the red blood and yellow skin?

Exile here is a test of heroic minds.

Those who have lost their roots and betrayed others are truly blameworthy.

Betrayal is the root of ignorance that breeds evil, leading to mourning, reincarnation, birth, and death. Its consequences

Kiếp kiếp, đời đời gieo rắc quả, rắc nhân
Bình thản, âm thầm mà khổ đau tan tác!

Thôi ngừng bội phản, để ra ngoài, lầm lạc

Hoán chuyển đi, nhân hạt giống tột vô minh
Trung thực thôi, từ bi, trí đức, hy sinh

Theo chân đức Từ Tôn, vượt mê về giác

NỊNH HÓT

Chớ nịnh hót, và cũng chớ ưa hót nịnh
Nịnh hót này, cũng là bịnh của chúng sinh
Gây phức tạp, tạo biết bao điều khủng khiếp
Mang hãi hùng, mang cả thảm họa, điêu linh

Vua chúa ngày xưa nghe gian thần hót nịnh
Để nước mất, nhà tan, vạn cảnh đao binh

Nịnh hót giỏi, gây tang thương cùng chết chóc
Nịnh hót hay, làm điêu đứng cả quần sinh

Nịnh hót vì muốn đạt danh vọng, hiển vinh
Nịnh hót vì muốn đạt tiền tài, chức vị
Nịnh hót vì tham lam hay đầy ác ý
Nịnh hót vì muốn đạt nhan sắc đẹp xinh

manifest as malevolence in many future lives. The effects of this evil emerge quietly and subtly, yet they bring immense suffering.

Stop betraying yourself in order to break free from the cycle of mistakes.

Change your karma; abandon the seed of ignorance.

Live with honesty, compassion, virtue, and a spirit of sacrifice.

Follow in the footsteps of the Buddha, transcending ignorance and achieving enlightenment.

FLATTERY

Do not flatter others, nor should you listen to flattery. Flattery is a detrimental trait among living beings; it leads to complicated issues, fosters various evils, and results in unwholesome consequences, disasters, and devastation.

The ancient kings heeded the flattery of their corrupt ministers, leading to the downfall of their kingdoms, the ruin of their families, and the outbreak of countless wars.

A skilled flatterer can bring about sorrow and even death.

A skilled flatterer can lead all living beings to their downfall.

They flatter others in order to gain fame and glory.

They offer flattery to gain wealth and status.

They flatter others out of greed or malice.

They flatter others in order to gain favor and enhance their own beauty.

Bịnh nịnh hót, cũng do hạt giống vô minh

Chớ có nghe, cũng chớ dùng lời hót nịnh
Ai mắc phải đều nên tìm thầy chữa bịnh

Để xả buông tận gốc, hạt giống vô hình

Chớ luyến tiếc chứng bịnh đó hại thân mình
Liên hệ cả vũ trụ và cả quần sinh
Ưa nó, dùng nó, nào khác chi độc dược!

Tránh xa đi, cho thanh tịnh với yên bình

The affliction of flattery also stems from the roots of ignorance.

Do not listen to it, and do not use flattery.

Anyone who is afflicted by this condition should consult a doctor to treat the disease

and address its underlying cause, the invisible seed.

Do not dwell on that illness; it only harms you,

the surrounding environment, and all living beings.

To enjoy it or to use it is no different from consuming poison!

Please maintain your distance for the sake of peace and tranquility.

NGHỀ NGHIỆP

Danh từ "Nghề Nghiệp" tượng trưng cho muôn mặt đời rất là phức tạp, mà lại cũng rất là giản dị trong Thế Gian này!

Tại sao phức tạp?

Chỉ vì thành kiến của con người quá ư chấp chước! Nào là nghề này trí thức, nghề nọ lao động, nghề kia hèn hạ, nghề đó cao sang ...

Có nhiều vị đã quá tự tôn, tự tác, tự đặt cho mình một địa vị thật cao sang, thật quý phái, thật trí thức... nên cũng thật là ngã mạn, thật là ích kỷ, thật là khinh người và dĩ nhiên là họ ít có lòng Từ Bi, Bình Đẳng, và thiếu sự tươi mát. Chỉ vì họ không phải là người có Trí Tuệ thật sự như họ đã lầm tưởng!

Nếu quả thật là người có Trí Tuệ, thì trong cái Trí Tuệ ấy, vốn dĩ đã có sẵn những đức tính căn bản như Đạo Đức, Khiêm Cung, Từ Bị, Bình Đăng, Tươi Mát Tuyệt Đối. Do đó mà tự dộng người ấy đã và đang thể hiện cái Vô Ngã trong mọi thời, mọi lúc... chứ có đâu lại đảo điên, khờ khạo như vậy!

Có nhiều vị lại quá tự ti, đã tự đánh giá trị của mình quá thấp! Với những tư tưởng lệch lạc: nào là mình ngu dốt, nào là mình không sang trọng, nào là mình không quý phái, nào là mình không giàu sang... nên đã có nhiều mặc cảm mà trở thành con người không cầu tiến, ủy mị, hèn nhát trong sự bất mãn, cộc cằn để dễ sân hận! Đương nhiên những vị này cũng không có Trí Tuệ! Bởi Vô Minh si mê, tự ti quá mức, nên đã bị che lấp đi cái căn bản "Vạn Đức" vốn sẵn có của mình!

PROFESSION

The noun "profession" represents many aspects of life that are both complex and straightforward in this world. Why is it complicated?

Just because people's prejudices are so stubborn! This profession is intellectual, that profession requires hard work, this profession is considered lowly, and that profession is regarded as noble.

There are many individuals who are overly proud, placing themselves in a lofty, noble, and intellectual position. As a result, they often exhibit arrogance, selfishness, and contempt for others. Furthermore, they tend to lack compassion, equanimity, and a sense of freshness. This behavior stems from their misconception that they are truly wise.

If a person is truly wise, then inherent within that wisdom are fundamental virtues such as morality, humility, kindness, equanimity, and a sense of renewal. Consequently, that individual consistently embodies selflessness. How could they possibly act in a manner that is irrational or foolish?

There are many individuals who are overly self-conscious and underestimate their worth. They harbor distorted thoughts such as, "I am stupid," "I am not noble," and "I am not wealthy." They develop numerous complexes, becoming stagnant, weak, and cowardly in their dissatisfaction, often reacting with stubbornness and anger. Furthermore, these individuals lack wisdom. Their ignorance, delusions, and excessive self-consciousness obscure their inherent virtues.

Trong thực tế, thì dù tự tôn hay tự ti đều là vô minh cả! Đều cùng ở trong cái Tâm Thức Nhị Biên của dòng nhân quả nghiệp báo thiện ác, ác thiện! Để rồi cứ triền miên chìm nổi mãi trong Luân Hồi sinh tử, tử sinh! Cho đến một lúc nào đó, một kiếp nào đó, các vị Nhị Biên ấy khi được gặp duyên lành, cũng là hội đủ Nhân Duyên thì sẽ tự nhận ra: "Cuộc đời là vô Thường! Mọi trò Danh, Tài, Ai, Dục, được, thua, mất, còn... cho đến chính Bản Thân mình, tất cả đều chỉ là huyễn mộng!" Khi nhận ra được như vậy, thì cuộc đời của họ sẽ bớt phức tạp ngay.

Họ sẽ tự biết khiêm cung, tự biết hạ Ngã, và chịu học hỏi, tìm tòi đúng đường lối Chính Pháp để tu hành tinh tấn mãi cho đến khi Giác Ngộ, là tự động được giải thoát cái Tự Ngã của mình ra khỏi vòng dây xiềng xích nặng nề của Thế Giới Nhị Biên Sinh Tử!

Và lúc ấy họ mới thấm thía được lời của Đức Thế Tôn dạy trong Kinh: "Muôn loài hữu tình chúng ta, nước mắt của ai cũng mặn và máu của ai cũng đỏ như nhau! Chẳng có ai lại có cái dầu, cái sang hay cái nghèo hèn sẵn ở trong máu cả!" Mà có chăng chỉ là cái thành kiến chấp thật, chấp giả của Tâm Thức Nhị Biên giả dối mà thôi!

Vũ Trụ Vạn Vật dường như có muôn hình, vạn trạng và muôn cá tính sai biệt nhau! Chỉ vì Nhân Quả của chúng ta khác nhau nên đã tự chiêu cảm nghiệp lực tương ứng cũng khác nhau! Do đó có Nghiệp Báo Thiện Ác khác nhau, mà có những nghiệp báo đã được an bài để:

Thọ hay Yểu
Đẹp hay Xấu
Giỏi hay Dốt
Sang hay Hèn
Khỏe hay Yếu
Giàu hay Nghèo ...

In reality, both self-esteem and self-deprecation stem from ignorance. They exist within the dual consciousness of good and evil, as well as the cycles of positive and negative karma. Consequently, individuals remain trapped in the perpetual cycle of birth and death. However, there may come a time in one's life when these dual consciousnesses, upon encountering good fortune and gathering the necessary causes and conditions, will come to understand the impermanence of life. All pursuits of fame, wealth, love, desire, gain, and loss-including the concept of self-are merely illusions. Upon this realization, life becomes significantly less complicated.

They will learn the importance of humility, how to temper their ego, and the willingness to seek the right path of Dharma. By practicing diligently, they can attain enlightenment, which liberates them from the burdensome chains of the dualities of birth and death.

Only then did they comprehend the Buddha's teachings in the Sutra: "All sentient beings share the same salty tears and equally red blood! No one possesses wealth, nobility, or poverty in their essence!" Ultimately, it is merely the misguided and genuine biases of the false Dual Consciousness that separate us.

The universe exhibits a multitude of shapes, forms, and personalities! Our unique causes and effects naturally attract corresponding karmic forces. Consequently, there exist various forms of good and evil karma, along with karmic retributions that determine the course of our lives. These retributions can influence whether you live a long life or die young, whether you are beautiful or unattractive, whether you are virtuous or immoral, whether you are noble or humble, whether you are strong or weak, and whether you are wealthy or impoverished.

Nhưng người đời lại cứ lầm tưởng những sự khác biệt đó là số mạng tốt/xấu, hên/xui vì họ còn mê man trong Vô Minh, nên dễ đi vào mê tín dị đoan: hết chấp hên, chấp xui lại chấp thật, chấp giả! Nào là mình giỏi hay dốt, sang hay hèn đê cao ngạo, hay mặc cảm khổ đau rồi than Trời trách Đất! Chỉ vì không hiểu Định Luật Nhân Quả của thiện ác do chính mình tự tạo, tự chiêu cảm, rồi tự phải lãnh Nghiệp Báo! Tất cả đều là do Vô Minh, mà thậm chí có rất nhiều người đã tự xưng mình là dân trí thức nhưng cũng lại đi vào mê tín dị đoan! Họ đi cầu, đi xin, đi nài, đi ni với những ai có Thần Quyền để ban cho họ cái này, cái kia!

Có biết đâu chẳng ai cho ai được cái gì cả! Mà chỉ là tự mình tạo thêm cái Tâm Tà! Để gây thêm tội lỗi nhiều hơn, Nhân Quả nặng nề hơn, để rồi lĩnh Nghiệp Báo đau thương hơn cho những kiếp kế tiếp...

Nếu có thể cho và cứu được thì Đức Phật từ bi đến thế đã cho và cứu tất cả chúng ta từ lâu rồi!

Cho nên muốn chuyển hóa dòng Nghiệp Lực của mình, thì phải tự mình Tu và tự mình chuyển hóa chính mình, vì có tu mới có chuyển, còn không chịu tu thì cũng không thể chuyển được!

Do lẽ đó:

Tu nhiều thì Nghiệp sẽ chuyển nhiều

Tu ít thì Nghiệp sẽ chuyển ít

Tu tối đa thì Nghiệp sẽ chuyển tối đa...

Còn không tu thì đành chịu cảnh đọa đầy do chính mình tự gây Nhân nào sẽ gặt Quả nấy!

Sự giàu nghèo, đẹp xấu, là do Nhân Quả tương ứng, vì vậy mà tất cả đều là do chính chúng ta tự định đoạt cho bản thân mình! Thấy thì như rất phức tạp, nhưng lại cũng rất giản dị!

People often mistake differences for good or bad fate, luck or misfortune, because they remain trapped in ignorance. This leads them to easily succumb to superstition, accepting luck, misfortune, reality, and illusion without discernment. Regardless of whether they are wise or foolish, noble or humble, arrogant or feeling inferior and miserable, they tend to blame the heavens and the earth for their circumstances. Their lack of understanding of the Law of Cause and Effect-how their own actions create, attract, and ultimately lead to their Karmic Retribution-fuels this cycle. Ironically, many who consider themselves intellectuals also fall prey to superstition. They resort to prayer, begging, and pleading with those they believe possess divine power, asking for favors and assistance.

Who knows? No one can truly give anything to anyone; they can only cultivate more malevolent thoughts within themselves. This leads to the creation of more sins, heavier karma, and ultimately, the experience of greater suffering in the next life.

If it were possible to give and save, the compassionate Buddha would have given and saved us all long ago!

Therefore, to transform your Karmic Force, you must engage in self-practice and personal transformation. Only through consistent practice can you achieve transformation; without it, change is not possible!

Therefore, if you practice extensively, your karma will undergo significant transformation; if you practice minimally, your karma will experience only slight changes.

If you do not cultivate your inner self, you will have to endure the consequences of your own actions. You will reap what you sow! Wealth, poverty, beauty, and ugliness all arise from the principles of Cause and Effect, which means that our choices ultimately shape our lives. While this concept

Vì "Cột" hay "Cởi" vẫn là do chính mình mà thôi! Đó là Chân Lý đứng đắn, Trí Tuệ và Bình Đẳng Tuyệt Đối! Nó vượt ra ngoài mọi Tôn Giáo, mọi tranh luận bàn cãi của tất cả những bộ óc, vì dù siêu đẳng đến đâu cũng vẫn chỉ là kiến thức Thế Gian!

Nếu đã hiểu tất cả chỉ vì nhân quả đã an bài cho từng cá nhân thì nếu chúng ta không chịu tu sửa, mà còn cứ bướng bỉnh đo những khái niệm cao hay thấp, sang hay hèn, về nghề nghiệp (do Tâm Thức vô minh phân biệt của chúng ta tự đánh giá trị về mình, về nghề nghiệp của chính mình) thì sẽ không sao tránh được Nhân Quả và Nghiệp Báo.

Trong Đạo Pháp thì bất cứ là nghề nghiệp nào ở Thế Gian cũng đều bình đẳng, giá trị như nhau. Không hơn cũng không kém, không cao cũng không thấp, không sang cũng không hèn... Chẳng qua nó chỉ là những "nghề chuyên môn hay không chuyên môn" để hữu dụng cho đời nói chung, và cho chính cuộc sống cá nhân để nuôi thân mình và gia đình của riêng mình!

Thật ra mọi nghề nghiệp đều không dính dáng, liên hệ gì đến dòng giống, máu huyết của bất cứ cá nhân ai về sự giàu sang hay nghèo hèn, để mà chúng ta vênh vang tự đắc hay tủi phận hờn duyên! Chung quy chỉ là khéo tu hay vụng tu mà chúng ta có cái Thân đẹp hay xấu, cái Trí giỏi hay dốt, sự nghiệp giàu hay nghèo, và cái nghệ hiện tại cho cuộc sống được sung túc hay không sung túc. Đó chỉ là sự an bài cho mọi sự mọi việc do nghiệp quả thiện ác của chính chúng ta!

Khi hiểu thế, thì chúng ta không nên u mê, chấp chước rồi ngã mạn, khinh người trong sự thành công về nghề nghiệp hiện hữu của mình, trong cuộc sống hiện tại! Để tránh mọi Nghiệp Báo Nhân Quả của sự tự tôn!

may seem complex, it is fundamentally simple: the power to bind or unbind lies within us. This is the essence of Truth, Wisdom, and Absolute Equality. It transcends all religions and the debates and arguments of various minds, for no matter how profound it may seem, it remains a form of worldly knowledge.

If we recognize that everything occurs as a result of the karma assigned to each individual, then remaining stubbornly attached to notions of superiority or inferiority, nobility or humility regarding our professions will prevent us from escaping karma and its consequences. Our ignorant and discriminatory mindset can easily lead us to misjudge ourselves and our own professions.

In the Dharma, every honest profession in the world holds equal value. There is no distinction of more or less, higher or lower, noble or mean. Professions are simply categorized as specialized or non-specialized, each serving a purpose in life and contributing to one's personal well-being and the support of one's family.

In fact, all occupations are independent of an individual's lineage or bloodline, regardless of their wealth or poverty. Therefore, we should neither take pride in nor lament our circumstances. Ultimately, it is through our skillful or clumsy efforts that we shape our physical appearance, mental acuity, career success, and the profession that determines whether our lives are prosperous or not. This is simply the result of the arrangement of all things and events, influenced by our own good or bad karma.

When we grasp this concept, we must avoid being ignorant, attached, arrogant, or condescending towards others in light of our current career success and life circumstances. This awareness helps us steer clear of the Karmic consequences associated with inflated self-esteem.

Khi hiểu thế, thì chúng ta không nên u mê, chấp chước rồi tủi phận hờn duyên, than mình, trách người khi không được thành công về nghề nghiệp hiện hữu trong cuộc sống hiện tại! Để tránh mọi Nghiệp Báo Nhân Quả của sự tự ti!

Tóm lại, ta nên hiểu rõ rằng Nhân Quả Nghiệp Báo là do chính chúng ta tự tạo, chứ không phải một ai khác tạo nên cho mình! Dù Phật hay Chúa, có từ bi, thương xót đến đâu, cũng không thể thưởng hay phạt chúng ta được. Các Ngài chỉ có thể hướng dẫn chúng ta bằng những phương pháp hữu hiệu nhất của các Ngài mà thôi. Còn phần chúng ta là phải tự tu học, tự thực hành sao cho đúng y như Chính Pháp đã được trao truyền ấy. Nếu tu được như vậy thì mục đích giải thoát trước sau gì cũng sẽ phải thành tựu.

Tuy nhiên, nếu muốn thành tựu, thì chúng ta cũng phải có lòng nhiệt thành, nỗ lực, siêng năng, can đảm, hy sinh, và nhất là hãy tự từ bi, tự chung thủy tuyệt đối, để không bao giờ bội phản chính mình và người. Ta chỉ cần sống thật trung thực, luôn luôn biết ăn năn, sám hối, và cũng luôn luôn tự kiểm điểm chính mình, để sửa đối mọi tội lỗi sai lầm cho được vẹn toàn cả Lý lẫn Sự.

Khi sự tu hành được đến độ tỉ mỉ, thì đương nhiên chúng ta sẽ cẩn trọng trong mọi hành động của Thân Khẩu Ý để không còn tạo thêm Nghiệp tội lỗi, cũng như không còn tự đem Thân Tâm mình mà nhận chìm mãi trong mọi ân oán, oán ân, để mà vay trả, trả vay nữa!

Chú ý

Mọi danh từ, lời nói: Nhận chìm, tự tôn, tự ti, giàu/nghèo, sang/hèn, giỏi/dốt, cứu cánh v..v.. đều là phương tiện, đều là giả danh.

When we grasp this concept, we should not remain ignorant or attached, nor should we lament our circumstances, complain about ourselves, or blame others for our lack of success in our current career. This awareness can help us avoid the Karmic consequences of feelings of inferiority.

In summary, it is essential to recognize that karma is generated by our own actions, not by external forces. Regardless of how compassionate and merciful figures like the Buddha or God may be, they do not have the power to reward or punish us. Their role is to guide us using the most effective methods available. It is our responsibility to study and practice in alignment with the Dharma that has been passed down to us. If we commit to this practice, we will inevitably achieve the goal of liberation, whether sooner or later.

However, to achieve success, we must cultivate enthusiasm, effort, diligence, courage, sacrifice, and, above all, compassion and unwavering loyalty, ensuring that we never betray ourselves or others. We should strive to live honestly, consistently reflect on our actions, and diligently correct our sins and mistakes in order to perfect both principles and phenomena.

When our practice attains a meticulous level, we must exercise caution in all actions of body, speech, and mind to avoid generating additional negative karma. We should refrain from allowing our body and mind to become entangled in grievances and grudges, perpetually borrowing and repaying, repaying and repaying!

Note:

All nouns and descriptions related to sinking, self-esteem, self-deprecation, wealth (rich/poor), nobility (noble/mean), morality (good/bad), and finality (end), among others, are merely representations; they are all misleading labels for the corresponding concepts.

NGHỀ NGHIỆP

Phúc báu, nhân quả đều do cái Nghiệp

Sĩ, Nông, Công, Thương, ta đừng phân biệt

Lợi ích như nhau, cùng đều tôn quý
Ta sống dựa nhau, nào ai hơn thiệt?

Nghề Tổng Thống, lo điều động đất nước
Nghề Nhà Binh, bảo vệ giữ non sông
Nếu không gạo thóc, ta làm sao sống?
Ai xây nhà, tạo vật dụng, ta dùng?

Không có những nhà kiến thức thế gian
Thì nhân loại cũng lâm cảnh lầm than
Lợi nhân gian nhưng cũng lợi chính mình
Nên không tự tôn, cũng đừng ngạo mạn

Lao động tay chân, cực khổ đừng than
Mồ hôi nước mắt, đóng góp giang san

Ôi! Hy sinh này, vô cùng cao quý
Đừng tự ti, ta nào khác ông quan?

Danh vọng, chức vị, cũng nên tán thán
Vì tu lâu, phúc báu ở trần gian

Dù thông minh nhưng vẫn phải học hành
Nghề nghiệp nào, chẳng ngát tựa hương lan

Không cách chi mà, ta tách rời đâu

PROFESSION

Whether we are blessed or not, what we receive is a result of karma.

Do not discriminate against intellectuals, farmers, workers, or merchants.

All professions are equally valuable and honorable.

We depend on each other to live; do not think about who is better or worse.

Some hold the position of President to govern the country.

Some are soldiers who protect the country.

If farmers did not produce rice, how would we live?

Who builds houses and creates things for us to use?

If there were no intellectuals in the world, humanity would be in dire straits.

The benefit to humanity is also a benefit to ourselves. Therefore, we have nothing to be proud of, nor should we be arrogant.

If we engage in manual labor, we should not complain about hardship, because sweat and tears are valuable contributions to the country.

Oh! This sacrifice is truly noble.

Do not feel inferior, for we are no different from the mandarins.

Fame and status should also be praised.

Because of prolonged practice, blessings come into the world.

Although one is intelligent, one still has to study.

Any profession is as fragrant as an orchid.

There is no way we can be separated.

Máu chảy, ruột mềm hỏi có thương đau?
Không xa cách, Ô! chúng ta đồng nhất
Ôi! Tuyệt vời, phải ta vẫn là nhau?

CẢNH LÀM DÂU, LÀM RỂ

Blood flows; the soft intestines ask if there is any pain.
No distance-oh, we are one.
Oh! Wonderful, are we still each other's?

THE CIRCUMSTANCES OF BEING A DAUGHTER-

CỦA ĐẠO VÀ ĐỜI

Trên đời này gần như hầu hết đàn bà ai cũng phải Làm Dâu, và cũng thế, hầu hết đàn ông ai cũng phải Làm Rể, không Trực Tiếp thì cũng Gián Tiếp! Không phải là tất cả nhưng phải nói thật rằng: cảnh Làm Dâu của Người Á Đông vô cùng đau thương, vì những sự cay nghiệt thái quá đối với Nàng Dâu chẳng khác gì quân thù, quân hằn của các Bà Mẹ Chồng và gia đình nhà Chồng.

Thường thường các Ông Làm Rể tương đối dễ chịu hơn vì: "Dâu là Con, Rể là Khách". Nhất là những chàng rể có tiền, có tài, có danh vọng, có địa vị, có quyền thế cao sang thì được kính trọng, nể vì: đấy là những "Ông Rể" thượng khách.

Cũng có nhiều cảnh Làm Rể rất tang thương ở khắp mọi nơi, và ở ngay tại nước Hoa Kỳ này. Nhiều chàng rể bị khinh khi vì nghèo, vì cô thế, vì bất tài, vì không đủ mọi tiêu chuẩn mà người ta mong muốn! Những người con rể này đã chẳng được là "Khách", trái lại còn bị đối xử như kẻ ăn người ở. Bị nhục mạ, mắng chửi, chẳng còn chút nhận vị gì của con người! Tuy nhiên, không phải gia đình nào đối với con rể cũng thế! Cũng có rất nhiều gia đình thương yêu con rể như con trai dù giàu, dù nghèo, dù sang hay hèn cũng vậy!

Về phần các Bà, các Cô làm dâu thì phức tạp, bi lụy hơn, nhiều trở ngại hơn! Trừ các Công Chúa, Tiểu Thư, các Cô Chiêu, các Cô con nhà giàu, Danh Gia Thế Phiệt thì gần như

IN-LAW OR SON-IN-LAW FOR A SECULAR INDIVIDUAL AND A PRACTITIONER

In this world, almost every woman becomes a daughter-in-law, and similarly, almost every man becomes a son-in-law, either directly or indirectly. While not always the case, it must be acknowledged that the experience of being a daughter-in-law in many Asian cultures is often extremely difficult. This is due to the excessive cruelty that daughters-in-law frequently face, which can feel as hostile as that from the mother-in-law and the husband's family.

Usually, grooms tend to feel more comfortable because the bride is considered the child of the household, while the groom is viewed as a guest. This is especially true for grooms who possess wealth, talent, fame, status, or significant power, as they are respected and admired as honored guests.

There are many tragic stories about sons-in-law everywhere, including here in the United States. Many sons-in-law are despised because they are poor, lonely, or perceived as incompetent, failing to meet certain societal expectations. These sons-in-law are not treated as guests but rather like servants. They are insulted, scolded, and shown little respect. However, not all families treat their sons-in-law this way. Many families love their sons-in-law as their own children, regardless of wealth or social status.

For women who become daughters-in-law, the situation is more complicated, tragic, and fraught with obstacles. Except for princesses, daughters-in-law of wealthy families, and

không phải làm dâu, trái lại còn được trọng vọng, nể nang, nên những nàng dâu này chẳng phải là "Dâu", là "Con" mà là "Bà Dâu"!

Còn đa số gần như hầu hết cảnh Làm Dâu Con, đều bị nhiều cay đắng, nước mắt chan cơm! Ngoài sự cắn đắn, chửi rủa cay nghiệt đã đành, nhiều khi còn bị đánh, bị hành hạ hàng ngày, ngay cả những lúc bụng mang dạ chửa! Nhiều cô dâu bị hành hạ đến chết! Nhiều cô dâu không chịu nổi sự nhục nhằn nên phải tự tử! Nhiều cô dâu bị bố mẹ chồng đánh chửi đã, rồi lại còn xúi giục người chồng đánh mắng thêm nữa!

Thân phận các Nàng Dâu Á Đông còn thua các cô Sen, cô Ở! Vì các cô Sen còn được trả tiền công và nếu không muốn ở nữa thì đi về nhà là xong! Còn các nàng dâu thì khác, đi không được, ở cũng không xong, nên đành phải chịu làm những người "Tù Chung Thân Khổ Sai"! Hàng ngày, hàng giờ các cô bị sống trong hồi hộp, lo sợ, căng thẳng, vì bị dày vò cả tinh thần lẫn vật chất! Tuy nhiên không phải gia đình nào cũng ác độc với con dâu như thê. Cũng có những gia đình thương yêu con dâu như con gái; những trường hợp này ngoại lệ vì rất hiếm!

Thật ra thì hầu hết mọi người ai cũng có, không gia đình nhà chồng, thì là gia đình nhà vợ; vậy thì tại sao chúng ta lại không chịu suy tư xem có ai không phải là con dâu, không phải là con rể, không phải là bố chồng, không phải là bố vợ, không phải là mẹ chồng, không phải là mẹ vợ? Các vai trò này ít có ai tránh được! Trừ phi sống độc thân không vợ, không chồng thì không nói làm gì, nhưng hầu hết hỏi có mấy ai mà không phải Làm Dâu Làm Rể ?

Nếu chính mình đã từng Làm Dâu, đã từng quá đau khổ vì sự cay nghiệt, hành hạ, chà đạp vô nhân đạo của nhà chồng, đã từng khóc lóc, than Trời trách Đất, thì đương nhiên là mình đã có đầy kinh nghiệm đau thương! Và cũng đã từng biết tội

noble households, most women rarely become daughters-in-law. Instead, they are respected and admired. These daughters-in-law are not merely members of the household but are regarded as "daughters-in-law of noble ladies."

The majority of the brides are bitter and tearful. In addition to enduring harsh verbal abuse and cursing, they are often beaten and tortured daily, even during pregnancy. Many brides suffer torture to the point of death. Others cannot bear the humiliation and tragically take their own lives. Brides are frequently beaten and scolded by their parents-in-law, and their husbands often encourage this mistreatment, increasing the abuse.

The status of Asian brides is often worse than that of servants. Servants receive payment and can leave whenever they choose, but daughters-in-law face a different reality-they cannot easily leave or stay by choice, effectively becoming lifelong prisoners. They endure constant anxiety, fear, and tension, suffering both mentally and physically. However, not all families treat their daughters-in-law cruelly. Some families love their daughters-in-law as if they were their own daughters, though such cases are rare exceptions.

In fact, most people belong to either their husband's family or their wife's family. So why don't we consider whether there is anyone who is not a daughter-in-law, son-in-law, father-in-law, or mother-in-law? Very few people can avoid these roles! Unless they are single, without a spouse, there is little exception. Most people wonder: how many individuals are neither a daughter-in-law nor a son-in-law?

If you have been a daughter-in-law yourself and have suffered greatly due to the cruelty, torment, and inhumane treatment from your husband's family; if you have cried and lamented to Heaven and Earth, then you have undoubtedly

nghiệp, thương cho chính bản thân mình, thì tại sao hiện tại lại không thương con dâu của mình? Sao nỡ đặt nó vào hoàn cảnh khốn khổ của mình thời ấy? Rồi lại tự chính mình chủ động để lập lại và tiếp diễn vai trò của những bà mẹ chồng đanh ác khi xưa! Tự mình diễn xuất y hệt, là lại đi đúng con đường cũ là dâm, là in vào những bước chân hãi hùng, khủng khiêp của những bà mẹ chồng tàn nhẫn đó!

Tại sao không sâu sắc nhìn vào hiện tại để thấy rõ người con dâu này, chính là con thật sự của mình vì:
Họ phải thay tên, đổi họ theo nhà chồng

Họ đã sinh con, đẻ cái, nối giòng, nối giống cho nhà chồng

Họ lo giỗ, lo Tết của nhà chồng.

Họ tận tụy gánh vác mọi công việc lớn nhỏ của nhà chồng nghĩa là họ hoàn toàn hy sinh phục vụ bên chồng! Còn bên cha mẹ đẻ của họ thì gần như không nhiệm vụ và không trách nhiệm! Hỏi rằng có tội nghiệp cho thân họ không? Và liệu nàng dâu ấy có xót xa cho cha mẹ ruột của họ không?

Nếu thấy rõ được tầm quan trọng của những người con dâu thì sẽ dễ dàng thông cảm, để rồi chẳng những thương yêu mà còn biết ơn họ nữa! Chứ không phải chỉ yêu cháu mà lại ghét con dâu là người mẹ ruột của đứa cháu mình!

Ngày nay nền văn minh hiện tại được hấp thụ nhiều, nên dân Á Đông chúng ta cũng đã biết tôn trọng "nhân vị" con người khá hơn xưa, do đó cảnh Làm Dâu cũng bớt dần, nhưng chưa hoàn toàn hết hẳn vì:
"Đôi khi vẫn còn thấy có những Nàng Dâu với những giọt nước mắt sụt sùi, và những tiếng nấc nghẹn ngào đau khổ!"

endured many painful experiences. You have also felt pity-pity for yourself. So why don't you extend that same compassion to your daughter-in-law now? How can you bear to subject her to the miserable situation you once endured? Yet, you willingly choose to repeat and perpetuate the role of those cruel mothers-in-law from the past. By acting in the same way, you are treading the same destructive path, following in the terrifying footsteps of those harsh mothers-in-law.

Why not look deeply into the present to clearly see that this daughter-in-law is truly your own child because:

They have to change their first and last names to match their husband's family name.

They have given birth to children to continue their husband's family line.

They observe the death anniversary and Tet celebrations of their husband's family.

They are dedicated to handling all the big and small tasks for their husband's family. That means they completely sacrifice themselves to serve their husbands! As for their biological parents, they have almost no duties or responsibilities. Ask yourself: isn't that unfortunate for them? And does the daughter-in-law feel any sympathy for her biological parents?

If you truly recognize the importance of daughters-in-law, it becomes easier to empathize with them. This understanding fosters not only love but also gratitude. You should love your grandchild without harboring resentment toward your daughter-in-law, who is the biological mother of your grandchild.

Nowadays, modern civilization has greatly influenced society, and as Asians, we have learned to respect human dignity more than before. Consequently, the practice of treating daughters-in-law harshly has gradually decreased, though it has not completely disappeared. Occasionally, we still witness brides crying and sobbing in distress.

Đời nay cũng có nhiều sự lạ, đi ngược lại với Đời xưa một cách thái quá là:

Có rất nhiều Đấng Mày Râu và nhiều Bố Mẹ Chồng đang than van khóc lóc vì bị các Nàng Dâu Đời Nay được đà của "xứ văn minh", cậy vào luật lệ của xứ này, nên đã đi quá trớn! Bắt nạt, hành hạ cha mẹ chồng và đối xử tàn tệ với các ông chồng!

Đòi cái này, đòi cái kia, nếu không thỏa mãn được những nhu cầu đòi hỏi ấy thì ly dị, và khi ly dị thì lấy gần hết tài sản của chồng! Phải chăng đây là Nhân Quả Nghiệp Báo của những đời trước? Nhưng dù là Nhân Quả chăng nữa, thì những hành động trả đũa này vẫn tạo Ác Nghiệp, vẫn phải trả Quả không thể nào tránh được cho những nàng dâu đang hành xử một cách không "tim", không "óc", không từ bi, không nhân đạo chút nào!

Cảnh Làm Dâu của "Đời" đã lắm bi ai, nhưng cảnh Làm Dâu của "Đạo" còn truân chuyên, bi lụy hơn nhiều:

Quí vị ngoài "Đời" chỉ có một mẹ chồng, một gia đình nhà chồng thôi; còn các vị xuất gia thì có vạn, có triệu mẹ chồng và gia đình nhà chồng, nên không những phải Làm Dâu "Nội Bộ" mà còn phải Làm Dâu cả "Ngoại Bộ" nữa!

Cảnh Làm Dâu trong "Nội Bộ" là Làm Dâu các vị Thầy, các vị Trưởng Thượng, và các bạn đồng tu trong Tu Viện, trong Thiền viện hay trong Chùa...

Nhưng việc Làm Dâu "Nội Bộ" của những Vị Xuất Gia Đi Tu là tự nguyện để được sự dạy dỗ, mắng chửi và đôi khi cần cả sự đánh đập nữa.... Mục đích là để sửa đổi mọi sự bướng bỉnh, ngoan cố, gàn dở, mọi thói hư tật xấu vì tư lợi của Tự Ngã như phạm giới luật, lười biếng, ghét ghen, gian dối, ích kỷ...

Nếu là Đệ Tử, có lòng nhiệt thành, ngoan ngoãn, chịu

Nowadays, many unusual behaviors excessively contradict traditional values. Numerous husbands and parents-in-law lament and cry because some modern brides-in-law, taking advantage of the civilized world and relying on the country's laws, have gone too far-bullying and mistreating their parents-in-law and treating their husbands cruelly.

The daughters-in-law make various demands, and if these are not met, they seek divorce. Upon divorcing, they often claim nearly all of their husband's property. Is this the result of karma from previous lives? Even if it is, such acts of revenge generate negative karma, and the daughters-in-law who behave in a heartless, thoughtless, unkind, and inhumane manner will inevitably face retribution.

The experience of being a daughter-in-law in the secular world is already quite challenging, but being a daughter-in-law in the monastic world is even more difficult and tragic. In the secular world, you have only one mother-in-law and one husband's family; however, in the monastic world, you face countless mothers-in-law and numerous families. Therefore, you must fulfill the role of a daughter-in-law not only within the "internal" family but also within the "external" family.

The scene titled a Daughter-in-Law in "Internal" depicts the experience of being a daughter-in-law to the masters and senior monastics within a Zen monastery or temple.

The "Internal" Daughter-in-law of the Monks and Nuns voluntarily agrees to be taught, scolded, and sometimes even disciplined physically. The purpose is to correct stubbornness, foolishness, and all bad habits for the benefit of the practices, such as breaking precepts, laziness, jealousy, deceit, and selfishness.

If a disciple is enthusiastic, obedient, willing to comply,

vâng lời, chịu thi hành triệt để Nội Quy, Ngoại Quỷ cũng như những lời dạy bảo của Thầy, thì đương nhiên họ tự biết kính trên, nhường dưới, đồng thời biết nghe theo những lời khuyên, những khích lệ tốt của các bạn đồng tu... Cứ như thế mà tinh tấn mãi thì trước sau gì chẳng trở thành một Vị Chân Tu gương mẫu, đức độ đúng nghĩa! Lo gì giây phút Giác Ngộ không tới và mục đích Giải Thoát Phiền Não, Sinh Tử cũng được toại nguyện.

Trường hợp những ai Tu Hành được "thuận duyên" nên đã gặp được đúng nơi, đúng chỗ, đúng Minh Sư, đúng bạn hiền, sự huấn luyện và huấn nhục đúng đường lối chân chính để được Đập Ngã và được Tiêu Nghiệp! Đây là lối Tu rất khắt khe, sắt thép nhưng trong đó có đầy lòng từ bi và thương yêu...

Sự xót thương Đệ Tử với những hy sinh của các vị Thầy được biểu lộ vô cùng kín đáo qua ánh mặt, qua cử chi, qua hành động nhưng ít ai có thể nhận ra!

Đường lối huấn luyện và huấn nhục này không ngoài mục đích giúp Hành Giả được Tiêu Nghiệp, Đập Ngã một cách tối đa, cũng là đường lối "Niêm Hoa Thị Chúng, Trực Chỉ Chân Tâm" của Đức Phật, tiếp nối là ngài Ma Ha Ca Diếp cho đến Bồ Đề Đạt Ma là Tổ thứ hai mươi tám, đồng thời ngài cũng là Sơ Tổ khi sang Trung Hoa. Rồi kế tiếp là nhị Tổ Huệ Khả, tam Tổ Tăng Sán, tứ Tổ Đạo Tín, ngũ Tổ Hoàng Nhẫn, lục Tổ Huệ Năng... và các con, các cháu, các chút chít là chúng ta vẫn tiếp tục.

Thời Lai Quả Thiền Sư, Hư Vân Thiền Sư ở Chùa Cao Mân bên Tàu, cũng không xa chúng ta bao nhiêu! Còn gần đây nhất là Thiền Sư Philiph Kapleau đã tụ tập với các Vị

and thoroughly implements both the internal and external rules as well as the teachings of the Master, they will naturally know how to respect their elders and yield to their juniors. At the same time, they will be receptive to the good advice and encouragement of their fellow practitioners. If they continue to be diligent in this way, sooner or later they will become a model true cultivator, embodying genuine virtue. There is no need to worry about the moment of Enlightenment not arriving, as the goal of liberation from afflictions, birth, and death will also be fulfilled.

For those who practice under favorable conditions, they have found the right place, the right Master, the right good friend, and the right training and discipline to effectively knock down and eliminate karma. This is a very strict and rigorous method of practice, yet it is filled with compassion and love.

The compassion for the disciples and the sacrifices of the masters are expressed very subtly through the eyes, gestures, and actions, yet few people recognize it.

This method of training and humility serves solely to help the practitioner eliminate karma and dissolve the ego to the greatest extent possible. It is also the practice of "holding up a flower for everyone to see, pointing directly to the true mind" of the Buddha. This tradition was upheld by Mahakasyapa and continued through Bodhidharma, the twenty-eighth Patriarch, who was also the first Patriarch upon his arrival in China. He was succeeded by the second Patriarch Hui Ke, the third Patriarch Seng Can, the fourth Patriarch Dao Xin, the fifth Patriarch Huang Ren, the sixth Patriarch Hui Neng, and onward through our children, grandchildren, great-grandchildren, and beyond.

The era of Zen Master Lai Qua and Zen Master Xu Yun at Cao Min Temple in China is not so distant from us. More recently, Zen Master Philip Kapleau gathered with Masters

Thầy Harada, Yasutani bên Nhật. Hiện tại lối tu này vẫn còn tồn tại ngay tại Hoa Kỳ như ở Rochester Zen Center, Nữu Ước, Chicago, San Diego, Hawaii, Đức, Bỉ, Mễ Tây Cơ v.v...

Trường hợp những Vị Thầy cưng chiều Đệ Tử quá độ

Ngược lại với đường lối tu ở trên, có nhiều nơi các Đệ Tử hoàn toàn đã không phải Làm Dâu, mà lại còn được những vị Thầy cưng chiều quá độ! Không hề cứng rắn, ít luật lệ, để thao túng thái quá, miễn sao có Đệ Tử đi ra, đi vào "Làm Cảnh" là được rồi.

Tu hành như thế chẳng được gì, mà chỉ tạo thêm Ngã Mạn và Nghiệp Dữ do chính mình và cũng do sự cung kính, lễ lạy, cúng dường của người đời vô tư. Người đời chỉ nhìn các vị Tu Sĩ qua những Chiếc Áo Thầy Tu mà thôi, chứ không cần biết ai là Chân Tu, ai không phải là Chân Tu. Do đó mà họ cứ lễ lạy, cung kính, và cúng dường. Sự dễ dãi vô minh của các Phật Tử đã làm cho các vị Tu Sĩ không mấy chân chính ấy càng tạo thêm Nghiệp nặng hơn!

Trường hợp những ai Tu Hành bị "nghịch duyên"

Còn trường hợp của những người dâu con cũng là những Đệ Tử bị ở trong cảnh "nghịch duyên"! Vì Nghiệp Quả của họ quá nặng, nên đã không gặp đúng nơi, đúng chỗ, đúng Thầy, đúng Bạn, mà lại gặp phải những Tôn Hữu Ac Đăng! Các vị Hành Giả này bị Thầy lợi dụng tối đa, va bị chà đạp, nhục mạ, hành hạ, đánh đập tàn nhẫn! Không phải vì lòng từ bi, dạy dỗ, thương yêu mà vì tập khí sân hận, ích kỷ, ác độc của Thầy, và cũng vì Thầy đang cần có người để trút đi những

Harada and Yasutani in Japan. Today, this practice continues in the United States at places such as the Rochester Zen Center in New York, as well as in Chicago, San Diego, Hawaii, and internationally in Germany, Belgium, Mexico, and other locations.

The Case of Masters Who Pamper Their Disciples Excessively

In contrast to the practice described above, there are many places where disciples are not treated as brides-in-law but are instead excessively pampered by their masters. The environment is not rigid, with few rules and little manipulation; as long as disciples come and go, merely serving as "scenery", it is considered acceptable.

Practicing in that manner will not yield any positive results; instead, it will only foster arrogance and generate bad karma for oneself, as well as from the respect, worship, and offerings of innocent people. People perceive monks solely by their robes and do not discern who is a true monk and who is not. Consequently, they simply worship and make offerings indiscriminately. The complacent ignorance of Buddhists has allowed these less genuine monks to accumulate even greater negative karma.

For those who practice Buddhism and face adverse conditions.

What about those who practice under adverse circumstances? Because their karma is heavy, they do not encounter the right temple, the right place, the right teacher, or the right friends-instead, they meet bad companions. These practitioners are exploited by their teacher to the fullest extent, subjected to humiliation, insult, torture, and merciless beatings. This is not out of compassion, teaching, or love, but due to the teacher's tendencies toward anger, selfishness, and

Cơn Sân Hận đó, thì còn ai tốt hơn là Đệ Tử của mình, là những người vô tình bị hy sinh mà không biết!

Hoàn cảnh của những vị Tu Sĩ đáng thương này có khác gì hoàn cảnh của những Nàng Dâu ngoài đời bị đối xử tàn tệ, Vô Nhân Đạo đâu! Vì thế, nhiều người không chịu nổi cảnh Cọn Dâu Câm bị hà khắc quá mức, đã làm tinh thần họ căng thẳng, Nội Tâm đớn đau nên đã có:

Nhiều người trở thành điên điên, khùng khùng!

Nhiều người đã phải treo cổ tự tử như một số Chùa Nữ ở bên Tàu, và cũng là ở khắp mọi nơi trong các Tu Viện, Thiền Viện, các Chùa của các nước Á Đông!

Cảnh Làm Dâu "Ngoại Bộ" tức là cảnh Làm Dâu tất cả mọi người ngoài đời của các vị Tu Sĩ, các vị xuất gia.

Các vị Tu Sĩ phải làm dâu từ người già tới người trẻ, đủ mọi tầng lớp, và mọi chủng tộc ở gần, ở xa, ở khắp mọi nơi dù muốn hay không muốn.

Cảnh Làm Dâu Ngoại Bộ của những vị Xuất Gia: có nghĩa là phải làm dâu gần như hầu hết mọi người, và mọi người đều trở thành cha mẹ chồng của tất cả các vị tu sĩ, dù ở bất cứ tôn giáo nào, cũng không thể thoát khỏi những con mắt đầy khắt khe, chấp chước quá ư "vô lý" cùng với những thành kiến độc đoán và kiên cố không gì thay đổi được như:

Nếu đã đi tu rồi thì: Không được than van, cằn nhằn, nói nhiều mà phải "luôn luôn im lặng"!

Không được nói bất cứ cái gì về những người đồng tu, là người đã Xuất Gia đi tu, dù họ có tội nặng đến đâu! Nếu nói là bị "Khẩu Nghiệp"!

Không được nói động đến bất cứ ai, dù người ấy có tội lỗi

cruelty. Additionally, the teacher needs someone to vent that anger on, and who better than their own disciples, who are unknowingly sacrificed in the process?

The situation of these poor monastics is no different from that of brides in real life who are treated cruelly and inhumanely. Many people cannot bear to see their silent daughters-in-law subjected to such harsh treatment, which has caused them mental distress, inner pain, and, in many cases, severe psychological breakdowns. Tragically, some have even resorted to hanging themselves, as has occurred among nuns in China and in various monasteries, Zen temples, and religious institutions throughout East Asian countries.

The situation of external daughters-in-law-that is, monks and nuns who become daughters-in-law to everyone outside the temples.

Monastics must behave like daughters-in-law toward secular people of all ages, classes, and races-near and far, everywhere-whether they want it or not.

The Situation of Monastics Being Treated as Daughters-in-Law by Secular Individuals. This means that monastics are often regarded as daughters-in-law by nearly everyone, with everyone assuming the role of parents-in-law to all monastics, regardless of religion. As a result, they cannot escape strict scrutiny, "unreasonable" tolerance, and arbitrary, stubborn prejudices that remain unchanged, as illustrated by the following cases.

They say that if you have become a monastic, you should not complain, nag, or talk excessively; instead, always maintain silence.

Do not speak ill of fellow monastics or those who have become monastics, regardless of the severity of their sins. If you do, you will incur negative karma from your words.

Do not say anything that might offend anyone, no matter

đến đâu, nếu nói cũng là bị "Khẩu Nghiệp"!

Không được phản ứng gì hết khi bị ai mắng nhiếc, nhục mạ, chà đạp, chèn ép đến đâu cũng đều phải chịu, nếu có thái độ là bị ghép vào tội "còn sân si"!

Không được đi nhanh, chạy nhảy, đùa rỡn ; nếu có là bị ghép vào tội "không trang nghiêm "!

Không được ăn to, nói lớn bất cứ lúc nào ; nếu phạm là bị ghép vào tội "Đã tu mà còn ăn to, nói lớn như thế coi không được "!

Không được đi ăn nhà hàng dù có lý do chính đáng vẫn bị khép tội ! "Đi tu mà còn đi ăn nhà hàng sung sướng thế, thì Tu với Ti cái gì không biết nữa "!

Không được ăn của ngon, vật lạ và nếu ăn là bị khép tội: "Đã tu mà còn thích ăn ngon thì còn tu cái nỗi gì"!

Khi ăn mà chê hoặc khen là bị khép tội : "Đấy! Tu mà còn đầy Nhị Biên "!

Không được ngủ: nếu ai thấy người đã Xuất Gia mà ngủ ngày là bị khép tội: "Khiếp, đã tu mà còn bày đặt ngủ trưa, lười biếng còn hơn người ngoài đời nữa"!

Không được hát hỏng, coi phim, coi kịch; nêu có, là bị khép vào tội đã "Phạm giới, đàn ca múa hát" rồi!

Không được đi xe mới, hay xe bóng loáng, cũng không được ở phòng ốc đẹp, tiện nghi, và không được dùng đồ mới, đắt tiền dù là có ai dâng cúng; nếu có, là bị ghép tội "Đã tu mà còn ham sang trọng, ham hưởng thụ như vậy thì chết rồi "!

Không được đau ốm ; nếu đau ốm là bị ghép tội "Tu mà cứ đau lặt vặt mãi như vậy, là tu chẳng ra cái gì cả!"

how sinful they are. If you do, you will incur the negative karma of your words.

Do not react at all when being scolded, insulted, trampled on, or oppressed by anyone, no matter how much you have to endure it. If you show any attitude, you will be accused of being a monastic who is still angry!

Do not walk quickly, run, or joke around, as you may be perceived as disrespectful.

Do not eat or speak loudly at any time, as you may be accused of being a monastic, yet you are eating and speaking loudly, which is unacceptable.

Not being allowed to eat at a restaurant, even with a valid reason, is still considered monastic. However, going to a restaurant to eat happily-how can that be called monastic?

Not being allowed to eat delicious or unusual foods, yet still enjoying them when you do-how can that be called monastic?

When eating, if you criticize or praise, you are considered monastic, yet you still discriminate between two extremes.

No sleeping during the day. If anyone is seen sleeping, they will be accused of taking a nap after becoming a monastic and considered even lazier than a layperson.

No singing, watching movies, or attending plays; if he or she does, he or she will be accused of breaking the precepts against singing and dancing.

You are not allowed to drive a new or shiny car, stay in a lovely, comfortable room, or use new, expensive items-even if someone offers them. If you do, you are accused of being a monastic who still craves luxury and enjoyment.

If you're sick, you may be accused of being a monastic who still suffers from minor ailments, which is wrong.

Những phán đoán nông cạn với những thành kiến đầy ác ý như đã kể ở trên: "Không hợp lý, cũng không hợp sự", chỉ vì không hiểu Đạo mà thôi!

Thật ra, Đạo tự uyển chuyển, hài hòa, từ bi, thiên biến vạn hóa, "tùy cơ mà ứng biến".

Đôi khi phải hòa đồng nhưng không có nghĩa là phải theo người ta mà "Ăn Mặn" và theo người mà đi vào "Sắc dục"!

Đôi khi cũng phải Thiên Biến Vạn Hóa: khi có những việc khẩn cấp, tai biến thì không thể nào cứ chậm rãi, thảnh thơi!

Hoặc nhiều khi có những Đệ Tử quá hư hỏng, bất trị thì không thể nào cứ nói năng dịu dàng, nhỏ nhẹ mãi được!

Đạo không có một cái gì "cố định" , "cứng ngắc" cả! Vẻ uy nghi, thanh tịnh, trang nghiêm luôn luôn phải có, là lẽ dĩ nhiên nhưng không phải là đóng trò, đóng kịch mà là "chân thật". Chúng ta đang ở Thế Giới huyễn hóa, đã là "giả dối" rồi, nay lại còn thêm dối giả nữa thì chỉ chồng chất thêm Vô Minh mà thôi! Do đó những gì cố tạo ra đều bị "gượng gạo, gò bó": vì nó không phải là cái "tươi mát" vốn sẵn có, nên không bao giờ bền bỉ và tồn tại được.

Ấy thế mà ở đời những gì càng giả dối thì lại càng được tán dương ! Còn những gì trung thật nhất, thì lại bị chê bai, chỉ trích, chỉ vì không hiểu nổi:

"Thuốc Đắng Giã Tật, Lời Thật Mất Lòng"

Như trường hợp của các vị Thầy có bổn phận và trách nhiệm dạy dỗ, hướng dẫn, đào tạo Đệ Tử, thì Thầy cần thiên biến vạn hóa mà tùy cơ ứng biến để "Tháo Đinh Nhổ Chốt" cho các Đệ Tử bị tiêm nhiễm, vướng mắc bởi:

- Những Tập Khí: Tham, sân, si, ích kỷ, ngạo mạn, thủ đoạn, điêu ngoa... sẽ tạo nghiệp báo!

- Những mong cầu, tin tưởng quá đáng về mê tín dị đoan, đã làm méo mó Chính Pháp.

The superficial judgments based on malicious prejudices mentioned above are unreasonable and inappropriate, simply because they do not understand the Way.

In fact, the Way is flexible, harmonious, compassionate, ever-changing, and adaptable to the situation.

Occasionally a monastic must be sociable, but that does not mean they should follow others in eating meat or indulge in lustful behavior.

Occasionally a monastic must also be flexible; when urgent matters or disasters arise, he or she cannot afford to be slow or leisurely.

Occasionally, there are disciples who are too corrupt and unruly, so monastics cannot always speak gently and softly.

There is nothing fixed or rigid in the Way! The majestic, pure, and solemn appearance must always be present but it is not an act-it is genuine. We live in an illusory world, which is already false; adding more falseness only accumulates further ignorance. Therefore, anything that is artificially created is forced and constrained: because it lacks inherent freshness, it can never endure or truly exist.

In life, the falser things are, the more they are praised! Conversely, the most honest things are criticized and disparaged simply because people do not understand that bitter medicine cures illness, and truthful words hurt feelings.

Teachers must be flexible and adaptable to remove the nails and bolts from the infected and entangled disciples, just as they have the duty to teach, guide, and train.

- Because habits such as greed, anger, ignorance, selfishness, arrogance, cunning, and deceit create karmic retribution.
- Excessive expectations and superstitious beliefs have distorted the understanding of the Dharma.

- Bị lạc hướng đi, vì hiểu lầm về Phật Pháp, hay bị những sự hướng dẫn sai về Phật Pháp.

Những sự "Tháo Đinh Nhổ Chốt" cần có, là vạch ra những lỗi lầm của Đệ Tử, và của những sự hướng dẫn sai lệch về Chính Pháp! Chúng ta không thể nào kết tội cái Vị đang giúp mình, là có tội "Thị Phi", hay là chấp và gán tội cho vị Thầy đang giúp mình ấy là người còn nằm ở trong "Tương Đối."

Những sự kết tội và định giá trị các vị Thầy Tu dưới mắt mọi người nhưng không phải là hầu hết:

Qua sự chết lành hay chết dữ!

Qua sự ốm đau, bệnh tật

Thật ra mà nói thì sự chết chóc và bệnh tật, đau ốm của các vị Thầy Tu dù đã rốt ráo, hay chưa rốt ráo đều còn phải tùy vào "Nhân" của bao kiếp trước mà các ngài đã gieo! Thì "Quả" đời này, các ngài vẫn phải trả: cho dù là Phật Thích Ca Mâu Ni cũng còn bị tiêu chảy mà chết! Đức Mục Kiền Liên bị đánh đến chết! Thiền Sư Philip Kapleau bị bệnh Parkinson's...

Với các vị trong đời quá khứ và hiện tại đã Đắc Đạo, thì tùy vào mức độ đắc Đạo ở cỡ nào? Có còn gieo nhân thiện, nhân ác hay không, và gieo bất cứ nhân gì, thì khi "trở lại" tu tiếp và độ sinh sẽ:

Có những ngài vẫn còn phải tùy thuộc vào nhân quả đã gieo ở mức độ nào, nhiều hay ít, để mà có sự bệnh hoạn và chết chóc tương ứng!

Có những ngài không còn tùy thuộc vào nhân quả, là những vị đã tu tới viên mãn thì tự động vượt hẳn nhân quả. Dĩ nhiên là không còn cái quả nào phải trả nữa! Do đó mà không còn bệnh hoạn, và sự chết chóc được tự tại, an lạc!

Những thành kiến khắc nghiệt của người Đời đối với các Tu Sĩ quả thật đến độ "siêu tỉ mỉ" đã vô tình biến các vị này

- Many people have lost their way due to misunderstandings or being misled about the Dharma.

The necessary actions of removing nails and pulling out bolts symbolize pointing out the mistakes of the disciples and the incorrect guidance regarding Dharma. We can't blame the teachers who are helping us for confusing right and wrong, as they are still operating within the realm of relativity.

The condemnation and valuation of monastics in the eyes of the people are not primarily based on a good or bad death, nor on sickness and disease.

It should be understood that the death, illness, and suffering experienced by monastics-whether they have attained complete liberation or not-are all the results of causes they have sown in previous lives. Consequently, they must still face the consequences in this life. For example, even Buddha Shakyamuni died from a stomachache after a meal, Maudgalyayana was beaten to death, and Zen Master Philip Kapleau suffered from Parkinson's disease.

For monastics, both past and present, who have attained the Way, their experiences depend on the level of their attainment and the nature of the causes they have sown-whether good or bad. When they create any cause and subsequently return to practice and save sentient beings, some will still be subject to the corresponding effects of their actions, experiencing illness and death in proportion to the causes they have sown, whether great or small. Conversely, there are those who have transcended cause and effect through complete cultivation and liberation. For these individuals, there are no further consequences to bear; thus, they no longer suffer illness, and their death is free and peaceful.

The harsh prejudices of secular people toward monastics are so meticulous that they have unintentionally turned them

thành những người "Con Dâu Câm" của họ! Bằng cách cứ dùng một biện pháp mà bắt chẹt: "Đã Tu là không được nói gì cả, có nghĩa không được quyền mở miệng!" để họ tha hồ bắt bẻ, tha hồ mắng nhiếc... Trước mặt cũng như sau lưng, trực tiếp cũng như gián tiếp, luôn luôn với câu mở đầu thông thường là "Đã Đi Tu mà còn thế à!"

Và tiếp theo đó là "Đã đi Tu là phải thế này, là phải thế khác, không được thế này, không được thế khác...". Họ dạy bảo rất nhiều điều, thậm chí họ dám dạy cả về Phật Pháp! Ôi, còn biết bao trường hợp các vị tu hành này bị nhục mạ, bị hành hạ, bị nhốt, bị trói, bị bóp cổ, bị gán ghép, bị đuổi!

Có những Chùa Hội dùng các vị Tu Sĩ như những Thầy Cúng rồi trả lương hai, ba trăm một tháng! Còn biết bao thảm trạng vẫn còn đang tiếp diễn nhan nhản ở khắp mọi nơi trong mọi Tu Viện, Thiên Viện, Chùa với đây thủ đoạn và tham vọng! Nếu có cơ hội là họ bắt các Tu Sĩ làm Con Dâu ngay! Họ trèo đầu, trèo cổ để điều động, để bắt nạt, để kiểm soát, để làm gián điệp, đem mọi chuyện thị phi ở ngoài vào Chùa, còn chuyện trong chùa thì bịa đặt rồi đem chuyện bịa đặt ấy ra ngoài để rêu rao, để bôi nhọ!

Tệ hại hơn nữa là họ còn đi sâu vào nội bộ của Chùa để xem xét các vị tu hành ăn ở ra sao? Ngủ nghỉ thế nào? Cách dạy dỗ huấn luyện Đệ Tử có hợp với ý của họ không? Có bắt nạt Đệ Tử, có la hét, mắng nhiếc và có đánh đập Đệ Tử không? Nếu có, là họ lén lút, thầm thì, xúi bẩy, khuyên nhủ những Đệ Tử của Chùa bằng cách nói xấu Thầy của chúng! Mua chuộc chúng bằng tiền bạc, vật dụng, rồi kéo bè, kéo đảng để dạy Đệ Tử của Chùa phản bội, bất kính, bất hiếu với Thầy! Rồi còn mưu mô hứa hẹn xin việc làm, và lo nơi ăn chốn ở đầy đủ, để các Đệ Tử bỏ Chùa ra đi!

Thật là phi lý! Tại sao họ lại không chịu nghĩ rằng các vị Thầy dạy Đạo, với đàn con là Đệ Tử, thì cũng có khác gì gia đình của họ và đàn con của họ đâu!

into their mute daughters-in-law. For instance, they say monastics should not speak out, which is a form of bullying. Then they freely identify fault and scold-both openly and behind your back, directly and indirectly-always beginning with the usual phrase: Are you still like that when you are a monastic?

Secular individuals often assert that monastics must live in a certain way, prohibiting this or that behavior. They teach many things and even presume to instruct others about Buddhism. Unfortunately, there are numerous instances of monastics being tortured, imprisoned, restrained, strangled, labeled, and expelled.

There are temples managed by associations that employ monastics as shamans, paying them only two or three hundred a month. Numerous tragedies continue to occur in monasteries, temples, and pagodas due to these manipulations and ambitions. Whenever possible, they immediately take monks and nuns as their daughters-in-law. They exploit them to mobilize, bully, control, act as spies, and bring gossip from outside to the temple. They then fabricate stories within the temple and spread these falsehoods outside to defame others.

Worse still, they went deep into the temple to observe how the monastics lived and slept and how they taught and trained their disciples. Did they bully, yell at, scold, or beat them? If so, these infiltrators secretly whispered, incited, and advised the Temple's disciples by speaking ill of their master. They bribed them with money and goods, then formed cliques and groups to teach the disciples to betray, disrespect, and be unfilial to their master. They even schemed to promise the disciples jobs and provide them with adequate food and accommodation, encouraging them to leave the Temple.

How absurd! Why can't secular people understand that teachers who teach the Dharma and their disciples are no different from parents and their children?

Nếu chuyện dạy dỗ, la hét, đánh mắng con cái của họ là điều không thể tránh, thì chuyện dạy dỗ, la hét, đánh mắng Đệ Tử của các vị Thầy cũng không thể tránh được!

Nếu bổn phận của những bậc Cha Mẹ ngoài Đời với quyền thiêng liêng riêng của gia đình họ phải được kính trọng và không một ai có quyền xen vào, thì bổn phận của các bậc Thầy trong Đạo với đàn con là Đệ Tử và gia đình Tâm Linh cũng giống y như vậy, hỏi có gì là khác?

Tất cả chỉ là sự công bằng và hợp lý của Đời, của Đạo! Nếu vậy tại sao có nhiều người thích gây mọi phức tạp để mà tạo Nghiệp Báo và Nhân Quả?

Ngoài ra còn có nhiều vị tu hành bị họ gài đàn bà, gài đàn ông vào để quyến rũ, nếu mắc bẫy là họ dọa phanh phui, khi sợ bị phanh phui, sợ bị mất thể diện là phải ngậm Câm Như Hến! Còn họ thì tha hồ thao túng mọi quyền thu, quyền phát, toa rập với nhau ăn cắp hết tài sản và ăn cướp cả ngôi Chùa! Vị Tu Sĩ phạm tội kia, thì bị dưới quyền điều khiển của họ! Bắt làm gì cũng phải làm, nhân vị con người và quyền tự do hoàn toàn mất hết.

Người Tu Sĩ, cũng là Người Con Dâu khốn khổ này, có Sống cũng như đã Chết. Vì suốt đời phải Sống ở trong Tù, cũng là đang Sống trong Địa Ngục! Trường hợp này cũng là do Nhân Quả, Nghiệp Báo vì khi Tu thì mọi nghiệp thử thách trồ ra rất nhiều! Những ai không thắng nổi mọi thử thách ấy thì đành phải chịu Nghiệp Quả mà thôi! Còn những ai thắng nổi thì sẽ được tiêu trừ Nghiệp Chướng để tiến tới cứu cánh Giải Thoát.

Sở dĩ có nhiều trường hợp đáng tiếc đã xảy ra, đang xảy ra, và còn sẽ xảy ra mãi... như đã kể ở trên, chung quy cũng chỉ do cái Vô Minh Chấp Ngã, vì danh, vì lợi của con người,

If teaching, yelling, and scolding children is sometimes unavoidable, then teaching, yelling, and scolding disciples by their teachers is also unavoidable.

If the duties of parents in secular life, along with their sacred family rights, must be respected and no one is entitled to interfere, then the duties of monastics in temples toward their disciples, regarded as their spiritual children and family, are exactly the same. Therefore, what is the difference?

It all comes down to fairness and justice in both secular life and Dharma communities. If fairness and justice are the case, why do so many people create unnecessary complications that generate karma and influence cause and effect?

Many monastics are also trapped by secular individuals who use women or men to seduce them. If the monastics fall into this trap, the seducers threaten to expose them. Fearing exposure and loss of reputation, the monastics feel compelled to remain silent. These manipulators freely control the rights of collection and distribution, colluding to steal property and even rob the temple. The monastics who commit these crimes are under their control, forced to act against their will, resulting in a complete loss of their human rights and freedoms.

Monastics who find themselves in the unfortunate position of becoming daughters-in-law are like the living dead. They must live in a prison for their entire lives, effectively enduring a form of hell. This situation arises from the law of cause and effect-karma-because during practice, many karmic challenges manifest. Those who cannot overcome these challenges must suffer the consequences of their karma, while those who succeed in overcoming them will have their karmic obstacles eliminated, enabling them to reach the ultimate goal of liberation.

The reason many unfortunate incidents have occurred, are occurring, and will continue to occur-as mentioned above-is ultimately due to ignorance and ego. Motivated by the desire

quá nhiều Tập Khí, đã tham lam, thâm hiểm, ác độc mà lại còn muốn tỏ ra mình là Bồ tát. Và khi muốn làm Bồ Tát là cần phải có đối tượng để thi thố công việc Bồ Tát của mình. Nhưng Đối Tượng lại không có, nên mới phải mượn các Đệ Tử của Chùa, của Tu Viện, của Thiền Viện làm đối tượng cho "Công việc Bồ Tát" của mấy vị này là một công mà được tới hai việc:

Một là thu phục Đệ Tử của Chùa, đồng thời chia rẽ và tìm cách đuổi các đệ tử nào không thuần phục họ.

Hai là ngầm dạy cho các vị Tăng, Ni, Tu Sĩ biết rằng "họ còn từ bi và tốt hơn" các vị ấy rất nhiều...

Tóm lại Cảnh Làm Dâu của "Đời" hay của "Đạo" đều khốn đốn cả! Chỉ có khác nhau là Người Con Dâu của "Đời" thì có sự oán thù, trả vay nên ân oán cứ tương báo mãi không bao giờ dứt!

Còn Người Con Dâu của "Đạo" thì không oán, không thù, nên cũng không còn gieo Nhân, tạo Nghiệp nữa! Người Tu Hành hiểu rất rõ là khi đã tu thì mọi Quả Nghiệp tích tụ của bao đời tự nó cứ trồ ra để hành giả có cơ hội trả cho hết những Ác Nghiệp ấy. Các vị này chẳng những đã không oán hận mà còn phải cám ơn những thử thách đó, đê sự nhẫn nhịn, kiên trì được tinh tấn mà tiền tu tới mục đích vượt tất cả mọi thuận duyên lần nghịch duyên, mọi thiện Nghiệp lẫn ác Nghiệp, Tương Đối lẫn Tuyệt Đối.

for fame, personal gain, ingrained habits, greed, malice, and a desire to appear as a Bodhisattva, some individuals act improperly. When one aspires to be a Bodhisattva, they need an object to demonstrate their work. However, lacking a genuine object, these individuals appropriate the disciples of the temple, monastery, or Zen monastery as the focus of their Bodhisattva efforts. This leads to one action being driven by two conflicting intentions.

First, they aimed to subdue the disciples of the temples by dividing them and finding ways to expel any who did not submit.

Second, they secretly taught the monks, nuns, and laypeople that they were far more compassionate and superior to them.

In short, the daughter-in-law's experience in both secular and monastic life is miserable. The only difference is that in secular life, the daughter-in-law harbors grudges and seeks repayment, causing these resentments to persist and never end.

As daughters-in-law of monastic life, the monastics harbor no resentment or hatred and therefore no longer sow causes or create karma. The cultivators understand that during cultivation, all the accumulated karma from many lifetimes will manifest, providing the practitioner with the opportunity to resolve these negative karmas. Such individuals not only refrain from resentment but also feel gratitude for these challenges, as they foster patience, perseverance, and diligence. These qualities enable cultivation toward the goal of transcending all favorable and unfavorable conditions, as well as all advantageous and undesirable karmas-both relative and absolute.

BUÔNG XẢ TUYỆT ĐỐI LÀ TUYỆT ĐỐI

Buông xả tuyệt đối là cách buông xả tận cùng những gì dính mắc vào Thân Tâm, Thế Giới cùng mọi tập khí, thói hư, tật xấu của chính mình để Thân Tâm "Vô Sở Trụ" vốn sẵn có của chúng ta được ló rạng ra!

Quả đúng vậy, chúng ta vốn là cái "Vô Sở Trụ" ấy, tức là cái không hề dính dáng vào bất cứ cái gì dù là một ý niệm nhỏ! Ngay đên hư không, là cái gẦn như không có chút vật chất gì, cũng không thể nào dính vào nó được: Cũng vì không dinh mắc gì như thế nên tự nó thanh tịnh, trong sạch, sáng ngời và thường hằng bất biến!

Bởi "Vô Sở Trụ" nên nó không có nơi chỗ cố định, tức không có không gian, do vậy mà không tới, không lui, không đi, không về, vì lẽ đó mà trong Kinh đã dùng tạm danh từ "bất khứ bất lai", tức "Như Lai".

Nó "Vô Sở Trụ" thường hằng, bất biến như thế, nên nó không có thời gian nào hết, do vậy mà trong Kinh đã tạm dùng danh từ "Vô Lượng Thọ".

Và vì nó thường hằng, vi diệu, chiếu sáng không hề ngưng như vậy, nên trong Kinh đã tạm dùng danh từ "Vô Lượng Quang" Ấy thế mà tự nhiên Vọng Tưởng Vô Minh của chúng ta lại tự dựng lên cái "Thấy, Nghe, Hay, Biết giới hạn" của Ngũ Giác Quan là Mắt, Tai, Mũi, Lưỡi, Thân, Y (còn gọi là Kiến, Văn, Giác, Tri) của sáu căn: Nhãn, Nhĩ, Tì, Thiệt, Thân, Ý.

Rồi từ "Cái Giác giới hạn này" lại tự khởi dựng lên một cái "Niệm Phân Biệt" để chấp có thật, có giả, có riêng, có

ABSOLUTE LETTING GO

Absolute letting go is the path to completely release all attachments to the body, mind, the world, and all our habits-including bad habits and vices-allowing our inherent body and mind in the Unconditioned to shine forth.

Indeed, we were originally "nothing to be clung to," which is nothing to be attached to-not even a small idea! Even the void, which has almost no material substance, cannot be attached to it. Because it is not attached to anything, it is inherently pure, clean, bright, and eternally unchanging.

Because there is no place for the mind to cling, it has no fixed location or space. Therefore, it neither comes nor retreats, neither goes nor returns. For this reason, the Sutra uses the provisional term "not coming and not going," which means Tathagata.

The original mind inherently has no place to cling to; it is constant and unchanging. Therefore, it exists beyond time, which is why the Sutra temporarily uses the term Infinite Life.

Because this mind is constant, wondrous, and shines without ceasing, the Sutra temporarily refers to the limits of seeing, hearing, knowing, and understanding as being created by our ignorance and delusion, which correspond to the eyes, ears, nose, tongue, body, and clothing associated with the six senses.

From this limited awareness arises a discriminating concept that accepts the existence and non-existence of the

chung, có ta, có người, có Vũ Trị, Vạn Vật! Cái Ý Phân Biệt đó gọi là Tâm Thức Nhị Biên.

Do những thứ vọng tưởng giả dối không nguyên nhân này đã che lấp mất "Thân Tâm Như Lai: Vô Lượng Quang, Vô Lượng Thọ" của chúng ta!

Nếu muốn hết vọng tưởng Vô Minh này thì chỉ có một cách duy nhất là phải buông bỏ tận cùng những khái niệm điên đảo chấp thật, chấp giả ấy đi. Nhưng trước khi buông bỏ, thì chúng ta cũng nên hiểu sơ về chúng:

Vọng Tưởng về tự ngã là "Thân Tâm"

Đại khái Thân Tâm giả tạo được bao gồm bởi:

Ngũ Uẩn: Sắc, Thọ, Tưởng, Hành, Thức Với Sáu Căn: Nhãn, Nhĩ, Tỷ, Thiệt, Thân, Ý Và Sáu Thức: Do Sáu Căn tiếp Xúc với Sáu Trần mà có Nhãn Thức, Nhĩ Thức, Tỷ Thức, Thiệt Thức, Thân Thức, Ý Thức.

Vọng Tưởng về Thế Giới và Vũ Trụ:

Toàn Thế Giới Vũ Trụ Vạn Vật không ngoài Sáu Trần là: Sắc, Thanh, Hương, Vị, Xúc, Pháp.

Và về Tập Khí thói hư của chúng ta:

Ngũ Dục: Sắc, Danh, Tài, Thực, Thụy

Sắc: tất cả mọi hình tướng của Thế Gian

Danh: danh vọng, sự nghiệp

Tài: tiền của, tài sản

Thực: ăn uống

Thụy: ngủ nghỉ

Với tất cả những thứ kể trên đều là vọng tưởng vô minh đã tạo dựng nên Tự Ngã với muôn cảnh vật huyễn hóa mà chúng ta tưởng là có thật. Bởi chấp thật như thế nên mới tư lợi cho bản ngã, do đó mà tự động xuôi theo những giả lập

individual and the collective, of the self, of others, of the universe, and of all things. This discriminating mind is called dual consciousness.

Because of these baseless, false delusions, we have obscured our Tathagata Body and Mind of Infinite Light and Infinite Life.

If we want to end this delusion of ignorance, there is only one way: to completely let go of the obsessive clinging to both truth and falsehood.

Before letting go, we should understand that the false idea of self is the body and mind. The false body and mind consist of the Five Aggregates (form, feeling, perception, mental formations, and consciousness), along with the six sense organs (eye, ear, nose, tongue, body, and mind) and the six corresponding consciousnesses (eye consciousness, ear consciousness, nose consciousness, tongue consciousness, body consciousness, and mind consciousness), which arise when the six sense organs come into contact with their respective objects.

Delusions about the World and the Universe: The entire world, the universe, and all things are not beyond the six sense objects: form, sound, smell, taste, touch, and dharma.

Our harmful habits are the five desires: form, fame, wealth, food, and sleep.

Form: All forms of the world.

Fame: reputation, career.

Wealth: money and property.

Food: edible items and beverages.

Sleep: is a form of rest.

All of the above are delusions born of ignorance that have created the self along with countless magical phenomena we mistakenly believe to be real. Due to this attachment to perceived reality, we act in self-interest and consequently

của sáu Thức! Chúng luôn vào, rồi lại ra sáu cái cửa, tức là sáu Căn! Có nghĩa sáu Thức luôn ra cửa là sáu Căn để dính mắc sáu Trần.

Đặc biệt là cái Ý Thức luôn luôn phân biệt sáu Trần: đẹp với xấu, giàu với nghèo, thắng với thua... để mà có sự so đo, tính toán hơn thiệt, đúng sai, thật giả... rồi dính mắc vào sáu Trần ấy! Chung quy cũng chỉ vì vô minh mê mờ mà vô tình chúng ta đã tạo nên bao tập khí: Tham, sân, si, hỉ, nộ, ái, ô, ích kỷ, ngạo mạn, thủ đoạn, tranh dành, ghét ghen...! Để rồi chính những tập khí ấy tự chiêu cảm và tự tạo thành một dòng Nghiệp Thiện Ác thật khổ đau, mà trôi lăn mãi mãi trong sinh tử!

Mọi lỗi lầm ấy đều do chính chúng ta đã lỡ tự gây, tự tạo, tự cột, để tự chiêu cảm thành một dòng nghiệp báo thật thương đau, phức tạp như thê; thì nay cũng chính chúng ta phải tự cởi, tự hủy diệt nó, đê tự cứu mình thoát ra ngoài cái vòng trầm luân ấy.

Không một ai có thể cứu ai, ngay cả Phật hay Chúa! Các ngài chỉ có thể giúp chúng ta bằng cách chỉ đường, khai lối mà thôi. Còn việc đi được hay không, và có muốn đi hay không là do chính mình, chứ chẳng ai có thể thay mình được. Vì ai ăn nấy no, ai tắm nấy mát là lẽ tự nhiên! Sự ỷ lại, mong cầu, đổi chác để đạt được mục đích chỉ là sự viển vông, là mê tín, không hợp với Nhân Quả, không đúng với Chân Lý và cũng không thực tế.

Xin nhắc lại, muốn đi vào Tuyệt Đối, tức là muốn vượt ra ngoài Sinh Tử, thì hãy trở lại với cái Chân Như Phật Tính vốn sẵn có của mình, mà vì lỡ lầm chúng ta đã tự khởi lên một Niệm chấp thật, chấp giả, chấp có, chấp không để rồi tự chiêu cảm, và tự lập nên Thế Giới Tương Đối cho chính quốc

follow the illusions of the six consciousnesses. These consciousnesses continuously enter and exit through the six gates, which correspond to the six senses. In other words, the six consciousnesses always pass through the doors of the six senses to cling to the six types of sensory objects.

In particular, consciousness always distinguishes among the six objects of the senses: beautiful and ugly, rich and poor, and winning and losing. It compares and calculates gains and losses, right and wrong, true and false, and then becomes trapped by these six objects. Ultimately, it is ignorance that causes us to unintentionally develop many habits: greed, anger, delusion, joy, love, hate, selfishness, arrogance, scheming, fighting, jealousy, and more. These habits, in turn, attract and generate a continuous stream of advantageous and evil karma, which is truly painful and causes us to drift endlessly through the cycle of birth and death.

All those mistakes were caused by ourselves, created by ourselves, tied up by ourselves, and attracted to ourselves-a painful and complicated stream of karma. Now, we must undo it ourselves and destroy it ourselves to save ourselves from the cycle of reincarnation.

No one can save anyone-not even Buddha or God! They can only help by showing us the way. Whether we choose to follow it or not depends entirely on ourselves; no one can take our place. Just as everyone must eat and bathe for themselves, such behavior is natural. Relying on others, hoping, or bargaining to achieve a goal is merely a fantasy or superstition. It contradicts the principles of cause and effect, is not aligned with the truth, and is ultimately unrealistic.

Let me repeat: if you want to enter the Absolute-that is, if you want to transcend birth and death-then return to your inherent Buddha nature. Due to errors, we have spontaneously created attachments: attachment to reality, attachment to value, attachment to existence, and attachment to non-

độ của mình!

Nay nhờ Phật Pháp đã hiểu rõ nguyên nhân thì chỉ việc buông bỏ thật sạch cái khái niệm chấp thật về Thân Tâm Thế Giới, và mọi tập khí, thói hư đi. Còn mọi sự vật và muôn cảnh thì vẫn y như vậy, chúng không dính dáng gì đến cái khái niệm riêng tư, lầm lẫn đó của chúng ta. Trái lại lúc nào chúng cũng Như Thị, tức là y như vậy mà thôi. Chúng chưa hề thay đổi bao giờ cả như chúng ta hằng tưởng.

Do vậy mà:

- Khi chưa Ngộ thì Núi là Núi, Sông là Sông. (Đó là Khái Niệm Chấp Thật)

- Khi đang Ngộ thì Núi chẳng phải là Núi, Sông chẳng phải là Sông. (Đó là đã nhận ra mình là ai, Núi Sông, và Muôn Cảnh Vật là gì)

- Sau khi Ngộ rồi thì Núi lại vẫn là Núi, Sông lại vẫn là Sông. (Tuy Núi Sông và Muôn Cảnh Vật vẫn thế, không gì thay đổi nhưng Khái Niệm Mê Mờ đã đổi thành Khái Niệm Chân Chính vì Con Mắt Tâm đã thấu rõ hết Vũ Trụ Vạn Vật!)

Phần lý thuyết hiểu như thế là đúng Chính Pháp, nhưng phần Thực Hành, nêu có sai lệch đi chút nào thì vẫn còn chưa vê được cái Tuyệt Đối đúng mức của nó! Có nghĩa là vẫn còn vương vấn cái Tương Đối! Ít hay nhiều là tự mình muốn thế mà thôi, chứ Chân Như Phật Tính thì vô cùng giản dị, tự nó đã đúng với danh từ, và tự nó đã diễn nghĩa đầy đủ:

Chân là Chân Thật
Như là y như thế

existence. Consequently, we have attracted and established a Relative World as our domain.

Now, thanks to the Buddha Dharma, we understand the cause. Therefore, we need only to completely let go of our attachment to the reality of the body, mind, and world, as well as all negative habits. All things and situations remain the same; they are unaffected by our personal, mistaken concepts. On the contrary, they are always as they are-simply just that. They have never changed, contradicting what we often believe.

Therefore:

- Before Enlightenment, the practitioner sees mountains as mountains and rivers as rivers. The individual is clinging to what is perceived as real.
- When enlightened, the practitioner sees mountains as not mountains and rivers as not rivers. This realization reflects an understanding of who he is and the true nature of mountains, rivers, and all things.
- After enlightenment, the practitioner sees mountains as mountains and rivers as rivers. Although the mountains, rivers, and all things remain unchanged, the concept of ignorance transforms into true understanding because the mind's eye clearly perceives the universe and all things.

In theory, understanding it in this way aligns with the correct Dharma. However, in practice, any deviation indicates that one has not yet returned to the true Absolute level. This means there is still attachment to the relative. More or less, it reflects one's own will. The True Suchness of Buddha Nature, however, is basic; it is inherently true to its name and is fully explained within itself.

The Truth: The Truth.

Suchness means just as it is.

"Chân Thật là Thế thì bao giờ Cũng Vẫn Thế"

Để nhận lại cái Chân Như ấy, thì Lý Thuyết và Thực Hành phải trọn vẹn đi đôi với nhau, và không nên méo mó sự thật nữa, nghĩa là chúng ta hãy buông xả tận cùng mọi Ý Niệm và Hành Động Tương Đối thường tình ấy đi, để ra ngoài những khái niệm Phân Biệt:

Cao / Thấp
Giầu / Nghèo
Hơn / Thua
Yêu / Ghét
Sinh / Tử...

Khi đã buông đến tận cùng mọi khái niệm Tương Đối ấy, thì mảnh đất Tự Tại An Lạc, là mảnh đất Như Lai, mảnh đất Cực Lạc sẽ tự hiện ngay nơi Thân Tâm chúng ta! Ngay Vũ Trụ Vạn Vật là nơi chúng ta đang hiện sống, chứ không phải ở một nơi nào khác là sự viển vông, là chuyện mơ mộng, là không thực tế, và hoàn toàn đi ngược lại với Chân Lý.

Cái phút giây ý thức phân biệt tạm ngưng, bộ óc tạm không hoạt động là giây phút Kiến Tính, làm chúng ta vô cùng ngạc nhiên về sự tạm ngưng đó! Nó thật là hợp, và đúng với cái "Vô Sở Trụ", đồng thời cũng là "Ngũ Uẩn Giai Không", y như Bát Nhã Tâm Kinh: "Vô Nhãn, Nhĩ, Tỷ, Thiệt, Thân, Ý, vô Sắc, Thanh, Hương, Vị, Xúc, Pháp..." nhưng lại cũng không rời ngũ Uẩn và sáu Căn, sáu Trần, thật là vi diệu!

Ghi Chú: Tất cả những danh từ Có/Không, Thật/Giả, Mê/Ngộ, Tương Đối/Tuyệt Đối, Đến/Đi, đều là phương tiện, đều là giả danh.

What is truly true is always true.

To regain that True Suchness, the practitioner must understand that theory and practice must be fully integrated and should no longer distort the truth. This means we must completely let go of all ordinary relative concepts and actions to transcend the notions of discrimination.

Let go of distinctions:
High / Low
Rich / Poor
Better / Loser
Love / Hate
Birth / Death...

When we have completely let go of all relative concepts, the land of freedom and happiness-the land of Tathagata, the land of ultimate bliss-will appear right within our body and mind! It exists right here, in the universe and all things where we currently live. The idea that it is somewhere else is a fantasy, a dream, unrealistic, and completely contrary to the truth.

The moment when discriminating consciousness temporarily ceases and the brain momentarily stops functioning is the instant we perceive the true nature of the mind, leaving us profoundly surprised by that pause. This experience is perfectly aligned with a mind that clings to nothing and simultaneously recognizes the emptiness of the five aggregates. As the Heart Sutra states, there is no eye, ear, nose, tongue, body, or mind; no form, sound, smell, taste, touch, or dharma. However, the practitioner does not abandon the five aggregates or the six senses and the six sense bases. How wonderful!

Note: All the nouns-Being/Nonbeing, Real/False, Ignorance/Enlightenment, Relative/Absolute, Coming/ Going-are merely means, all false names.

Chú Ý: Khi ý thức phân biệt tạm ngưng, bộ óc tạm ngừng hoạt động: Không phải là giây phút không nghĩ ngợi gì. Cái không nghĩ ngợi gì là cái Vô Ký Không!

BUÔNG XẢ TUYỆT ĐỐI LÀ TUYỆT ĐỐI

Buông xả đây, là buông Tâm đối đãi
Để thôi đi, cái nghiệp kiếp bi ai
Siêu việt ngoài cái sai, cái đúng
Vượt ra ngoài đây thắm, kia phai

Buông xả đây, là buông Tâm biên kiến
Để thôi đi, cái sinh, diệt triền miên
Việt siêu ngoài cái Không và cái Có
Vượt ra ngoài Không, Sắc vẻ ảo huyền

Buông xả đây, là bỏ hết ưu phiền
Bỏ tuyệt đối, mọi tập khí đảo điên
Bỏ tham, sân, si, mạn nghi, lười biếng

Thù hận, ghét ghen, ích kỷ liên miên

Buông xả đây, không phải bỏ gia đình
Vẫn vợ chồng, con cháu trọn trụng trình

Nhưng không cột Tâm, muôn điều vướng mắc
Không đắm say, dục ái nặng, vô minh

Buông xả đây, hy sinh quên thân mình
Can đảm lên, bỏ tập khí điêu linh
Dù gian khổ, khó khăn, thôi cố gắng
Vượt ra ngoài, dây xiềng xích tử sinh!

Note: When discriminative consciousness temporarily ceases, brain activity also temporarily stops. This is not a moment of bland emptiness.

ABSOLUTE LETTING GO IS ABSOLUTE.

Letting go here means releasing the dualistic mind.
Letting go of this tragic fate.
Transcending beyond right and wrong.
Exploring colors beyond just bright and pale shades

Letting go here means releasing the mind's biases.
To stop the endless cycle of birth and death
To transcend both Non-existence and Existence
To transcend emptiness and form in illusory appearances.

Letting go here means releasing all worries.
Absolutely letting go of all crazy habits.
Letting go of greed, anger, ignorance, arrogance, doubt, and laziness.
Continuous hatred, jealousy, and selfishness

Letting go here does not mean abandoning family.
The husband and wife, along with their children and grandchildren, remain completely loyal.
Nothing binds the mind, regardless of all its entanglements.
Not infatuation, but intense lust and ignorance.

Let go; sacrifice yourself.
Be brave and give up your destructive habits.
Despite hardships and difficulties, keep trying.
Go beyond the chains of life and death!

Dù tu sĩ, hay dù là cư sĩ
Nếu quyết tâm, ta còn sợ nỗi gì?
Bỏ buông hết, mọi thói hư, tật xấu
Xả tột cùng, là Đạo chớ còn chi?

Whether monastic or lay,
If we are determined, what is there to fear?
Let go of all undesirable habits.
To give up completely is the Way. What else could there be?

BỎ CHẤP TRỤ TUYỆT ĐỐI LÀ TUYỆT ĐỐI

Cái bả huyễn hóa của cõi đời này là Thân Mạng, Danh, Tài, Ái, Dục... Những thứ ấy có tô điểm cho cuộc đời tươi đẹp, đậm đà, ngọt ngào hơn thật đó, nhưng lại cũng chính nó trói buộc làm chúng ta vô cùng phiền não, cay đắng, lụy khổ không bao giờ dứt, trong muôn đời, muôn kiếp, tiếp nối và mãi mãi...

Vì Vô Minh không biết nên chúng ta đã chấp những huyễn hóa ấy là có thật, và vì chấp có thật nên mới nhận chúng "là mình", và "là của mình", do đó mới nên nông nỗi!

Một thí dụ nhỏ: "Nếu quả cái Thân này là của ta thật, ta là chủ của nó thật, thì tại sao ta ra lệnh cho nó đừng bệnh, đừng già, và đừng chết, nhưng nó lại chẳng vâng lệnh ta mà ngược lại nó vâng lệnh Vô Thường để phải bị chi phối với cái Luật của Vô Thường là Sinh, Trụ, Dị, Hoại"!!!

Thật vậy, toàn bộ cái gì liên hệ trong cuộc sống, đều Vô Thường, đều chung một quy tắc Vô Thường. Như vậy chẳng có cái gì "là Của Ta" ở đời này. Vì toàn Vũ Trụ Vạn Vật đều là huyễn hóa, là mộng, là mơ nên không một ai có thể nắm bắt được bất cứ cái gì trong giấc Mộng Mơ ấy! Đó là sự thật 100%, nhưng chúng ta không hiểu, mà lại cứ tưởng Vũ Trụ, Vạn Vật huyễn hóa này là có thật, nên mới chấp:

Thân Ta là Thật
Gia đình Ta là Thật
Của cải của Ta là Thật

ABANDONING ABSOLUTE ATTACHMENT IS ENTERING ABSOLUTE

The illusory bait of this life includes body, fame, wealth, love, and desire. These things beautify life, making it richer, sweeter, and more meaningful. However, they are also the very things that bind us, causing immense misery, bitterness, and endless suffering-continuously and forever.

Because of ignorance, we do not know the truth, so we accept illusions as real. We suffer when we accept them as real and as part of ourselves.

A small example: If this body truly belongs to me, if I am truly its master, then why do I command it not to become sick, not to grow old, and not to die, yet it does not obey me? On the contrary, it obeys impermanence and must be governed by the law of impermanence, which includes birth, duration, change, and destruction.

Everything related to life is impermanent; all things follow the same law of impermanence. Therefore, nothing truly is mine in this life. The entire universe and all things within it are illusions, dreams, and daydreams-no one can grasp anything in that dream! This reality is absolutely true, yet we fail to understand it.

We still think this fake universe and everything in it is real: my body, my family, my wealth, and my country.

Đất nước của Ta là Thật...

Vì chấp thật nên mới bám víu, cột chặt rồi trân quý những gì mình đang có. Và vì quá trân quý như vậy nên luôn luôn tính toán sao cho có lợi lộc cho bản thân, cho gia đình mình, cho Xã Hội mình, cho đất nước của mình...

Bởi có tính toán tư lợi như thế, nên mới có sự tham lam, ích kỷ, mưu mô, thủ đoạn, ghét ghen, tranh đua, sân hận và giết chóc! Tất cả cũng chỉ vì không hiểu lẽ Vô Thường! Đã gọi là Vô Thường thì không tồn tại; khi đã không tồn tại thì làm sao mà bám víu, mà trụ chấp cho được?

Nhưng khổ thay ai cũng Trụ, cũng Chấp, cũng Bám Víu vào nó nên đêu bị nó cột trói. Và đương nhiên bị ảnh hướng bởi Cái Luật Vô Thường ấy để rồi khi Thành, khi Trụ, khi Hoại, khi Không mãi mãi.... Tất cả cũng bởi tại cái Ý Niệm Chấp Thật của chúng ta mà vô tình đi ngược lại với Đạo Pháp! Và vì đi ngược lại với Đạo Pháp nên mới bị Nhân Quả, Nghiệp Báo và Sinh Tử Luân Hồi!

Sở dĩ có vòng Sinh Tử Luân Hồi này là để cho chúng ta trả ân oán, nợ nần cho nhau về tình, về tiền, về danh, về Thân mạng. Nhưng sự vay trả, trả vay không bao giờ đồng đều, nên vòng Luân Hồi Sinh Tử cũng không bao giờ chấm dứt!

Hơn nữa, khi chúng tạ càng muốn sống thì cái chết lại càng gần kề! Khi chúng ta muốn giàu, muốn có tất cả mọi thứ thì khi chết chúng ta lại chẳng còn một cái gì ở trong tay, mà chỉ là Ôm theo một cái Nghiệp hãi hùng.

Nay đã hiểu sơ nguyên nhân của Sinh Tử trôi lăn là cái vô minh Chấp Thật (đã dẫn đến khô đau, phiên não) thì chúng ta chỉ việc không chấp thật nữa, không bám víu vào bất cứ cái gì nữa, từ cái khái niệm riêng cho đến Thân Tâm, Thế Giới, Vũ Trụ Vạn Vật!

Nếu làm được như vậy thì quả đúng là "Bỏ Chấp Trụ tuyệt đối là Tuyệt Đối!"

We value what we have because we think our bodies and the world are real. Since we value these things so deeply, we constantly calculate how to benefit ourselves, our families, our society, and our country.

These self-interested calculations give rise to greed, selfishness, scheming, trickery, jealousy, competition, anger, and even violence. All of this stems from a misunderstanding of the principle of impermanence. Because of impermanence, the world does not truly exist; if it does not , how can we cling to it?

Unfortunately, everyone clings to and holds onto it, so they are all bound by it. Naturally, they are guided by the Law of Impermanence: when something comes into being, it persists, perishes, and is ultimately empty. This all stems from our attachment to reality, which unintentionally contradicts the Dharma. Because it contradicts the Dharma, we become subject to cause and effect, karma, and the cycle of birth and death.

The cycle of birth and death exists for us to repay our debts to one another-debts of love, money, reputation, and life. However, these debts and repayments are never equal, which is why the cycle never ends.

Furthermore, the more we cling to life, the closer death approaches. When we desire wealth and possessions, we ultimately leave this world with nothing but the burden of terrible karma.

Now that we understand that the cycle of birth and death is caused by our mind's ignorance-specifically, the mistaken belief that we and the world are real, which leads to suffering and confusion-we need only to stop believing in this reality and cease clinging to anything: from our concepts to the body and mind, the world, the universe, and all things.

If we can achieve this, then it is indeed true that letting go of absolute attachment is the ultimate truth.

Khi Thân Tâm không còn Trụ Chấp vào bất cứ cái gì nữa thì tự động chúng ta đã phù hợp với cái "Tính Không" cũng là cái Vô Sở Trụ vốn sẵn có của mình. Nó Tuyệt Đối Thanh Tịnh, không hề dính mặc một mảy may những ô nhiễm thương tinh của thế gian, dù băng một mảnh mún của hạt bụi.

Nhưng hãy cẩn thận kẻo khi chúng ta buông bỏ hết mọi sự, mọi vật để không còn bị dính mắc, thì lại đi chấp vào cái "Không Còn Cái Gì Cả", tức là cái Vô Ký Không, thì lại ngược với Phật Pháp! Bởi vì Chân Như Phật Tính" chưa hề rời Thế Gian bao giờ cả vì

Tính là Tướng
Tướng là Tính
theo nghĩa "Sắc/Không" của Bát Nhã Tâm Kinh.

Chú Ý: Nhiều người hiểu lầm nghĩa buông bỏ ở đây là vứt bỏ gia đình, vợ chồng, con cái, tiền tài, danh vọng đi, thì sợ hãi, không dám tu! Nhưng xin thưa rằng tùy hoàn cảnh là Tu Sĩ hay Cư Sĩ, mà buông nhiều hay buông ít. Nghĩa buông bỏ với người Tu Tại Gia chỉ là buông bỏ Cái Tâm, đừng dính mắc vào những thứ ấy mà thôi.

Ghi Chú: Tất cả những danh từ Vô Minh/Trí Tuệ, Có/Không, Thật/Giả, Mê/Ngộ, Đến/Đi, Sướng/Khổ, Cột/Cởi, Giàu/Nghèo, Tương Đối/Tuyệt Đối đều là phương tiện, đều là giả danh.

BỎ CHẤP TRỤ TUYỆT ĐỐI LÀ TUYỆT ĐỐI

Cứ trân quý thân mình vì ngỡ thật ư?
Không hiểu lý nhân duyên, ai không chấp, trụ!
Chấp con cháu, vợ chồng, tổ tiên, đất nước

When the body and mind are no longer attached to anything, we naturally become in harmony with Emptiness, which is our inherent mind that does not cling to anything. It is absolutely pure, untouched by the slightest trace of worldly defilements-not even a speck of dust.

But be careful, because when we let go of everything and become unattached to all things, we may end up clinging to it, the bland emptiness-which contradicts Buddhism. The "True Nature of Buddhahood" has never left the world, because essence and appearance are inseparable; appearance is essence, and essence is appearance, as expressed in the concept of Emptiness the Heart Sutra.

Note: Many people misunderstand the concept of letting go, thinking it means abandoning family, spouse, children, money, or fame. As a result, they become afraid and hesitate to practice. However, I would like to clarify that the extent of letting go depends on the situation and whether you are a monastic or a layperson. For a layperson, letting go primarily means releasing attachment to thoughts in the mind and not clinging to material things.

Note: All the terms-ignorance/wisdom, existence/non-existence, real/false, delusion/enlightenment, coming/going, happiness/suffering, tying/untying, rich/poor, relative/absolute-are merely means, all false names.

ABANDONING ABSOLUTE ATTACHMENT IS ABSOLUTE

You cherish your body because you mistake it for reality. This occurs due to your misunderstanding of the law of cause and effect, which leads you to cling to your body, children,

Trụ người, trụ vật, trụ danh tài ảo hư

Thà chết thôi, ta cứ giữ khư khư
Vì tưởng thật, làm sao không chấp, trụ?
Dù chết rồi, ta còn thương nuối tiếc
Nên đời đời, luẩn quẩn với tâm tư

Không hiểu lý do, sao thoát khỏi ngục tù?
Kiếp kiếp, đời đời, trong mộng ảo phù du
Mãi lăn trôi, vẫy vùng trong biển ái
Bởi si mê trụ chấp, lại chấp tru!

Khi sực tỉnh, biết đời là huyễn hóa
Hiểu lý nhân duyên, nào khác tàn Thu
Thế cho nên, ta quyết kiếm đường tu
Sạch chấp, trụ, là mắt chẳng còn mù!

spouses, ancestors, and country. You also cling to the world, fame, and talent, even though they are all illusions.

Some people, even at the moment of death, still cling to the belief that their body is real. They fail to perceive the true nature of existence, which has nothing substantial to hold onto. Those who die with lingering regrets will continue to wander from one life to the next.

If one does not understand the law of cause and effect, how can they escape from prison?

Those people will live forever in a fleeting dream.

They will forever drift and struggle in the sea of desire because they are deluded and cling to it.

When you awaken, you will realize that life is an illusion. You will understand the law of cause and effect and perceive everything as a late autumn afternoon. Therefore, be determined to find a path of cultivation. Do not cling to anything anymore; only then will your eyes be freed from blindness.

CHÚ Ý TUYỆT ĐỐI LÀ TUYỆT ĐỐI

Phật Pháp là gì? Tuyệt Đối là gì?

Phải chăng nó chỉ là một sự Chú Ý Tột Độ?

Tầm quan trọng của Đơn Tâm, tức là sự Chú Ý trần trụi, được minh họa trong một câu chuyện dật sử sau đây:

Một hôm, trong chúng có người nói với Thiền Sư Ikkyu: "Thưa Thầy, xin Thầy vui lòng viết cho tôi một vài câu châm ngôn về sự khôn ngoan, cao siêu nhất."

Thiền Sư lập tức cầm bút viết: "Chú Ý"

Người đàn ông sững sờ: "Chỉ có thế thôi à?"

Và ông hỏi tiếp: "Thầy có thêm gì nữa không?"

Bấy giờ Thiền Sư Ikkyu viết một mạch hai lần chữ:

"Chú Ý, Chú Ý"

"Hừ !" Người đàn ông tỏ vẻ bực tức và nói:

"Tôi thật không hiểu nổi cái vi diệu thâm sâu trong những gì Thầy vừa mới viết!"

Ikkyu lại viết một mạch ba lần chữ:

"Chú Ý, Chú Ý, Chú Ý."

Nửa giận, nửa dằn, người đàn ông lại hỏi:

- Cái chữ "Chú Ý" ấy, có nghĩa kiểu gì vậy?

Ikkyu dịu dàng đáp:

"Chú Ý, có nghĩa là Chú Ý."

Quả đúng thế! Thiền Sư Ikkyu muốn nhắc nhở chúng ta hãy Chú Ý Tuyệt Đối vào mọi sự mọi việc. Nếu sự Chú Tâm ấy không bị gián đoạn thì coi như việc tu hành đã xong, vì

PAYING ABSOLUTE ATTENTION IS THE STEP INTO THE ABSOLUTE.

What is Dharma? What is the Absolute?

Is it simply extreme attention?

A story from Zen history illustrates the importance of single-minded focus, or naked attention.

One day, someone in the congregation said to Zen Master Ikkyu, "Master, please write me a few maxims of the highest wisdom."

The Zen Master immediately took up his pen and wrote, "Attention."

The man was astonished. "Is that all?"

And he asked, "Do you have anything else to add?"

Then Zen Master Ikkyu wrote the words "Attention, Attention" twice in a row.

"Humph!" The man looked annoyed and said:

"I really don't understand the profound mystery of what you just wrote."

Ikkyu wrote the words:

"Attention, Attention, Attention" three times in a row.

Half angry, half annoyed, the man asked again:

"What does that word 'attention' mean?"

Ikkyu gently replied:

"Attention means attention."

That's right! Zen Master Ikkyu reminds us to pay absolute attention to everything. If that attention remains uninterrupted, the practice is considered complete because absolute attention

"Chú Ý tuyệt đối là "Tuyệt Đối". Nhưng hỏi có mấy ai đã giữ được sự chú tâm tuyệt đối như vậy ngoài những người có công phu thật miên mật với những phương tiện như Thiền, Trì Chú, Niệm Phật, Tham Công Án, Tham Thoại Đầu?

Vì thói quen, chúng ta thường lơ là, đã không có sự Chú Ý, lại còn thích vui chơi với Vọng Tưởng. Do đó đầu óc luôn bận bịu, suy nghĩ lung tung với những Tư Tưởng thiện/ác lăng xăng, lộn xộn suốt ngày, suốt đêm. Vì thế không có lúc nào được thư thái, an lạc cả, mà ngược lại dễ bị căng thẳng, mỏi mệt nên cũng rất dễ cáu kỉnh, giận hờn!

Những cơn sân, chìm hay nổi, đã tạo thành những cơn giông bão. Bởi vậy mà chúng ta có những lời nói vô ý thức, không nhã nhặn! Những hành động dữ dằn gây đau thương, tai hại cho chính bản thân mình, cho những người sống quanh mình, và nhất là những người thân cận sát mình!

Những thói hư tật xấu ấy, do chính chúng ta tự tạo, tự căng thẳng để mau già, mau chết, và hãi hùng hơn nữa là vô tình chúng ta đã tự chiêu cảm cho mình một dòng Nghiệp Báo thiện ác thật là kiên cố, vững chắc mà lại rất bình đẳng, vô tư! Nghiệp Lực này nó cứ âm thầm tính toán giùm những Nhận, những Quả, những Thiện, những Ác mà chúng ta đã gieo trồng thế nào thì nay nó đưa chúng ta vào vòng trả vay, vay trả cũng y như thế ấy! Tất cả mọi Thảm Họa này đều do sự lơ là, không Chú Tâm mà ra cả!

Muốn ra ngoài mọi phiền não, đau thương ấy thì chỉ cần công phu để có sự Chú Tâm.

Những phương tiện được dùng làm công phu để có sự Chú Tâm là:

- Tham Công Án
- Tham Thoại Đầu
- Hay Niệm Phật,
- Bằng con mắt tâm nhận rõ từng hơi thở vào/ra

is, by nature, absolute. However, how many people have been able to maintain such unwavering attention, aside from those who practice diligently using methods such as Zen meditation, mantra recitation, Buddha's name recitation, koan study, and hua tou study?

Out of habit, we are often negligent and inattentive, and we tend to indulge in illusions. As a result, we constantly occupy our minds, dwelling on either positive or negative thoughts throughout the day and night. Consequently, we have no time to relax or attain peace; instead, we become easily stressed and fatigued, which makes us prone to irritation and anger.

Whether the anger subsides or persists, it creates chaos. As a result, we utter unconscious and impolite words. These fierce actions cause pain and harm to ourselves, to those around us, and especially to those closest to us.

We create those bad habits ourselves. We stress ourselves out, causing us to age and die prematurely. Even more terrifying is that we have unintentionally attracted a stream of both advantageous and evil karma-karma that is powerful, substantial, yet perfectly balanced and impartial. This karma silently calculates the consequences for us: the results, the beneficial outcomes, and the evil we have sown. Now, it places us into a cycle of repayment, demanding that we pay back what we owe. Negligence and inattention are the root causes of all these catastrophes.

To overcome all those troubles and pains, we only need to practice concentration.

The methods used to cultivate concentration include contemplating a koan, reflecting on a hua tou, reciting the Buddha's name, or using the mind's eye to observe each inhalation and exhalation.

Nhờ có công phu miên mật, chúng ta sẽ dần dần tiến tới giai đoạn luôn giữ được sự Chú Ý một cách thật Tuyệt Đối trong nhất cử, nhất động. Khi công phu được liên tục không bị gián đoạn là chính mình đang trên con đường tự Giải Thoát cho mình, vì:

Nếu có Chú Ý, chúng ta không thể phát ngôn bừa bãi!

Nếu có Chú Ý, chúng ta không thể hành động dữ dằn!

Nếu có Chú Ý, chúng ta không thể là những chiếc máy vô tri, vô giác!

Nếu có Chú Ý, thì Tâm chúng ta không thể nào bị tán loạn với những Vọng Tưởng vô ích. Trái lại từ tán loạn Tâm sẽ tự trở về Nhất Tâm, rồi vượt cả Vô Tâm lẫn Hữu Tâm.

Cũng là đã thể hiện được cái:

Chú Ý Trần Trụi

Chú Ý Tuyệt Đối

Ghi Chú: Tất cả những danh từ Có/Không, Thiện Ác, Chìm/Nổi, Mê/Ngộ, Tương Đối/Tuyệt Đối, Giông Bão, Đến/Đi, Sướng/Khổ, Giàu/Nghèo, đều là phương tiện, đều là giả danh.

CHÚ Ý TUYỆT ĐỐI LÀ TUYỆT ĐỐI

Muốn buông xả, để đạt cứu cánh tột cùng
Muốn không trụ, danh tài, ái dục mông lung

Muốn bỏ tập khi, đến không còn chi để bỏ

Thì đừng quên chú ý, chú ý mãi không ngừng

Đi, đứng, nằm, ngồi đừng nghĩ mung lung
Ăn, nghỉ, là việc, chú ý tận cùng
Sát na, sát na, việc nhỏ, việc lớn
Vội vã thế nào, chú ý không rung

Thanks to diligent practice, we will gradually progress to the stage of consistently maintaining absolute concentration in every action and movement. When the practice is continuous and uninterrupted, we are on the path to self-liberation.

If we have attention, we must not speak carelessly.

If we have attention, we cannot act violently.

If we have attention, we cannot be mindless, senseless machines!

If we have attention, our mind cannot be scattered by useless delusions. Instead, from a scattered state, the mind will naturally return to a unified focus, surpassing both mindlessness and mindfulness.

This also demonstrates both naked and absolute attention.

Note: All the words-being/non-being, good/evil, sinking/ floating, ignorance/enlightenment, relative/absolute, storm, coming/going, happiness/suffering, rich/poor-are merely means, all false names.

ABSOLUTE ATTENTION IS ABSOLUTE

Do you want to let go and reach the ultimate goal?

Do you want to avoid clinging to fame, wealth, or vague desires?

Do you want to continue the practice until there is nothing left to abandon?

Then don't forget to pay attention-pay attention continuously without stopping.

When walking, standing, lying down, or sitting, do not let your thoughts wander. While eating, resting, or working, pay close attention to every moment, no matter how small or large the task. Regardless of how rushed you are, maintain your

Chú ý nhường ấy, mình ở ngay đây
Ta ở ngay đây, khi nào nói bậy?

Ta ở ngay đây, không sao làm quấy

Ta ở ngay đây, tham sân phải chạy

Rời chú ý ra, ta đã mất ta
Rời chú ý ra, ta chẳng khác ma

Rời chú ý ra, quên đường lạc lối
Rời chú ý ra, Diêm Vương nào tha

Chú ý liên tục, ngày cũng như đêm
Mục đích giải thoát, đã đạt, đã nên
Ta ở ngay đây, từng giây, từng phút
Thôi tu đã xong, Diệu Hữu kề bên

CHÚ Ý LÀ THIỀN

Thiền để nhận ra, cái Vi Diệu Siêu Nhiên
Thiền để nhận ra, từng hơi thở dịu hiền

Thiền không phân biệt hơi dài hay hơi ngắn

Mà Thiền chỉ thường hằng Tự Tại Y Nguyên

Thiên không hòa theo mọi vọng tưởng đảo điên

focus without interruption.

Pay close attention to the current position of your body.

Pay attention to yourself here and now, and you will avoid speaking negatively.

Pay attention to yourself here and now, and you will no longer do harmful things.

Pay attention to yourself here and now, and greed and anger will vanish.

When you lose your attention, you lose yourself.

When you lose your attention, you become no different from a devil.

When you lose your attention, you lose your way.

When you lose attention, the King of Hell will catch you.

Pay continuous attention, day and night, to achieve the goal of liberation.

Pay close attention to yourself at this very moment-every second, every minute. When you do, you will immediately witness the manifestation of a wonderful existence.

PAYING ATTENTION IS MEDITATION

Meditation is a practice for realizing supernatural miracles.

Meditation is the practice of becoming aware of each gentle breath.

Meditation does not differentiate between long and short breaths.

Meditation is the practice of realizing the constant, self-existent originality within.

Meditation does not adhere to irrational delusions.

Thiền không cắt đi những ý niệm làm phiền
Thiền không dõi theo thở sâu, nông hay vô ký

Thiền chỉ lặng lẽ âm thầm nhận biết an nhiên

Meditation does not eliminate disturbing thoughts.

Meditation does not depend on deep, shallow, or neutral breathing.

Meditation simply observes peaceful awareness in silence.

ĐẠO ĐỜI CHẲNG HAI

Nếu không có Đời thì cũng chẳng có Đạo, Đạo Đời không thể tách rời nhau.

"Phật Pháp không rời Thế Gian Pháp"

Bởi thế cho nên chúng ta đi kiếm Đạo ở đâu?

Nếu phải đến tận một nơi nào đó mới có Đạo thì không hợp lý, quá viễn vông và quá xa thực tế!

Đạo tạm gọi là Tính (vô tướng)

Đời tạm gọi là Tướng (tất cả những gì có hình tướng)

Hay:

Đạo tạm gọi là Hư Không (thật ra phải gọi là Chân Không, Tính Không)

Đời tạm gọi là Vũ Trụ, Vạn Vật (có hình tướng)

Trong thực tế chúng ta không thể chối cãi là Vũ Trụ Vạn Vật không thể tách rời Hư Không và Hư Không cũng không thể tách rời Vũ Trụ Vạn Vật.

Hư Không vô biên giới nên Vũ Trụ Vạn Vật cũng vô biên giới.

Vũ Trụ Vạn Vật đã vô biên giới thì Chúng Ta cũng vô biên giới.

Vậy thì quả đúng là:

"Tính Tướng Y Một
Đạo Đời Nhất Như"

THE WAY AND WORLDLY LIFE ARE NOT TWO SEPARATE ENTITIES.

Without secular life, there can be no Way; the Way and worldly life are inseparable.

Buddhism is not separate from worldly Dharma. So, where do we go to find the Way?

If we must go to a specific place to find the Way, it would be unreasonable, overly fanciful, and detached from reality. The Way can be temporarily referred to as the Essence (formless), while secular life can be temporarily called the Form (all things that have form).

Alternatively, the Way can be temporarily referred to as the Void (more accurately, True Emptiness or Emptiness); life can be temporarily called the Universe or All Things (with form). In reality, we cannot deny that the universe and all things are inseparable from the void, and the void is inseparable from the universe and all things.

The Void is boundless, and therefore, the Universe is boundless. Since the universe is boundless, we too are boundless.

So it is true: Essence and Form are one; the Way and Life are one.

Nếu Tính Tướng Đã Y Một, Đạo Đời Nhất Như, thì Đạo Đời tự động quy về Tính Không, Tính Giác hay còn gọi là Pháp Giới Tính. Nếu Đạo Đời là Tính Giác thì nó cũng không thể có cái gì để gọi là một hay hai. Theo như Lăng Nghiêm Kinh nói về "Tính Giác Diệu Minh" thì chúng ta chỉ có thể tạm gọi nó là Pháp Giới Tính. Pháp Giới Tính ấy tự Diệu, tự Minh, tự Thường Hằng, Bất Biến.

Tự Diệu có nghĩa là:
Tự có tác dụng nhiệm mầu
Tự chiếu tỏa cùng khắp, và tự duyên khởi ra các sự vật.
Tự Minh có nghĩa là:
Tự sáng suốt nhận biết về tất cả các sự vật đã duyên khởi hay đang duyên khởi ấy.

Tự Tính chúng ta là Giác. Không phải vô tri như gỗ đá, cỏ cây nên gọi là Tính Giác. Tính Giác thì thường: Tự Tịnh, Tự Định, Tự Diệu, Tự Minh, Tự Chiếu Sáng, và Tính Giác vừa vi diệu, vừa nhiệm mầu này không ngoài Thân Tâm chúng ta và Vũ Trụ Vạn Vật.

ẨN HIỆN TỎ TƯỜNG

Vũ trụ muôn loài quanh chúng ta
Sống động vui tươi lại hài hòa
Trời xanh, mây trắng tô màu sắc.
Hoa lá xum xuê thật mượt mà!

Sinh động mọi loài trông thật lạ
Đất nước núi đồi rộng bao la
Khúc nhạc hòa vang nghe hay quá
Tiếng trong, tiếng đục vạn loài ca...

That is, the Way and Life automatically return to Emptiness, the Essence of Awareness, also known as the Dharma Realm Nature. If the Way and Life are the Essence of Awareness, then they cannot be categorized as one or two. According to the Lankavatara Sutra, which describes the Wonderfully Bright Enlightened Nature, we can only temporarily refer to it as the Dharma Realm Nature. This Dharma Realm's Nature is itself wonderful, bright, constant, and unchanging.

The characteristic of Self-Being-Wonderful is its ability to possess miraculous effects, shine everywhere, and spontaneously give rise to things.

The characteristic of being self-illuminating means that it is inherently radiant and fully aware of all things that have arisen or are currently arising.

Within our being lies awareness. It is not inanimate like wood, stone, grass, or trees; therefore, it is called the Awareness Nature. The Awareness Nature is eternal: it is described as self-pure, self-settled, self-wonderful, self-bright, and self-illuminating. This awareness of Nature, both wondrous and mysterious, is not separate from our body, mind, the universe, or all things.

CLEARLY REVEALED

The universe around us is alive,
joyful, and harmonious.
The blue sky and white clouds add vibrant color.
The lush foliage is so smooth and vibrant!

The living creatures look very strange.
The country of mountains and hills is vast and expansive.
The harmonious music sounds beautiful: clear tones, soft melodies, and the songs of thousands of creatures.

Ríu rít đàn chim bay là là
Khoe mầu bướm lượn đẹp như hoa

Gió lùa muôn lá nghe xào xạc
Cây trái đua nhau vẻ nõn nà

Hiện hữu sức sống từng sát na
Cảnh vật, vạn loài trông óng ả
Hữu dụng cho đời từng chiếc lá
Ẩn, hiện tỏ tường ngay chúng ta

Chirping, flocks of birds fly by.

Displaying their vibrant colors, butterflies flutter as gracefully as flowers.

The wind rustles the leaves.

Fruits compete with one another in their beauty.

Existence reveals its vitality in every moment.

The scenery and all the creatures look shiny.

Useful for life, each leaf is initially hidden and revealed before us.

THẾ GIỚI HÒA BÌNH, NHÂN DÂN AN LẠC

Là người dân ai lại chẳng muốn sống trong cảnh thanh bình, thịnh vượng, không chiến tranh, loạn lạc, cũng không thống khổ vì thiên tai, để được an vui trọn vẹn với gia đình và được đóng góp khả năng, cộng sức của mình mà tô điểm cho đời và cũng là để chẳng hổ thẹn với chính mình là sống không ích quốc, lợi dân!

Là một Vị Lãnh Đạo Quốc Gia đúng nghĩa, thì cũng chỉ muốn chăn dân, trị nước bằng cái trí thông minh, cái hạnh hài hòa, cái Tâm Bình Đẳng, Từ Bi và Đức Độ của mình để đem thanh bình, no ấm cho toàn dân.

Nếu mọi Quốc Gia, Dân Tộc nào cũng như vậy, thì toàn Thế Giới, cả Vũ Trụ này quả là Thiên Đàng, Cực Lạc! Nhưng thực tế trước mắt thì không phải như vậy. Chiến tranh, loạn ly, tranh chấp, xâm chiếm và muốn làm Bá Chủ Toàn Cầu, hầu như ở khắp mọi nơi, mọi Quốc Gia, Dân Tộc. Mà nguyên nhân cũng chỉ vì tham vọng quá nhiều, nên lòng ích kỷ, ghét ghen, ty. hiềm càng ngày càng sâu đậm, để rồi hết chiến tranh lạnh, lại đến chiến tranh nóng không bao giờ ngưng nghỉ...

Nếu muốn trừ khử tận cội gốc của nguyên nhân này, thì chỉ có một con đường là đem Đạo vào Đời. Đó là trách nhiệm của những vị Lãnh Đạo Tinh Thần Chân Chính. Bằng một Trí Tuệ, một Tâm Từ Bi và một khả năng nhìn xa, trông rộng, nhìn thấy được muôn loài chúng sinh vì Vô Minh, tham đăm mà đang tranh giành, dày xéo lẫn nhau, gây tang tóc cho nhau! Dù cho họ có muốn dừng lại, muốn ra khỏi thảm cảnh hãi hùng đó, họ cũng không biết đường lối nào mà ra cả! Nên

WORLD PEACE: PEOPLE FEEL SAFE AND HAPPY.

As citizens, everyone desires to live in peace and prosperity-free from war, chaos, and the suffering caused by natural disasters. They want to be truly happy with their families, contribute their talents and efforts to improve life, and take pride in living for the benefit of their country and fellow citizens.

A true national leader will also seek to guide the people and govern the country with intelligence, harmony, calmness, compassion, and virtue to bring peace and prosperity to all.

If all nations and ethnic groups were like that, the entire world-and the whole universe-would be Heaven, a Paradise! However, the reality before us is quite different. War, chaos, disputes, invasions, and the desire for global hegemony are prevalent in nearly every nation and ethnic group. The root cause is excessive ambition, which breeds selfishness, jealousy, hatred, and deepening resentment. As a result of the Cold War, a continuous state of conflict persists.

If one wishes to eradicate the root cause of this problem, there is only one way: to bring Dharma into the world. This is the responsibility of true spiritual leaders. With wisdom, compassion, and the ability to see broadly and deeply, they recognize that all living beings, driven by ignorance and greed, are fighting and trampling over one another, causing mutual suffering. Even if they desire to stop and escape this terrible tragedy, they do not know the way out. As a result,

họ đành phải điêu đứng, nát tan trong cảnh đau thương ấy!

Họ đang cần những phương thuốc nhiệm màu để chữa trị bệnh Vô Minh, mê đắm đó! Họ đang cần những bàn tay từ bi để hướng dẫn họ ra khỏi những cảnh đọa đầy này.

Giả sử nếu muôn người đều hướng về Chân Lý Tối Thượng là "Chân, Thiện, Mỹ", trong đó có sẵn Từ Bi, Trí Tuệ, Bình Đẳng, Can Đảm, và Hy Sinh, để chúng ta vừa học, vừa hành thì nên tảng Đạo Đức sẽ càng ngày càng vững chắc.

Còn trái lại thì sẽ không bao giờ có được hạnh phúc thật sự. Không bao giờ có được tình thương chân thành, và cũng không bao giờ có được cảnh thanh bình, an lạc vĩnh viễn: vì nên tảng của hạnh phúc chính là Đạo Đức!

Thế cho nên Đạo với Đời không rời nhau được! Đạo với Đời mà hòa nhập được làm một, như "Sóng nhập Nước" thì chân thanh bình, hạnh phúc sẽ hiển bầy ngay trước mắt, và ở ngay trong mỗi chúng ta. Lúc ấy thì thật là đúng Ý Sở Cầu, Ước Nguyện mà chúng ta thường cầu hằng ngày: "Thế Giới Hòa Bình, Nhân Dân An Lạc"

THẾ GIỚI HÒA BÌNH, NHÂN DÂN AN LẠC

Hỡi toàn nhân loại, ôi toàn thế giới!
Buông bỏ hận thù, siết chặt tay nhau
Tránh đi thôi, cảnh tan nát, thương đau
Dân gian quằn quại, tràn đầy nước mắt

Cửa nhà tan tác, đất mẹ tan hoang!
Thế hệ mầm non, đe dọa bàng hoàng
Hủy hoại bạo tàn, gây chi tang tóc?
Hậu sinh thế nào, sao khỏi hoang mang?

they remain devastated and broken in this painful reality.

Living beings need miraculous remedies to cure their ignorance and infatuation. They require compassionate guidance to lead them out of these miserable situations.

Suppose everyone turns toward the Supreme Truth of Truth, Goodness, and Beauty-which already encompasses Compassion, Wisdom, Equality, Courage, and Sacrifice-so that we can both learn and practice these virtues. In that case, the foundation of morality will become increasingly solid.

Otherwise, there will never be true happiness, true love, or eternal peace and joy, because the foundation of happiness is morality.

Therefore, Dharma and life cannot be separated! If Dharma and life can be integrated into one, like waves merging into water, then peace and happiness will appear right before our eyes and within each of us. At that time, it will truly align with the wishes and aspirations we pray for every day: world peace, where people feel safe and happy.

WORLD PEACE: PEOPLE FEEL SAFE AND HAPPY.

Oh, all mankind! Oh, all the world!

Let go of hatred and hold hands tightly.

Avoid the scenes of destruction and pain, where people writhe in tears.

The house is broken, and the motherland is devastated!

The younger generation is facing a crisis.

Destruction and cruelty-what grief do they cause?

How will the descendants be? How can they not be confused?

Cùng giọt nước mắt, cùng máu đỏ đau
Từ bi, hỷ xả, tha thứ cho nhau
Sai trái gì, quyết thề chung giải quyết
Sống sao hài hòa, thương thế hệ mai sau

Không tham, sân, si, dân giàu, nước mạnh

Xót muôn loài, làm sao có chiến tranh?

Trọng người, thương vật, ơn tổ tiên, đất nước

Sao Tâm tuyệt vời như mây trời xanh?

Suối reo vang, ruộng thẳng cánh cò bay

Đầy sức sống, siêu nhiên đến thế này!

Cùng năng lực, cùng vầng trăng rọi chiếu

Thế giới hòa bình, Cực Lạc là đây!

Sharing the same tears and the same red blood, let us live with compassion, joy, and forgiveness toward one another.

Whatever is wrong, we vow to resolve it together.

Live in harmony; love the next generation.

Let us avoid greed, anger, and ignorance so that the people may prosper and the country may grow strong.

If we have compassion for all living beings, how can war exist?

Love people, cherish animals, and be grateful to our ancestors and our country.

Keep your mind as clear and wonderful as the blue sky.

The stream roars, and the fields stretch as far as the eye can see.

The fields are abundant with life and possess a supernatural quality.

Under the same shining moon, everything is filled with the same power.

World peace: paradise is here!

CHÚC XUÂN

Truyền Thống, Phong Tục, Tập Quán vô cùng quan trọng, không thể thiếu trong đời sống Đạo Đức của con người. Những truyền thống và tập tục này đã khá trọn vẹn về cả hai mặt Đời lẫn Đạo. Do đó khi chúng ta theo truyền thống, phong tục là gián tiếp luôn ghi ơn và không bao giờ quên giòng, quên giống, quên cội, quên nguồn, quên huyết thống của gia đình nói riêng, và cội nguồn dòng giông của Đất Nước Việt Nam nói chung. Sâu sắc hơn nữa là chúng ta cũng không quên cội nguồn của Vũ Trụ, Loài Người.

Vì muốn trọn vẹn cả hai mặt Đạo Đời như thế, nên lúc nào chúng ta cũng cố gắng sống sao cho thật Đạo Đức là:

Nhớ Cội, nhớ Nguồn

Có Trên, có Dưới

Có Thủy, có Chung

Có Ơn, có Nghĩa

Có bổn phận, hiếu hạnh, kính trọng, thương yêu và trách nhiệm đối với Tổ Tiên, Ông Bà, Cha Mẹ.

Có bổn phận, trách nhiệm, kính trọng cùng với tình thương yêu chân thật và Lòng Từ Bi, Hỉ Xả với muôn loài, muôn vật.

Có bổn phận đóng góp tài năng, cùng lòng trung thành và trách nhiệm đối với Quốc Gia, Xã Hội v.v...

Vì quá thương yêu, quá kính trọng và quá nhớ ơn chư Phật Tổ, nhớ ơn Tổ Tiên, nhớ ơn Ông Bà, Cha Mẹ, nhớ ơn Gia Đình Huyết Thống, nhớ ơn quý Thầy, quí Cô, nhớ ơn

SPRING GREETINGS

Traditions, customs, and habits are essential and indispensable to the moral life of human beings. These practices are well-established in both secular and spiritual spheres. By following traditions and customs, we express gratitude and honor our lineage, race, roots, origins, and bloodline in particular, as well as the heritage of the Vietnamese nation in general. On a deeper level, we also acknowledge the origins of the universe and humanity.

Because we strive to fulfill both secular and spiritual aspects of life, we always endeavor to live a truly moral life:

Remembering our roots

Respecting the elderly, helping the young

Remaining steadfast in our dealings

Repaying favors, and maintaining loyalty.

Buddhists have the responsibility to uphold filial piety, respect, love, and duty toward their ancestors, grandparents, and parents.

Buddhists have the duty and responsibility to show respect, true love, compassion, joy, and equanimity toward all species and living beings.

Buddhists have a duty to contribute their talents, loyalty, and sense of responsibility to the nation, society, and beyond.

Practicing in this way stems from profound love, deep respect, and immense gratitude toward the Buddhas, ancestors, grandparents, parents, bloodline family, teachers, all species,

muôn loài, muôn vật, nhớ ơn mọi Quốc Gia, Xã Hội, nên lúc nào Chúng ta cũng tu tâm, dưỡng tính hàng ngày để đi sâu vào Đạo Pháp mà trở thành con người tuyệt vời, trọn vẹn chữ Hiếu, trọn vẹn Ân Nghĩa, trọn vẹn Đạo Đời.

Vì quá thương yêu tất cả các ngài như thể, nên chúng ta hằng cầu nguyện cho các ngài hàng ngày, hàng giờ, hàng phút, nhưng đặc biệt hôm nay là ngày Tết, ngày phong tục truyền thống của Người Việt Nam:

Chúng Con xin đỉnh lễ, và cầu chúc: Ông bà Nội Ngoại được dồi dào sức khỏe, tăng phúc, tăng thọ và nguyện cầu cho ông bà tu hành tinh tấn, để tiến tới Chân Lý giải thoát phiền não, sinh tử!

Chúng Con xin đỉnh lễ, và cầu chúc: Cha Mẹ, thân tâm thường lạc, sức khỏe dồi dào, sống lâu trường thọ và nguyện cho cha mẹ tu hành tiến triển để đạt cứu cánh Giải Thoát khổ đau, sinh tử!

Chúng Con xin đỉnh lễ, và cầu chúc: Quý Thầy, quí Cô, quý Ân Nhân đầy đủ sức khỏe, thân tâm an lành và nguyện cho quý ngài mau viên thành Phúc Trí để dìu dắt chúng con trên đường Đời và Đạo.

Chúng Con xin đỉnh lễ, và cầu chúc: Đại gia đình hai bên Nội Ngoại; Chú, Bác, Cô, Dì, Anh, Chị, Em được thật nhiều sức khỏe, mọi sự được hanh thông, vạn sự tốt lành; Nguyện cho đại gia đình, toàn thể quý ngài đều tu hành thật siêng năng để mau ra ngoài mọi mất mát, đau thương của cuộc đời.

Chúng Con xin đỉnh lễ, và cầu chúc: Tất cả các bạn bè, kẻ ân, người oán đều được khỏe mạnh sống lâu, vạn sự tốt đẹp, thành công như ý, và nguyện cho quý ngài tu hành mau Chứng Ngộ để giải thoát mình và giải thoát Chúng Sinh.

all things, and all nations and societies. We must cultivate our mind and character daily to delve deeply into the Dharma and become wonderful individuals-complete with understanding, gratitude, life, and spirituality.

Because we love all of the ancestors mentioned above so much, we pray for them every day, every hour, and every minute-especially today, during Tet, the traditional celebration of the Vietnamese people:

We pay homage and extend our wishes to our grandparents on both sides for optimal health, greater happiness, and increased longevity. We also pray that you continue to practice diligently and progress toward the truth of liberation from suffering, birth, and death.

We pay homage and wish for our parents to have happiness in body and mind, abundant health, and a long life. We also pray that they may practice diligently and progress toward attaining ultimate liberation from suffering, birth, and death.

We pay homage and extend our wishes to the Venerable Monks, Venerable Nuns, and Benefactors for good health, peace of mind, and peace of body. May you swiftly attain blessings and wisdom to guide us on both the path of secular life and spiritual life.

We pay homage and extend our best wishes to the extended family on both sides-uncles, aunts, brothers, sisters, and siblings-for good health, success in all endeavors, and every blessing. May the entire family diligently persevere and swiftly overcome all losses and sorrows in life.

We pay homage and extend our wishes to all-benefactors and adversaries alike-for optimal health and longevity. May all things go well, may you achieve success as you desire, and may you swiftly attain enlightenment in your practice, liberating yourself and all living beings.

Chúng Con xin đỉnh lễ, và cầu chúc: Toàn Thế Giới, toàn Quốc Gia các nước, trong có nước Việt Nam đều được thanh bình, muôn dân được an lạc, và nguyện cho các Quốc Gia, Dân Tộc đều cùng tu hành chân chính, chuyển được tất cả các Nghiệp thiện/ác để Viên Thành Cực Lạc Quốc.

Chúng Con xin đỉnh lễ, và cầu chúc: Cửu Huyền Thất Tổ, muôn loài, muôn vật hữu hình vô hình, hữu tình vô tình, không phân biệt Tôn Giáo, Quốc Gia, Chủng Tộc, Nòi Giống, Người sống được vạn sự Cát Tường, Thân Tâm thường lạc, người quá vãng được siêu sinh. Nguyện cho các ngài đều tu hành thật tinh tấn để chuyển Nghiệp thiện/ác và mau trở lại với Chân Như Tự Tính sẵn có của mình.

Chúng Con xin đỉnh lễ, và cầu chúc: Tất cả các vị Anh Hùng Liệt Sĩ, các Anh Thư, các Chiến Sĩ vô danh hữu danh của toàn thế giới, trong có nước Việt Nam, đã và đang hy sinh cho lý tưởng là bảo vệ an ninh cho Quốc Gia, Dân Tộc. Nguyện chúc người sống được vạn sự an lành, Thân Tâm thường lạc, như ý sở cầu; Nguyện chúc cho các Vị quá vãng đều được siêu sinh, và nguyện chúc các ngài đều sớm tu hành để mau thoát khỏi vòng Sinh Tử Luân Hồi.

We pay homage and wish for peace throughout the world and all nations, including Vietnam. May all people be happy, and may all nations and peoples collectively practice the true path, transforming all good and bad karma to perfect the Pure Land.

We pay homage and offer prayers for nine generations of ancestors, all species, and all living beings-both visible and invisible, sentient and insentient-regardless of religion, country, or race. May the living be blessed with good fortune, and may their body and mind always be joyful. May the deceased be reborn. May you all diligently practice to transform both good and bad karma and swiftly return to your inherent True Nature.

We pay homage and extend our wishes to all heroic martyrs, courageous sisters, and both named and unknown soldiers worldwide, including those from Vietnam, who have sacrificed for the ideal of protecting the security of the nation and its people. May the living remain safe and sound, with their bodies and minds at peace, and may all their wishes be fulfilled. May the deceased be reborn in a peaceful place, and may all of them soon attain liberation from the cycle of birth and death.

CHÚC MỪNG NĂM MỚI

Chúc mừng năm mới
Chúc lành muôn nơi
Hoa nở ngập trời
Nở cả trên môi

Rượu tràn đầy vơi
Rộn rã nói cười
Pháo nổ vang trời
Lòng Xuân phơi phới

Chúc mừng thế giới
Thanh bình vui tươi
Mừng tuổi muôn người
Thân Tâm an lạc

Chùa chùa nhang tỏa
Bánh trái hương hoa
Tấp nập gần xa
Quy về lễ Phật

Dâng lòng thành chân thật
Cầu phúc, thọ, lộc, tài
Cầu mọi sự tiêu tai
Cầu an khang, thịnh vượng

HAPPY NEW YEAR

Happy New Year!
Blessings are everywhere.
There are flowers blooming in the sky.
Blooming on the lips

The wine overflows, leaving the glass empty.
Bustling with laughter
Firecrackers explode in the sky.
Spring is in the air.

Wishing happiness to the world
Peaceful and joyful.
Happy New Year to everyone!
Peace of mind and body.

Temples spread the scent of incense.
Flowers and cakes.
Busy near and far.
Coming to worship the Buddha

Offering a sincere heart
Praying for happiness, longevity, wealth, and prosperity.
Praying for the elimination of all disasters.
Praying for peace and prosperity.

Câu duyên lành run rủi
Cầu cứu khổ ban vui
Cầu chấm dứt ngậm ngùi
Câu buôn may, bán đặt

Xọc xạch tiếng xóc sâm
Qua khói xanh lam 'trầm'
Ngắm nhìn hoa rộ nở
xuân, lúc nào chẳng Xuân

Xuân, Tiết Xuân năm mới
Mới, mới khắp cùng nơi
Đây Thân Tâm người ơi
Chưa bao giờ không mới!

CHÚC MỪNG NĂM MỚI

Thiền Viện Sùng Nghiêm xin trân trọng kính chúc Chư Tôn Hòa Thượng, Chư Thượng Tọa, Đại Đức, Tăng, Ni, quý ngài lãnh đạo các Tôn Giáo, các Cộng Đồng, các Đoàn Thể cùng chư Phật Tử, quý đồng hương trong nước và hải ngoại, cũng như toàn thể đồng bào trên Thế Giới, một năm mới được:

Thân Tâm thường lạc
Vạn sự cát tường
Và cuộc sống luôn an khang, hạnh phúc
Trong cảnh chân thanh bình, an lạc

Nguyện cầu toàn Giác Linh quí vị quá cố, toàn anh linh các Anh Hùng Liệt Sĩ, các Anh Thư vô danh, hữu danh đã hy sinh cho lý tưởng Quốc Gia, Đạo Giáo tự do được đồng tiêu dao Cực Lạc, đồng an nghỉ vĩnh hằng.

Pray for good fortune and luck.
Pray for salvation from suffering and for happiness.
Pray for an end to sorrow.
Pray for success and prosperity in business and trade.

The sound of dice rattling.
Through the deep, blue smoke.
Watching the flowers bloom.
Spring-always spring.

Spring, the Spring Season, and the New Year
New, new everywhere.
Here, my dear body and mind.
Always something new!

HAPPY NEW YEAR

Sùng Nghiêm Zen Monastery respectfully extends its best wishes to the Most Venerables, Bhikkhus, and Bhikkhunis, leaders of religious communities, community associations, Buddhists, compatriots both at home and abroad, and all people worldwide for a new year filled with peace and happiness in body and mind, good fortune in all endeavors, and a life of tranquility, joy, and well-being.

May all departed spirits of the deceased-male and female heroes and martyrs, both named and unknown-who sacrificed for the ideals of the nation and the freedom of religion, be united in the Pure Land and rest in eternal peace.

XUÂN

Xuân tuyệt đối vui tươi
Xuân thanh tịnh, sáng ngời
Xuân, chính Xuân Di Lặc
Xuân hạnh phúc muôn nơi

An lạc mười phương trời
Thanh bình giăng ba cõi
Muôn loài Xuân phơi phới
Xuân, thật Xuân người ơi!

SPRING

Absolutely joyful springtime.
Pure, radiant spring.
Spring, the very spring of Maitreya.
Spring brings happiness everywhere.

There is peace in all ten directions.
Peace spreads across the three realms.
Spring is in full bloom for all living beings.
Spring-truly spring, my people!

ĐÓN XUÂN

Chúng ta đều kính trọng phong tục tập quán để sống hài hòa. Đồng thời phong tục tập quán cũng là những dịp để tỏ lòng chân thành, yêu thương, chia xẻ với nhau mọi vui, buồn trong cuộc sống. Đón Xuân là một trong những tục lệ vui tươi nhất của người Việt Nam. Tục lệ này có rất nhiều sắc thái được phơi bày vừa kín đáo, vừa phô trương, mà chúng ta có thể nhìn thấy quạ mấy ngày Tết. Nó bao gồm tất cả những đạo đức, hiếu hạnh, nề nếp, gia phong, cổ kính, lễ nghi, của từng gia đình nói riêng, và của cả nước nói chung.

Phong tục của những ngày trước Tết, những ngày trong Tết, và những ngày sau Tết đều rất quan trọng! Nhưng đặc biệt là những ngày trước Tết đã làm tất cả mọi người, mọi gia đình, cả làng, cả nước, ai nấy đều lăng xăng, bận rộn tạo nên một khung cảnh nhộn nhịp, vui tươi, háo hức và hân hoan từ nhà tới trường học, trong mọi công sở, nhất là các chợ Tết. Đối với trẻ con thì không còn gì sung sướng hơn, vì chúng sẽ được mặc quần áo mới, chờ những bao tiền lì xì đầy tay, và sẽ được nghỉ học nữa! Trước Tết còn là dịp tốt cho chúng ta mua quà bánh đem biếu xén, còn gọi là "Đi Tết" ông bà, cha mẹ, họ hàng, những người thật thân thiết, và những ai có ân nghĩa với ta.

Để đón Xuân, chúng ta: Lo dọn dẹp lau chùi một cách tỉ mỉ tất cả mọi thứ, đặc biệt là bàn thờ tổ tiên, ông bà, cha mẹ, rồi đến từng phòng, cùng mọi nơi, mọi chỗ, sân trước, sân sau, kể cả những đồ vật như thùng rác đều được sạch sẽ, gọn gàng, tươm tất tuyệt đối để đón Xuân.

WELCOME, SPRING

We all respect customs so we can live in harmony. At the same time, customs provide opportunities to express sincerity and love and to share with one another the joys and sorrows of life. Welcoming spring is one of the most joyful customs of the Vietnamese people. This tradition encompasses many nuances, both subtle and elaborate, which are evident during Tet. It embodies ethics, filial piety, discipline, family traditions, antiquity, and rituals specific to each family, as well as to the entire country.

The customs observed before, during, and after Tet are all crucial. However, the days leading up to Tet are especially significant, as they fill every family, village, and the entire country with bustling activity. This creates a lively, joyful, and eager atmosphere-from homes and schools to offices and especially Tet markets. For children, this time is particularly happy because they are able to wear new clothes, receive lucky money envelopes, and enjoy a day off from school. The period before Tet is also an excellent opportunity to buy gifts and cakes to present to grandparents, parents, relatives, close friends, and those who have been kind and considerate to us-a tradition known as Going Tet.

To welcome spring, we need to clean and meticulously wipe everything-especially the altars of our ancestors, grandparents, and parents. Then, we should clean every room, and space, including the front yard and backyard. Even objects like trash cans must be spotless and well-organized to

Mọi cây kiểng, và mọi thứ hoa trải đặc biệt thuộc ngày Tết, được cắt tỉa thật đẹp, đem trưng bày để trang hoàng khắp mọi nơi, mà đón Xuân.

Quần áo mới của người lớn, và của trẻ con cũng đã được chu toàn, có khi cả mấy tháng trước để mặc trong những ngày Tết.
Đồ ăn, đặc biệt của những ngày Tết như bánh chưng, bánh tét, dưa hành, dưa món, các thứ mứt, kẹo, hạt dưa đỏ, bánh trái đều được làm kỹ càng, mỹ thuật nhất để dành riêng cho những ngày Tết. Không một nhà nào mà không có một vài thứ ấy để đón Xuân, dù là nghèo tới đâu!

Thức uống, và các thứ rượu ngon đã được chuẩn bị từ lâu, các thứ trà được ướp sen, ướp sói, ướp những hoa nào thơm nhất... để uống mừng Xuân mới.
Chúng ta sửa soạn hoàn hảo như thế, để kịp đón năm mới vào đúng mười hai giờ đêm, gọi là "Lễ Đón Giao Thừa" Trên bàn thờ đèn nến sáng trưng, với đầy hoa quả, bánh mứt và một mâm lễ vật thật trịnh trọng được đặt ở ngay trước sân nhà, đề Đón Giao Thừa.

Với quần áo mới tề chỉnh, gia chủ ra sân trước, làm lễ và khấn khứa, "Tiễn Cựu, Nghinh Tân", tức là tiễn năm cũ với mọi xui xẻo đi, và đón năm mới tới, với mọi may mắn, tài lộc bằng năm, bằng mười năm cũ!

Sau Lễ Giao Thừa là Xông Nhà với một vị khách đầu tiên, thật đặc biệt đã được chọn kỹ càng từ trước. Vị này phải có hạnh kiểm tốt nhất, có đức độ, có hạnh phúc, có địa vị, và giàu sang càng tốt. Sở dĩ người xông nhà phải có đầy đủ yếu tố như vậy, là vì chúng ta có quan niệm dựa dẫm vào cái phúc của người ấy, sẽ mang lại may mắn, tài lộc, an lành đến cho

properly welcome spring.

To decorate and welcome the spring season, we must beautifully trim ornamental plants and all kinds of flowers, especially for Tet, and display them everywhere.

We must prepare new clothes for adults and children, sometimes several months in advance, to wear during Tet.

Regarding food, especially for Tet holidays, items such as Chưng cake, Tet cake, pickled onions, pickled vegetables, jams, candies, watermelon seeds, cakes, and fruits must be carefully and artistically prepared to be reserved for Tet. Every household, no matter how poor, has at least a few of these items to welcome the New Year.

Meanwhile, drinks and fine wines have been prepared well in advance. People infuse teas with lotus, wolfberry, and the most fragrant flowers to celebrate the New Year.

We prepare meticulously to welcome the New Year precisely at midnight, during the New Year's Eve Ceremony. On the altar, candles are brightly lit, surrounded by an abundance of fruits, cakes, jams, and a solemn tray of pears and offerings placed directly in front of the house for the ceremony.

Wearing new clothes, the homeowner goes to the front yard to perform a ceremony and pray. This ritual, called off with the old and receiving the new, is about casting off the old year along with all its adverse luck and welcoming the new year with favorable fortune-luck that is said to be equivalent to five or even ten years of the old!

After the New Year's Eve ceremony, there is a special event called the House-Entering Ceremony, featuring a carefully selected first guest. This guest must exemplify the highest standards of conduct, virtue, happiness, status, and ideally, wealth. The reason for choosing such a distinguished individual is the belief that their blessings will bring luck,

mình, và gia đình mình trong năm mới!

Ngày Mùng Một Tết, trước bàn thờ Tổ Tiên, khói hương nghi ngút, hoa trái đủ đầy, cỗ bàn linh đình, chúng ta quỳ lạy trịnh trọng trang nghiêm. Kế đó chúng ta "mừng tuổi" và cầu chúc ông bà, cha mẹ được nhiều sức khỏe, tăng phúc, tăng thọ.

Sau đó, chúng ta mừng tuổi nhau, chúc nhau toàn những điều hay, điều tốt, còn tặng nhau những bao tiền màu đỏ, gọi là "Lì Xì" để lấy hên: Cứ tuân tự lớn trước, bé sau; bé chúc lớn trước, lớn chúc bé sau...

Liền như thế trong ba ngày Tết, chúng ta đi từng nhà để "mừng tuổi", chúc tụng nhau: chúc người lớn, chúc những vị ân nhân, chúc họ hàng, và chúc bạn bè v.v...

Những kiêng kỵ trong những ngày Tết: Không được cãi cọ, không được giận dữ, không được khóc lóc, không được "mặt nặng, mặt nhẹ"... vì nếu lỡ làm thế, thì sẽ bị "xung" suốt năm như vậy!

Không được quét nhà, vì nếu quét rác ra, tức là quét tiền ra hết!

Không được làm đổ vỡ cái gì hết, vì nếu lỡ làm đổ làm vỡ bất cứ cái gì, là suốt năm mọi việc đều bị đổ vỡ, không thành công...

Những mong cầu:

Đi hái lộc đầu Xuân để cầu có tiền vào như nước!

Xin thẻ, xin xăm, bói quẻ để xem năm mới này tốt xấu ra sao?

Chọn giờ tốt để "Khai Bút".

Chọn ngày, giờ tốt đầu Xuân để "khai trương" cửa hàng...

Dựng "cây Nêu" để trừ tà, trừ quỷ!

Đi thập tự, tức đi lễ mười chùa để cầu xin mười nguyện ước, vì tin rằng càng đi lễ nhiều chùa với cùng ý nguyện cầu

fortune, and peace to us and our family in the coming year.

We kneel solemnly in front of the ancestral altar on the first day of Tet, surrounded by billowing incense smoke, abundant flowers and fruits, and a sumptuous feast laid out. Then, we celebrate the new year by wishing our grandparents and parents good health, happiness, and longevity.

After that, we wish each other well and exchange red envelopes of money, called "Li Xi", for good luck. The order is older first, then younger: the younger wishes the older first, followed by the older wishing the younger.

Just like that, during the three days of Tet, we go from house to house to celebrate the new year and offer congratulations to one another: to the elderly, our benefactors, relatives, friends, and others.

Taboos during Tet: Do not argue, become angry, or cry, and avoid being sullied-faced because doing so is believed to bring conflicts throughout the year.

Do not sweep the house, as sweeping out the trash is thought to sweep away all the money.

Do not break anything, since breaking objects is believed to cause failure and misfortune for the entire year.

Wishes:

Some individuals gather the first spring branches in prayer, hoping for a flood of wealth! Some individuals request cards, seek divination, and have their fortune read to determine the favorable or challenging nature of this new year. Some choose an appropriate time to open the pen and write the first words of the year. Some choose a favorable day and time at the beginning of spring, which is crucial for opening a store. Many of us erect a pole to ward off evil spirits and ghosts.

Many people visit ten temples to pray for ten different wishes, believing that the more temples they visit with the

xin ấy, thì sự linh ứng sẽ được mau kết quả.

Nhất là đi lễ Chùa Bà, Chùa Ông thì rất linh thiêng để cầu tài, cầu lộc, cầu thi đỗ, cầu thăng quan tiến chức, cầu khỏe mạnh, cầu giàu có, cầu gặp được đối tượng để thành vợ, thành chồng, cầu tự để xin sinh được con trai, hay xin sinh được con gái...

Phong tục, tập quán qua những ngày "Tết" của người Việt Nam chúng ta đại khái là như thế. Có những cái rất hay, mà cũng có những cái rất dở. Có những cái đáng theo, và cũng có những cái không nên theo.

Chúng ta hòa đồng vui Xuân trong lễ nghi truyền thống, hiếu hạnh, trên/dưới, đạo đức, cốt cách, gia phong, nhớ ơn, đền ân, đáp nghĩa cho nhau....Đó là những cái hay thật tuyệt vời nên gìn giữ.

Còn những phong tục "mê tín dị đoan" thì chẳng nên giữ làm gì:

Những kiêng kỵ vô lý đủ thứ như đã kể ở trên nào là xông nhà, xông đất, nào là không được quét nhà, không được đánh đổ, đánh vỡ ...

Những mong cầu đủ thứ như cầu đánh bạc được, cầu trúng số, cầu thăng chức, cầu tài lộc... Những thứ mong cầu ấy rất khó được, vì mọi sự đã an bài trong Nhân Quả và Nghiệp Báo!

Mời đón Gia Tiên, Cửu Huyền Thất Tổ, Ông Bà, Cha Mẹ về ăn Tết là ngày 30 Tháng Chạp, tức ngày 30 Tết; sau đó đến ngày Mùng 4 Tết là ngày "Hóa Vàng" , cũng là ngày "Tiễn gia tiên" đi! Vậy thì một năm có 365 ngày, mà gia tiên chỉ được về ăn uống có năm ngày Tết! thử hỏi còn 360 ngày kia thì họ bị bỏ đói, bỏ khát hay sao?

Đi hái lộc, cầu tài, cầu thăng chức mà không chịu siêng năng làm việc, thì cũng khó có tài lộc và sự thăng chức, thăng tước!

Cầu thi đỗ mà không chịu học bài thì cũng khó thi đậu lắm!

same wish, the faster it will be fulfilled.

Some visit the Temple of the Lady, the Temple of the War General, and other famous sacred sites to pray for wealth, favorable fortune, success in exams, promotions, health, meeting a life partner, or the blessing of a son or daughter.

Vietnamese people observe a variety of customs and practices during Tet. Some are very positive and worth following, while others are less favorable and should be avoided.

We celebrate spring together through traditional rituals that emphasize filial piety, respect between superiors and subordinates, morality, character, family traditions, gratitude, and mutual support. These are valuable customs that should be preserved.

Regarding superstitious customs, there is no need to observe them. For example, the various unreasonable taboos mentioned above-such as not being the first to enter the house, not sweeping the house, or avoiding guessing or breaking things-are unfounded. Similarly, wishes like hoping to win at gambling, win the lottery, receive a promotion, or gain wealth are difficult to fulfill because everything is governed by cause and effect and karma.

The day to welcome ancestors, grandparents, and parents back to celebrate Tet is December 30th of the lunar calendar. The fourth day of Tet is known as the Day of Burning Gold, which is also the day to send the ancestors away. There are 365 days in a year, but ancestors are believed to return to eat and drink only during the five days of Tet. Does that mean they remain hungry and thirsty for the other 360 days?

If you pick lucky leaves and pray for wealth or a promotion without working diligently, it will be difficult to achieve wealth, a promotion, or rank.

If you pray to pass exams without studying, passing will be challenging.

Coi bói toán là người mắt sáng đi hỏi người mắt mù để xin "đoán" này, "đoán" kia! mà đã gọi là "đoán" thì không biết chắc! còn nếu đã biết chắc, thì cần gì phải "đoán"!

Xin Xăm để xem vận mệnh tốt xấu, hên xui! những quẻ Xâm ấy là do chính con người tạo ra; không phải là những vị Thánh, hay những vị Phật viết ra!

Trong thực tế, số mạng ở ngay trong tay, chúng ta có thể tự tạo nên những Mùa Xuân tươi vui, thanh bình nhất trong đời sống hàng ngày cho chính mình. Nếu chúng ta không làm ác, không nói ác, không thủ đoạn, không lưu manh, không ăn gian, không nói dối, không ích kỷ, không ghét ghen, không tranh đua, không trộm cắp, không sát sinh... thì Thân Tâm lúc nao cung nhẹ nhàng, trong sạch, không có gì phải ân hận, phải nghĩ ngợi, nên đời sống sẽ an lạc từng giây, từng phút và sẽ sống lâu, mạnh khỏe, vui tươi như Tết!

Nếu ngày nào, giây phút nào cũng hiếu hạnh, để ân trả, nghĩa đền, biết ghi ơn muôn loài, muôn vật thì ngày nào chẳng là ngày Tết!

Nhà cửa lúc nào cũng gọn gàng, sạch sẽ, ngăn nắp, vệ sinh thì đúng là:

Nhà sạch thì mát,
Bát sạch thì ngon cơm,
Con sạch thì chóng lớn

Như vậy thì có hạnh phúc, vui tươi như Tết không?

Nếu làm được như vậy thì đúng là chúng ta đang tu hành ở ngay trong đời sống gia đình, ngay trong xã hội, ngay trong Vũ Trụ này, mà chính chúng ta không hề biết là mình đang Tu, cũng là đang tự động có những Mùa Xuân vừa đẹp, vừa vui, vừa hạnh phúc và cũng sẽ được những điều "khó tin nhưng có thật" rất vi diệu, nhiệm mầu là:

Tai nạn và tật bệnh sẽ qua, nặng thì thành nhẹ, nhẹ thì thành hết!

Chết non, chết yểu sẽ được chuyển thành sống lâu, trường thọ!

Fortune telling is like a sighted person asking a blind person to predict the future. If it were genuinely a prediction, you would have certainty-so why speculate?

When you consult fortune-telling cards to learn about your good or bad fate or luck, remember that these fortunes are created by humans; they are not written by saints or Buddhas.

In reality, destiny is in our hands. We can create the most joyful and peaceful spring in our daily lives for ourselves. If we avoid doing evil, speaking ill, scheming, being deceitful, cheating, lying, acting selfishly, harboring hatred, competing destructively, stealing, or killing, then our body and mind will remain light and pure, free from regret and worry. As a result, life will be peaceful every second and every minute, allowing us to live long, healthy, and joyful lives-just like during Tet!

If every day and every moment you practice filial piety, repay kindness, and show gratitude to all living beings, then every day feels like Tet!

Moreover, if your home is always neat, clean, tidy, and hygienic, it is true that a clean house feels refreshing, clean dishes improve food taste, and clean children grow up healthy and strong. In this way, your family will be happy and joyful throughout the year, just like during Tet.

If we can do that, we are truly practicing what is right in our family life, in society, and in the universe-often without even realizing it. As a result, we will naturally experience beautiful, joyful, and cheerful spring seasons, along with incredible, yet real, events that are both miraculous and mysterious.

If you practice in this way, you will notice that accidents and illnesses will diminish; serious conditions will become mild, and minor ones will disappear entirely. Premature death will be replaced by long life and longevity. Misfortune

Xui xẻo được chuyển thành vui tươi, hạnh phúc!

Già cả thành trẻ trung, vì ít lo âu, căng thẳng.

Thân Tâm luôn luôn được thanh tịnh, không bon chen, không lo lắng, không nghĩ ngợi mông lung!

Tóm lại tất cả chỉ là:

"Có Tu Nên Mới Có Chuyển Được Mọi Nghiệp."

Trong Kinh nói rằng "Phiền Não Tức Bồ Đề" là thế đó!

Vậy thì việc gì phải chạy đôn, chạy đáo đi xin, đi cầu, đi lạy, đi van, để bị vướng vào những mê tín dị đoan, mà "tạo nghiệp", lại chẳng được cái gì cả!

will transform into joy and happiness. Old age will feel like youth, as there is less worry and stress. Your body and mind will remain pure-free from competition, anxiety, and unclear thoughts.

Essentially, your practice has the power to transform all karma. The Sutras say that afflictions are Bodhi-that's how it is! If you practice sincerely, you don't need to pray or get caught up in superstitions, create negative karma, and receive nothing in return.

ĐI HÀNH HƯƠNG

Vào những ngày đầu Xuân hay suốt mùa Xuân, người Á Đông chúng ta thường hay tổ chức những buổi đi hành hương thập tự, tức là đi cho đủ mười nơi, đến các chùa, các thiền viện và các tu viện...

Họ đi hành hương thập tự ở loanh quanh trong tỉnh, trong quận là nơi họ đang cư ngụ, hoặc ở những tỉnh lỵ khác, xa hơn tỉnh lỵ của họ một chút, và cũng có khi họ đi hành hương thập tự phải ngủ lại một hay hai đêm, là những nơi khá xa.

Những vị đi hành hương thập tự này tin tưởng rằng càng đi hành hương nhiều nơi khác nhau thì càng tốt. Vì là mười phương linh thiêng thì sẽ linh hiển hơn một phương. Do đó sự cầu nguyện ở mười nơi, ở mười phương như thế thì sẽ được cảm ứng, và mau có sự linh ứng để toại nguyện ước.

Trong khi hành hương, họ cầu khỏe mạnh, cầu phúc, cầu tài, cầu tuổi thọ, cầu thăng chức tước, cầu hết hoạn nạn, cầu mọi may mắn, cầu gặp được đối tượng để nên duyên vợ chồng, cầu tự là câu sinh con trai, hay câu sinh con gái, câu giàu có, câu thi đậu, cầu trúng lô tô v.v... Mọi nguyện cầu này nếu được y sở nguyện, tức là nếu sự cầu mong ấy được thành quả, thì họ sẽ đến để trả lễ.

Cũng có rất nhiều người, và nhất là những người không phải là người Á Đông thì họ có thể đi hành hương bất cứ lúc nào, trong bốn mùa Xuân, Hạ, Thu, Đông... miễn là thuận tiện cho hoàn cảnh của họ.

Những vị đi hành hương này, có nhiều mục đích khác nhau:

Họ đi hành hương, đi thăm các danh lam, thắng cảnh ở

PILGRIMAGE

In early spring or throughout the season, Asians often organize pilgrimages to the ten sacred sites, which include pagodas, Zen monasteries, and other temples.

They visit these ten pagodas either within their province, in their local district, or in neighboring provinces, sometimes traveling beyond their provincial capital. On these pilgrimages, they may need to stay one or two nights in locations that are quite far away.

These pilgrims believe that visiting more places is better because the ten sacred directions are considered more sacred than just one. Therefore, praying in ten different places, each facing a different sacred direction, is believed to elicit a quicker and more favorable response to fulfill their wishes.

While on pilgrimage, they pray for health, blessings, wealth, longevity, promotion, the end of misfortune, good luck, meeting a partner to marry, having a son or daughter, passing exams, winning the lottery, and more. If their prayers come true, they will return to pay their respects.

Many people, especially those who are not Asian, can undertake pilgrimages at any time throughout the four seasons-spring, summer, fall, or winter-as long as it suits their circumstances.

These pilgrims have various purposes:

They go on pilgrimages to visit famous places and scenic

những nhà thờ, những chùa chiên, những thiên viện, những tu viện là những nơi trang nghiêm, thanh tịnh, đ khiến họ cảm thấy tâm hồn nhẹ nhàng, thư thái...

Họ đi hành hương, đi thăm những ngôi nhà thờ, những ngôi chùa, những tu viện, thiền viện... để được xem nhiều lối kiến trúc cổ xưa nổi danh hay lối kiến trúc khác nhau rất lạ mắt của các nước.

Họ đi hành hương, đi thăm để chiêm ngưỡng, để lễ bái và để cầu xin ở những nơi huyền bí hoặc nơi nổi danh về tín ngưỡng, có khi là Chính Pháp, cũng có khi là Tà Pháp.

Có những vị đi hành hương, đi thăm nhiều nơi, ở nhiều nước khác nhau đê chiêm ngưỡng, bởi vì mỗi nước đều có những sắc thái đặc biệt khác nhau về những môn phái. Cũng đôi khi cùng một môn phái, cùng chung một mục đích, nhưng lối tu, lối thờ tự, các nghi lễ, cách tụng niệm và y áo khác nhau.

Có những vị đi hành hương, đi thăm nhiều nơi, ở nhiều nước và nhiều tôn giáo khác nhau là để tham khảo, học hỏi, cho mục đích viết lách.

Có nhiều vị đi hành hương, tìm kiếm đạo pháp thích hợp, để có con đường tâm linh cứu cánh cho mình.

Có nhiều vị đi hành hương đến nơi nào đó, hay ở nước nào đó, vì nơi đó có những buổi "phật thất" hay những buổi "nhiếp tâm" từ hai ngày, năm ngày, bảy ngày, có khi hàng tháng, hàng năm để ở lại đó mà tu hành, hầu mở con mắt Tâm cho mục đích giải thoát sinh tử.

Có nhiều vị đi hành hương đến những nơi phù hợp với pháp môn của mình và muốn được gặp các vị Thầy, Tổ, có đạo pháp thâm sâu, để học hỏi thêm, và nhờ các ngài ấn chứng cho chắc chắn về những sở đắc (sự chứng ngộ) của mình.

Có nhiều vị đi hành hương, mặc dầu họ đã chứng ngộ khả rốt ráo, đã ra hoằng hóa, nhưng vẫn đi hành hương đến nhiều

spots, including churches, temples, and monasteries-solemn and pure places that make them feel light and relaxed.

They go on pilgrimages and visit churches, temples, monasteries, and meditation centers to see many famous ancient architectural styles, as well as unique and diverse architectural designs from different countries.

They go on pilgrimages to admire, worship, and pray at mysterious places or sites renowned for their spiritual significance-sometimes honoring the Righteous Dharma and other times the Evil Dharma.

Some people go on pilgrimages, visiting many places across different countries to admire the unique characteristics each country offers. Each country has its special nuances regarding sects. Sometimes, even within the same sect and with the same purpose, the methods of cultivation, worship, rituals, chanting, and clothing vary.

Some people go on pilgrimages, visiting many places across various countries and religions for reference, learning, or writing purposes.

Many people go on pilgrimages seeking the true Dharma, hoping to locate a spiritual path that will lead to their salvation.

Many people go on pilgrimages to specific places or countries because there are Buddhist retreats or sessions of Contemplating the Mind that last for two days, five days, seven days, and sometimes even months or years. They remain there for the purpose of practicing and opening their minds to achieve liberation from the cycle of birth and death.

Many people go on pilgrimages to places aligned with their Dharma, seeking to meet masters and patriarchs who possess profound understanding. They do so to deepen their knowledge and to have their realizations confirmed.

Many individuals who have attained ultimate enlightenment and actively propagate the Dharma still undertake pilgrimages

nơi, nhiều nước hợp với pháp môn của mình, để học hỏi thêm về mọi lễ nghi, cách tụng niệm, và y áo đê mà tổ chức đạo tràng, và cách tu tập cho "đại chúng" được trang trọng, uy nghi, thích hợp, và hữu hiệu hơn.

Như những mục đích đã kể trên, trong cuộc đời không ít thì nhiều, ai cũng đã từng đi hành hương, nhưng tủy vào nhân duyên và nghiệp quả tốt xấu của từng người, mà có sự an bài đưa đẩy tới chỗ này, chỗ kia, gặp được các minh sư tốt hay gặp các tà sư xấu! Những nhân duyên ấy, những nghiệp tốt xấu ấy, còn gọi là biệt nghiệp đã xui khiến chúng ta tới để cộng nghiệp tốt xấu chung với Thầy, và cả đồng bạn của chúng ta nữa!

Tuy nhiên đừng lo, nếu chúng ta tự thấy chính mình quá nhiệt thành và quá khao khát Chân Lý giải thoát thì cũng tự biết rằng mình đã từng tu nhiều đời, nhiều kiếp rồi, và khi đã có nhân như thế thì phải có quả, nên trước sau gì cũng có những sự nhiệm mầu run rủi đưa chúng ta gặp đúng Thầy, đúng Pháp Môn, đúng nơi, đúng chỗ để chỉ việc tinh tấn, nỗ lực mà tu hành.

Là những người chân tu, không cứ là tu sĩ hay cư sĩ, nếu muốn thật rốt ráo, thì tự mình nên phán xét lấy chính mình, tự mình nên đo lường lấy chính mình, và tự mình nên khắt khe với chính mình để rồi tự nhận một cách chân thật về mình: "À! Thì ra lúc nào ta cũng quá kém cỏi! quá yếu đuối! và quá nhiều tội lỗi..." mà Phật Pháp thì sâu rộng mênh mông, học mãi, hành mãi vẫn thấy mình chẳng biết gì! vẫn là cứ ở bước đầu của người mới học đạo, và chẳng có lúc nào lại không nhận ra là mình:

Chưa cởi mở đủ
Chưa tươi mát đủ
Chưa khiêm cung đủ

to various places and countries significant to their practice. They do so to deepen their understanding of rituals, chanting methods, and the proper robes used to organize Dharma halls, as well as to learn ways to make the practice more solemn, dignified, appropriate, and effective for the masses.

Regarding the purposes mentioned above, more or less everyone has undertaken pilgrimages in life. However, depending on each person's good or bad karma and causes, there is a force that guides us to one place or another, to encounter either good or bad enlightened teachers. These causes-our individual karma-have led us to share both beneficial and negative karma with the teacher and our fellow companions.

However, you need not worry about anything. If you find yourself overly enthusiastic and eager for the truth of liberation, remember that you have practiced for many lifetimes. When such a cause exists, there must be a corresponding result. So, eventually, miraculous coincidences will lead you to the right teacher, the right Dharma door, and the right place-where you will be shown how to be diligent and make a sincere effort in your practice.

As true practitioners, whether monks or laypeople, if you want to be thorough, you should judge yourself, measure yourself, and be strict with yourself so that you can honestly admit, "Ah! It turns out I've always been so incompetent, so weak, and so sinful..." Yet the Dharma is so profound and vast that no matter how much I study and practice, I still feel like I know nothing!

When you have practiced for a long time but still find yourself at the beginning stage of a new practitioner, unable to perceive the Dharma in your heart, it may be because you

Chưa tinh tấn đủ
Chưa kiên trì, nhẫn nhịn đủ
Chưa hy sinh, can đảm đủ
Chưa tròn trách nhiệm và nhiệm vụ đủ
Chưa bố thí thân tâm đủ
Chưa từ bi đủ
Chưa đạo đức đủ
Chưa buông xả hết mọi tập khí đủ
Chưa biện tài đủ
Chưa uy nghi đủ
Chưa thông suốt đủ...

Tóm lại, việc đi hành hương từ nông đến sâu, từ nghĩa hẹp tới nghĩa rộng là như thế! Nhưng dù chúng ta có đi hành hương mãi hết đời này, sang đời khác chăng nữa, thì cũng có một lúc nào đó được đầy đủ duyên lành, để được dừng lại mà không còn phải đi đâu, cũng chẳng phải về đâu nữa. Đó là lúc chúng ta đã biết hành hương bằng cách tự đã quy, tức là tự đã biết hướng vào nội tâm của chính mình, để rồi tự nhận ra được "Chân Như, Phật Tính" vốn sẵn có của mình ở kề kề ngay đầu mũi! "Chân Tính" này không thiếu, không dư, không sang, không hèn, không đi, không về, và không sinh, không tử, phúc trí vẹn toàn.

Được như vậy là chúng ta khỏi phải hướng ngoại tìm cầu, không còn phải đi cầu đông, cầu tây, cầu mười phương thập tự ở khắp mọi nơi, khắp mọi nước nữa! Và coi như cuộc hành hương tự động đã hoàn toàn viên mãn.

are not open enough, not fresh enough, not humble enough, not diligent enough, not persistent and patient enough, not courageous and self-sacrificing enough, not fulfilling your responsibilities and duties sufficiently, not giving your body and mind enough, not compassionate enough, not virtuous enough, not letting go of all your habits enough, not eloquent enough, not dignified enough, or not clear enough.

In short, the pilgrimage from the shallow to the deep, from the narrow to the broad, is just like that! However, even if we continue this pilgrimage forever-from this life to the next-there will come a time when we have accumulated enough good fortune to stop, neither needing to go anywhere nor return anywhere. At that point, we learn to embark on a pilgrimage by seeking refuge within ourselves, a process known as introspection, and subsequently recognize our own True Nature, the Buddha Nature that is innately present within us. This True Nature is inherently without deficiency or excess, without nobility or baseness, without going or returning, and without birth or death, embodying complete blessings and wisdom.

If we can achieve that, we will no longer need to look outward in search, nor will we have to travel east or west to beg-in all ten directions and at temples everywhere, across all countries. We can then consider the pilgrimage fully complete.

ĐI HÀNH HƯƠNG

Đầu xuân đi hành hương
Nhộn nhịp vui lạ thường
Người chen hoa muôn sắc
Tà áo màu vấn vương

Đi mười chùa hành hương
Lòng háo hức khôn lường
Cầu thật nhiều năm mới
Cho em gặp người thương

Cho mẹ cha thọ trường
Cho giàu sang chung hưởng
Cho muôn người hạnh phúc
Cho rũ sạch tai ương

Qua làn khói trầm hương
Phật vẫn nét xả buông
Đấng đại bi, đại giác
Bình thản đang làm gương

Chợt lòng em chùng xuống
Ngấn lệ vương như sương
Thề kiên trì theo gót
Đấng chan hòa thái dương

Em học hạnh xả buông
Từ bi trong mọi đường
Thanh tịnh tâm tuyệt đối
Em khác gì hoa hương

PILGRIMAGE

Early in the spring, I went on a pilgrimage.
Unusually busy and joyful
People jostle among colorful flowers.
The colorful dress lingers in the memory.

Going on a pilgrimage to ten temples,
my heart was filled with excitement as
I prayed fervently that in the new year,
I would meet my lover.

I pray for my parents to live long lives,
for my family to enjoy wealth together,
for everyone to be happy, and
for all disasters to be averted.

Through the smoke of incense,
Buddha still bears the mark of letting go.
Great compassion, great enlightenment.
Calmly setting an example.

Suddenly, my heart sank.
Tears fell like dew.
I vowed to follow the Buddha for countless lifetimes.
The One Who Shines Like the Sun

I am learning to let go.
I am striving to be compassionate in every aspect of my life.
I strive to maintain a pure mind.
My life is like flowers and their fragrance.

Ngân nhẹ nghe hồi chuông
Còn gì đâu vô thường
Động tịnh cùng nghe thế

Hành hương hòa muôn phương

Gently listen to the ringing bell.

Nothing is permanent.

Movement and stillness coexist-please take a moment to listen to this.

Pilgrimage in All Directions

LỄ TẠ ƠN

Trong cuộc đời của một con người, chẳng ai lại không phải trải qua những dâu bể thường tình là những đắng cay, ngọt bùi, sướng khổ, yêu ghét, được thua, mất còn, oán ân.

Và đã là con người, thì ai cũng có những cá tính thiện/ác. Ác nhiều là người vô luân thường, vô đạo đức, không cần biết đến việc hiếu hạnh, ân trả, nghĩa đền mà chỉ biết hận thù, ích kỷ, ghét ghen, thủ đoạn, ác độc để rồi lấy oán để trả ân.

Trái lại người có cá tính thiện nhiều thì lấy ân để đền oán và ngày nào, giây phút nào của họ cũng là hiếu hạnh, là đền ơn, là đáp nghĩa. Hay nói một cách khác với những thiện nhân này thì giây phút nào chẳng là Lễ Vu Lan, là Lễ Tạ Ơn và cũng là Lễ Bố Thí Cúng Dường.

Vì cuộc đời tương đối với hai mặt thiện/ác của con người như thế, cho nên chúng ta mới có những:

Thánh nhân ra đời với bao điều đạo lý được đặt ra và nhiều điều lệ được dựng lên cùng những truyền thống để nhắc nhở, dạy dỗ, và hướng thiện con người.

Các vị Bồ Tát, Phật, Tổ thị hiện với những kho tàng Bảo Pháp sâu rộng mênh mông, không ngoài việc thức tỉnh muôn loài ra khỏi si mê, chìm đăm trong tương đối thiện/ác, sinh/tử ấy.

Do những truyền thống đã được đặt ra, cho nên mới có những buổi lễ lạy hàng năm. Tuy danh từ của các buổi lễ có

THANKSGIVING

In life, everyone experiences the usual ups and downs-bitterness and sweetness, happiness and suffering, love and hate, gain and loss, loss and gain, resentment and favor.

As humans, everyone possesses both beneficial and evil traits. The most malevolent individuals are those who are immoral and unethical, who disregard filial piety, fail to repay favors or kindness, and instead harbor hatred, selfishness, jealousy, scheming, and cruelty-repaying kindness with resentment.

People who possess great kindness respond to hatred with compassion. Every day and every moment of their lives is dedicated to filial piety, gratitude, and repayment. In other words, for these good-hearted individuals, every moment is like the Vu Lan Festival, Thanksgiving, and the Almsgiving Festival.

Because life is relative to the duality of righteousness and evil within humans, saints are born with many moral principles and established rules, along with traditions designed to remind, teach, and guide people to do what is right. Similarly, Bodhisattvas, Buddhas, and Patriarchs appear with vast and profound treasures of Dharma, aiming to awaken all beings from the smoke of ignorance-those trapped in the cycle of relative good and evil, birth and death.

Due to established traditions, annual ceremonies are held. Although the names of these ceremonies differ-such as the Vu

khác nhau nhưng chúng lại đồng nghĩa và đồng lý như nhau, nên dù là Lễ Vu Lan, Lễ Tạ Ơn hay Lễ Bố Thí Cúng Dường cũng vẫn chỉ là một! Tại sao "Bố Thí Cúng Dường" lại đồng nghĩa với "Lễ Tạ Ơn"? Vì bất cứ một buổi lễ nào mà không có vật dụng để dâng lên cúng dường thì làm sao mà thành một buổi lễ cho được?

Điều quan trọng là khi thi hành mà không chận chính, hoặc làm ngược lại với ý nghĩa của nó thì kết quả chẳng được gì mà còn tạo thêm tội lỗi, và sẽ không sao tránh khỏi nghiệp báo. Do lẽ đó trước khi hành động một việc gì dù nhỏ, dù lớn chúng ta nên suy nghĩ cho chín chắn, hiểu cho tường tận để không ân hận và để tránh được những hậu quả vô lý vì sự vô ý thức của chính mình.

Đã gọi là Lễ Tạ Ơn thì đương nhiên phải làm sao cho đúng với tinh thần, là thể hiện được đúng nghĩa về cả lý lẫn sự của nó.

Tạ ơn có muôn ngàn cách, nhưng với cách nào cũng nên tròn đầy, trong sáng như vầng trăng tròn cho từng môi trường, từng hoàn cảnh cũng như sự liên hệ của ta và đối tượng với ta.

Với cách tạ ơn vẹn toàn, sáng đẹp như thế, thì dĩ nhiên không thể nào ra ngoài được sự kính trọng, chân thành, từ bi, bình đẳng và khiêm cung. Đó là cách tạ ơn có trí tuệ.

Ngược lại, tạ ơn với sự vô ý thức như mua bán đổi chác, tạ ơn với hành vi khoe khoang tự đắc, tạ ơn cho có lệ vì bổn phận, tạ ơn với vẻ coi thường, coi khinh, tạ ơn làm đau lòng người, tạ ơn làm tổn thương người và vật, thậm chí tạ ơn bằng sự sát hại, là lấy mạng chúng sinh để mà tạ ơn nhau như ngày Lễ Tạ Ơn hàng năm.

Hỏi còn gì mia mai và đau xót hơn cho cái ý nghĩa của Lễ Tạ Ơn này? Thật là một hành động dã man, vô nhân đạo,

Lan Ceremony, Thanksgiving Ceremony, or Alms Offering Ceremony-they are synonymous and share the same meaning. Why is the Alms Offering Ceremony considered synonymous with the Thanksgiving Ceremony? Offerings are essential for a ceremony to be authentic.

The important point is that when performing a ritual with an unwholesome mind or acting contrary to its intended meaning, the result will be the creation of more negative karma, and there will be no way to avoid karmic retribution. Therefore, before undertaking any action, whether small or significant, we should think carefully and understand thoroughly to avoid regret and prevent unreasonable consequences caused by our unconsciousness.

Since it is called Thanksgiving, it must be observed in accordance with its true spirit, which is to express the genuine meaning behind both its principles and its actions.

There are thousands of ways to give thanks, but each should be as full and bright as the full moon, reflecting the environment, the circumstances, and the relationship between us and the object of our gratitude.

With such a complete and beautiful way of giving thanks, it must naturally be accompanied by respect, sincerity, compassion, equanimity, and humility. This is the true way of expressing gratitude with wisdom.

On the contrary, expressing gratitude unconsciously-like a routine transaction-or giving thanks with boastful behavior, perfunctorily out of obligation, with contempt or disdain, or in ways that hurt people's feelings or harm others and things, even giving thanks through violence, is akin to taking the lives of living beings to offer thanks to one another, as if on Thanksgiving every year.

What could be more ironic and painful than the true meaning of Thanksgiving? Such barbaric, inhumane,

vô đạo đức và hoàn toàn vô minh. Cho nên với bất cứ ai đã lỡ có những hành động quái ác đó thì đều cần được học hỏi rất nhiều để cải tà quy chính mà trở thành thiện nhân, biết Thương Người Như Thương Mình, biết trân quý, thương xót và biết ơn muộn loài, muôn vật, vì sự sống còn của chúng ta không thể thiếu sự liên hệ mật thiết với vũ trụ vạn vật được!

Tại sao chúng ta lại thiếu suy tư, không chịu đặt địa vị của chính mình vào địa vị những vị: heo, bò, gà, vịt... nhất là triệu, triệu những vị gà tây đã và đang bị giết hại một cách dã man, đau đớn, thông khô vô cùng tận không bút nào tả xiết!

Ai ai cũng đều muốn sống và trận quý thân mạng của chính mình, không muốn những nước mắt, đớn đau, chết chóc thì mọi sinh vật cũng muôn y như chúng ta vậy. Họ không muốn chết, ngay ca những sinh vật nhỏ bé nhât như những con sâu, cái kiến. Chúng ta được làm loài người thông minh hơn họ nên đã ăn hiếp, bắt nạt, đem thân mạng của họ ra mua bán, đổi chác và giết hại đề thủ lợi cho mình, mà quên đi sự xin phép xem họ có bằng lòng hay không?

Sự việc ác độc sát sinh này làm rúng động đất trời! Ai gieo gió thì phải gặt bão. Ai tạo nghiệp nào thì sẽ tự chiêu cảm để thọ lãnh nghiệp quả nấy! Còn nếu không muốn những nghiệp báo sinh tử đó nữa, thì lại cũng phải chính chúng ta tự cứu chúng ta bằng cách sám hối, thề bồi xin ngưng, không còn bao giờ làm những hành động vô minh điên đảo, tội lỗi ấy nữa.

Tóm lại như đã nói ở trên, Lễ Vu Lan, Lễ Tạ Ơn, Lễ Bố Thí Cúng Dường có muôn ngàn cách. Trừ những cách quá vô minh như giết hại loài vật, còn ngoài ra tùy hoàn cảnh, dùng cách nào chăng nữa mà đều bằng một cái Tâm kính cẩn, chân thành, khiêm cung, tinh khiết thì những vật dụng được dùng để tạ ơn ấy dù là vật chất hay tinh thần cũng đều đã đầy đủ ý nghĩa. Miễn sao chúng ta đừng có ý niệm trụ chấp trong việc tạ ơn là đem so sánh các món vật dụng đang

immoral, and completely ignorant acts are deeply troubling. Therefore, anyone who has committed such cruelty needs to learn and grow in order to reform and become a better person-to understand how to love others as you love yourself, to appreciate, show mercy, and be grateful to all living beings. Our survival depends on a close connection with the universe and all forms of life.

Why are we so thoughtless, refusing to put ourselves in the shoes of animals like pigs, cows, chickens, ducks, and especially the millions of turkeys that have been-and continue to be-brutally, painfully, and endlessly slaughtered beyond description?

Everyone wants to live and cherish their lives, avoiding tears, pain, and death. All living beings share this desire, just like us. Even the smallest creatures, such as worms and ants, do not want to die. As humans, who are more intelligent than these creatures, we often exploit them-we bully, buy, sell, trade, and kill them for our benefit, without considering their consent or whether they agree.

This cruel act of killing shook heaven and earth! Whoever sows the wind will reap the whirlwind. Those who create karma will inevitably attract its consequences. If we no longer wish to suffer the karmic consequences of birth and death, we must save ourselves by repenting, vowing to stop, and never again committing such ignorant, reckless, and sinful acts.

In summary, as mentioned above, there are countless ways to perform the Vu Lan Ceremony, Thanksgiving Ceremony, and Alms Giving Ceremony. Except for extremely ignorant practices, such as killing animals, the method used is less important than the intention behind it. Regardless of the approach, if the ceremony is conducted with respect, sincerity, humility, and a pure heart, the offerings-whether material or spiritual-are imbued with deep meaning. As long as we avoid

được dùng để làm Lễ ấy, là to hay nhỏ, nhiều hay ít, quý giá hay vô giá, sang trọng hay nghèo nàn... Đừng phân biệt, cũng đừng so sánh gì cả, thì việc tạ ơn sẽ tự Vô Ngã và tự "Ba La Mật", là cái phúc báu cùng khắp hư không. Phúc báu vô lậu này dù không cầu mong nó vẫn cứ tự động đến với chúng ta. Đó quả là một sự bình đẳng tuyệt vời, và cũng là sự vi diệu thâm sâu của Chân Lý!

Vậy thì tất cả những ai có những tấm lòng chân thành, thanh tịnh nhưng ở trong cảnh bần hàn cũng không còn bị tự ti mặc cảm với những món quà đơn sơ được dùng trong những buổi Lễ Tạ Ơn như một nén nhang, một đóa hoa, một đỉnh lễ, thậm chí một ánh mắt hay một nụ cười thôi, cũng là đã quá đầy đủ không còn một sơ hở nào để phải áy náy nữa.

Hôm nay:

- Bằng một nén Tâm Hương cũng là một đóa hoa Tâm chúng con xin kính dâng lên Chư Phật Tổ, Chứ Bồ Tát, Chư Hiền Thánh Tăng để tạ ơn.

- Bằng một nén Tâm Hương cũng là một đóa hoa Tâm chúng con xin kính dâng lên Tổ Tiên, Ông Bà, Cha Mẹ, Cửu Huyền Thất Tổ, cùng các vị Thầy, các vị Thiện Tri Thức để tạ ơn.
- Bằng một nén Tâm Hương cũng là một đóa hoa Tâm chúng con xin kính dâng lên đôi giòng họ hàng Nội Ngoại, bạn bè thân sơ, kẻ ân người oán để tạ ơn.

- Bằng một nén Tâm Hương cũng là một đóa hoa Tâm chúng con xin kính dâng lên các vị anh hùng, liệt sĩ, các vị chiến sĩ vô danh, các vị anh thư đã hi sinh cho lý tưởng quốc gia dân tộc để tạ ơn.

- Bằng một nén Tâm Hương cũng là một đóa hoa Tâm chúng con xin kính dâng lên muôn loài, muôn vật hữu

clinging to comparisons of the offerings-whether they are large or small, many or few, precious or humble, luxurious or simple-and refrain from discrimination or judgment, the act of giving thanks will naturally be selfless and embody Paramita, a blessing that permeates the entire universe. This unconditional blessing will come to us effortlessly, even without asking. Such generosity is truly a wonderful quality and a profound manifestation of truth!

All those with sincere and pure hearts living in poverty will no longer feel self-conscious about simple gifts used in Thanksgiving ceremonies-such as a stick of incense, a flower, a bow, or even a look or a smile. These gestures are more than enough and leave no room for guilt.

Today:

- With a stick of incense, which is also a flower of the Heart, we respectfully offer it to the Buddhas, Bodhisattvas, and the Noble Sangha to express our gratitude.
- With a stick of incense, which is also a flower of the Heart, we respectfully offer it to our ancestors, grandparents, parents, nine generations of ancestors, teachers, and good and wise friends to express our gratitude.
- With a stick of incense, which is also a flower of the heart, we respectfully offer it to our paternal and maternal relatives and close and distant friends, both kind and hateful, to express our gratitude.
- With a stick of incense, which is also a flower of the heart, we respectfully offer it to the heroes, martyrs, unknown soldiers, and heroic women who sacrificed for the ideals of the nation and its people, to express our gratitude.
- With a stick of incense, which is also a flower of the heart, we respectfully offer it to all living beings-

tình, vô tình, hữu hình, vô hình để tạ ơn.

- Bằng một nén Tâm Hương cũng là một đóa Hoa Tâm chúng con xin kính dâng lên để tạ ơn các vị súc sinh heo, bo, ga, vịt... nhất là các vị gà tây đã và đang hi sinh, bố thí mạng sống của mình để nuôi mạng sống chúng sinh trong suốt mùa Lễ Tạ Ơn, kéo dài đến Lễ Giáng Sinh và Tết Tây...
- Bằng một nén Tâm Hương cũng là một đóa Hoa Tâm chúng con xin tạ ơn và nguyện cho toàn thể chư vị quá vãng, không phân biệt tôn giáo, chủng tộc, nòi giống, là người hay vật của quá khứ, hiện tại, vị lai đều được siêu sinh.

- Bằng một nén Tâm Hương cũng là một đóa Hoa Tâm chúng con xin tạ ơn và nguyện cho toàn thể chư vị hiện tiền được sức khỏe dồi dào, thân tâm thường lạc, tinh tấn tu hành để tiến tới Chân Thiện Mỹ.

LỄ TẠ ƠN

Chẳng gì so sánh, chẳng gì hơn
Là Lễ Vu Lan và lễ Tạ Ơn
Danh từ tuy khác, nhưng đồng nghĩa
Cao đẹp tuyệt vời, Ôi! Lễ Tạ Ơn

Cảm động làm sao, cùng khắp nơi nơi
Xa cách ngần nào cũng cố về thôi
Cháu, con, mẹ, cha, gia đình chờ đợi
Xum họp cùng cầu, đáp Lễ Tạ Ơn

sentient and insentient, visible and invisible-to express our gratitude.

- With a stick of incense, which is also a flower of the Heart, we respectfully offer it to give thanks to the pigs, cows, chickens, ducks-especially the turkeys-who have sacrificed and given their lives to nourish living beings throughout the Thanksgiving season, lasting until Christmas and New Year's Day.
- With a stick of Heart Incense, which is also a Heart Flower, we would like to express our gratitude and offer prayers for all the deceased-regardless of religion, race, or ethnicity, whether they are people or things from the past, present, or future-wishing for their rebirth.
- With a stick of Heart Incense, which is also a Heart Flower, we would like to express our gratitude and pray for the health and happiness of all living beings. May everyone enjoy abundant physical and mental well-being and diligently strive to progress toward truth, goodness, and beauty.

THANKSGIVING

Nothing compares; nothing is better.
Vu Lan Festival and Thanksgiving Festival
Different nouns, but synonymous.
How beautiful the Thanksgiving Festival is!

How touching it is, everywhere.
No matter how far away you are, always try to come back.
Grandchildren, children, mother, father-family waits.
Gathering together to pray and give thanks.

Ngày ấy rất linh thiêng, hỏi ai không tu phúc?

Tạ ơn trời, người, Thượng Đế Ngài đang ban nguyện ước
Tạ ơn muôn loài, muôn vật, đất đá, cỏ cây

Tạ ơn cha mẹ, tổ tiên, ân sư, đất nước....

Nhưng chẳng chờ chi đến ngày Lễ Tạ Ơn
Mà sát na, giây phút đều làm vẫn hơn
Dù ở nơi nao, chỗ nào ta đều ghi ân như thế
Cũng đừng sát hại sinh vật quá nhiều
Đấy là tột nghĩa của Lễ Tạ Ơn

LỄ TẠ ƠN BẰNG GÀ TÂY

Dùng thân mạng của những vị Gà Tây vô tội
Để Tạ Ơn nhau, tạ đất, tạ trời

Tạ bằng mạng sống với máu đỏ, thịt rơi

Của những chú gà đơn côi và yếu đuối

Lưỡi dao cứa cổ, ôi! Địa ngục là đây
Xô vào: Phòng hơi ngạt, thôi rồi! Thân phận Gà Tây

Mặc ai dãy dụa, mặc ai đớn đau, hận uất!
Mặc ai than van, mặc ai nước mắt vơi đầy!

Ôi hãi hùng! Chẳng bút nào mà tả xiết
Ôi kinh hoàng! Nếu ta là địa vị Gà Tây
Địa ngục nơi đâu? Hay chính tại nơi đây
Ai đem:

That day is very sacred; everyone wishes to cultivate blessings.
Thank heaven, people-God is granting wishes.
Thank all species and all things: the earth, rocks, grass, and trees.
Thank your parents, ancestors, teachers, and country.

But don't wait until Thanksgiving.
Every moment is better than the last.
Wherever we are, we are grateful.
Also, don't kill too many creatures.
That is the true meaning of Thanksgiving.

THANKSGIVING WITH TURKEYS

Using the lives of innocent turkeys
To express gratitude to one another, to the earth, and to the sky.
Thanking the river for its life, nourished by red blood and fallen flesh.
Of lonely and weak chickens.

The knife cuts the throat-oh! Hell is here.
Being shoved into a gas chamber means it's over-Turkey's fate is sealed.
Let anyone struggle, suffer, or resent!
Let anyone lament; let anyone shed tears!

Oh, horror! No pen can describe it.
Oh, horror! Imagine yourself in the role of a turkey.
Where is Hell? Or is it right here?
Who will shed blood and flesh to repay kindness and

Máu đổ, thịt rơi mà ân đền, nghĩa trả!

Muôn loài vật, chẳng một ai không muốn sống
Chẳng có một ai mà muốn dâng mạng cho ai
Ỷ mạnh, hiếp yếu, hành động ấy thật sai
Vì: "Sức Sống Bình Đẳng" vốn ngay trong muôn loài

Sự thật muôn đời, vẫn cứ là sự thật
Ai làm nấy chịu, tội lỗi ngập trời này
Dùng mạng thân ai, đem đền tạ thật chẳng hay
Ác độc nhường ấy, hỏi trời nào dám chứng?

.
Nền tảng Đạo Đức là chân của hạnh phúc
Chân thật, hợp lý là nghĩa của sự đền ơn
Đem của, công mình hiến tặng tuyệt diệu hơn
Của người, phúc ta làm sao mà phải "Đạo"

ĂN CHAY

Từ bi thương yêu em ăn chay
Để súc sinh đỡ cảnh đọa đầy
Dẫy dụa, thất thanh vì đổ máu
Than khóc, kinh hoàng nào ai hay!

Từ bi thương yêu em ăn chay
Để: Miệng không tanh, vấy máu vơi đầy

Bao tử không là mồ chôn gia súc
Thân tâm này thanh tịnh tuyệt vời thay

Từ bi thương yêu em ăn chay
Để thôi đi bao kiếp đọa đầy

gratitude?

All living things want to survive.
No one wants to dedicate their life to another person.
Relying on the strong to bully the weak is wrong.
All living things possess equal vitality.

The eternal truth remains unchanged.
Each person must bear the consequences; this sin is grave.
Using one's life to make reparation is not advisable.
Such cruelty-how can heaven accept it?

Morality is the foundation of happiness.
Truthfulness and reason are the essence of gratitude.
Giving your own wealth and merit is even more wonderful.
Let us handle others' wealth and our own blessings in accordance with moral principles.

VEGETARIAN

Compassionately loving, I chose to become a vegetarian.
To save animals from suffering.
Struggling and screaming amidst the bloodshed
Crying and terrified, with no one knowing why.

Compassionately loving, I chose to become a vegetarian.
So that my mouth does not rot or become stained with blood.
My stomach is not a cattle graveyard.
How wonderful is this pure body and mind.

Compassionately loving, I chose to become a vegetarian.
To end suffering across many lifetimes.

Thân mạng trả vay bằng xương máu
Lục Đạo luân hồi bao đắng cay

Life is repaid with blood and bone.
The six realms of reincarnation are filled with suffering.

CHA

Tất cả mọi người chúng ta ở thế gian này, chẳng ai là không có Cha Mẹ, cũng chẳng ai lại không biết có Cha Mẹ mới có mình, và công ơn Cha Mẹ thật cao rộng như trời biển.

Nay chúng ta thử đem so sánh công lạo giữa người Cha và người Mẹ, xem ai cho chúng ta những hy sinh, xương máu và sức lực nhiều hơn?

Xin thưa ngay rằng: "Không một ai có thể so sánh cái công lao trời biển, không ngần mé này, hỏi cái nào cao rộng hơn cái nào? Vì cả Cha lẫn Mẹ đều đã cho chúng ta hết tất cả những gì Quý Ngài có trong cuộc đời của họ. Vâng, Cha Mẹ đã cho và cho đến không còn gì để cho nữa; Cho một cách tuyệt đối và hoàn hảo từ vật chất đến tinh thần."

Nhưng cũng có một điều hơi lạ, là người Á Đông chúng ta thường ca tụng, tán thán về người Mẹ nhiều hơn là người Cha! Phải chăng là khi nói về người Mẹ, thì chúng ta có một cảm xúc rất mạnh mẽ và gần gũi Mẹ hơn, vì tình thương yêu của Mẹ tràn trề, luôn biểu lộ qua ánh mắt, qua lời nói, qua những hành động dịu dàng, ngọt ngào, qua những sự bao dung, chịu đựng, những tận tụy, kiên trì, những chung thủy và hy sinh...

Với những đức hạnh ấy, khiến chúng ta dễ cảm hứng để mà viết lách, để mà sáng tác văn thơ...

Còn về người Cha thì không phải là hầu hết mà phần đông các ông Cha đều cứng rắn và nghiêm khắc, mặc dầu trong lòng rất thương yêu con, nhưng tình thương yêu ấy rất kín đáo, ít được bộc lộ. Bởi thế cho nên khi nhắc đến người Cha

FATHER

In this world, we all have parents. We exist because of them. The gratitude we owe to our parents is as vast as the sky and the sea.

Now, let us compare the contributions of our fathers and mothers to understand who has made greater sacrifices, shed more blood, and shown more strength.

Let me say right away: "No one can compare to this boundless and limitless merit, which is greater and broader. Both Father and Mother have given us everything they have in their lives. Yes, Father and Mother have given and given until there was nothing left to give-giving absolutely and perfectly, from the material to the spiritual."

However, there is also a curious phenomenon: we Asians often praise and admire our mothers more than our fathers. Is this because, when we think of our mothers, we feel a deep emotional connection and closeness? Her love overflows and is always expressed through her eyes, her words, her gentle and kind actions, as well as her tolerance, endurance, devotion, perseverance, loyalty, and sacrifice.

These virtues easily inspire us to write and compose literature and poetry.

Regarding fathers, although not all of them fit this description, most tend to be tough and strict. Although they love their children deeply, that love is often reserved and rarely expressed openly. Therefore, when we think of a father,

thì chúng ta mường tượng ngay ra một người Cha với những đức tính đáng được tôn kính như lòng cứng rắn, tính cương quyết, can đảm, hy sinh, và một chí khí rất hào hùng...

Là những người con; Chúng ta cần sự ngọt ngào, tươi mát của Mẹ, nhưng chúng ta cũng rất cần những đức tính mạnh mẽ, cứng rắn, nghiêm khắc, và chí khí của người Cha, để hun đúc chúng ta thành những con người tuyệt vời, có đầy đủ những đức tính cần có cho cuộc sống, cho Đời cũng như cho Đạo.

Để tán dương và ghi ân công lao cao hơn núi, sâu hơn biển của tất cả những người Cha kính yêu, Chúng con xin khấu đầu đỉnh lễ và tán tụng Cha qua bài Thiền Ca "CHA".

CHA

Cha con ta cùng một sức sống
Cha cùng con nối dõi tổ tông
Thân mạng con Cha cho, cho hết

Khổ trăm chiều, Cha chẳng quản công

Cha công sinh, Mẹ công nuôi dưỡng
Cha là rường cột, Mẹ mái nhà
Cha cho xương tủy, Mẹ máu da

Cha bôn ba, Mẹ cùng tần tảo
.
Lòng hiếu thảo, hỏi chi so được
Đức hy sinh, can đảm là Cha
Cùng chí khí, cha hun đúc ta
Hỷ xả bao dung, Cha truyền tiếp

we immediately imagine someone with admirable qualities such as toughness, determination, courage, sacrifice, and a heroic spirit.

As children, we need the sweetness and nurturing care of our mother, but we also require the strength, toughness, strictness, and determination of our father to shape us into wonderful individuals, endowed with all the virtues necessary for both secular and spiritual life.

To honor and acknowledge the virtues greater than mountains and deeper than seas of all our beloved fathers, we bow our heads in homage and offer you this Zen song entitled "Father."

FATHER

Father and son share the same life force.
Father and son continue the legacy of their ancestors.
My life is a precious gift from the Father, given to me in its entirety.
Though suffering in every direction, Father does not mind the effort he must make.

Father gives birth; Mother raises.
Father is the pillar; mother is the roof.
Father donates bone marrow, and mother donates blood and skin.
Father travels far and wide; Mother works tirelessly.

Filial piety-what can compare?
Sacrifice and bravery define fathers.
With the same spirit, fathers shape us.
Forgiveness and tolerance are values that fathers pass on.

Phải ngay con, Cha là tất cả
Cũng ngay Cha, tất cả là con
Chúng ta đồng Vũ Trụ nước non
Đồng sinh lực, cùng đồng sức sống

CHA

Nhẫn nhịn, từ bi hạnh của Cha
Hiếu hạnh, thương yêu nhất Mẹ già

Tín Tâm siêu, Cửu Huyền Thất Tổ

Kinh trên, nhường dưới, họ Lưu mà!

Chiều chuộng, nâng niu đàn con ta
Mộc mạc, hiên lương, nét thật thà
Nhẫn nhịn, trung kiên là bản tính
Không danh, không lợi, không bôn ba

.
Dù nổi hay trôi cứ tà tà
Cuộc đời trầm bổng vẫn như pha
Không thù, không oán, không tranh chấp
Không tham, không giận, không lạ xa

Không bè, không đảng, không gì cả...
Bình dị, vui tươi, tính vị tha
Khuyên đàn con trẻ tu nhân, đức
Theo hạnh Lục hòa mới thật ta!

For children, a father is everything.
For a father, everything revolves around his children.
We are from the same universe and country.
We share the same vitality and life force.

FATHER

Patience and compassion are virtues of the Father.

Filial piety and love are paramount, especially towards the elderly mother.

Faith and the mind are paramount, representing nine generations of ancestors.

The upper class is above, the lower class is below-the Lưu family!

Pamper and cherish our children.
Our children are simple, virtuous, and honest.
Patience and loyalty are in our nature.
We have no desire for fame, profit, or wandering.

Whether floating or drifting, just take it easy.
Life's ups and downs remain constant.
No hatred, no resentment, no disputes.
No greed, no anger, no alienation.

There are no friends, no parties, and no other distractions.
Simple, cheerful, and altruistic.
Advise children to cultivate virtues.
Follow the Six Harmonies to be true to yourself!

ĐÓA HOA MẦU NHIỆM

Dù chúng ta là ai, thì cũng đều là những đứa con của Mẹ. Tùy hoàn cảnh, từng cá nhân, người thì Mẹ còn hiện hữu, kẻ thì Mẹ đã khuất bóng...

Bởi thế cho nên, khi nhắc đến Mẹ là ai cũng có một cảm xúc riêng tư hoặc vui buồn, hoặc ngậm ngùi, hoặc hối tiếc, xót thương.

Cho dù chúng ta là những người con hiếu hạnh hay ngỗ nghịch, nhưng với Mẹ, thì con ngoan hay con hư, Mẹ cũng đều thương yêu, đùm bọc, và bảo vệ hết mình.

Mẹ đã cho, và cho con tất cả những gì Mẹ có trong cuộc đời của Mẹ, nghĩa là Mẹ cho tuyệt đối từ vật chất đến tinh thân, từ thô tới tế, cho đên từng giọt máu, từng hơi thở... Mà cho một cách Ba La Mật như một vị Bồ Tát, một vị Phật! Nhưng Mẹ chẳng hề bao giờ than thở, kể lể những công lao gian khổ, cần cù, can đảm và hy sinh của Mẹ.

Vâng, mọi hành động Mẹ dành cho con, đều là những hành động của các vị Bồ Tát, và các vị Phật.

Mẹ đã thương yêu, và hy sinh cho con đến tột cùng như thế. Nhưng sâu sắc hơn, là Mẹ còn không quên lo về cả mặt tinh thần cho con nữa. Phải chăng là Mẹ sợ con mình vì quá vô minh, rồi sẽ bị đắm chìm trong danh tài, ái dục thì sẽ khổ lụy biết nhường nào?

Do lẽ ấy, Mẹ mới hướng dẫn cho con về vấn đề tâm linh, đó là một việc vô cùng quan trọng, nó liên hệ đến mọi phiền não, khổ đau và luân hồi sinh tử của cuộc đời.

Ôi tuyệt vời thay là: "Lòng Mẹ với gia tài của Mẹ."

MYSTERIOUS FLOWER

No matter who we are, we are all children of our mothers. Depending on the circumstances and the individual, some still have their mothers with them, while others have lost theirs.

Therefore, when mentioning Mother, everyone experiences a personal feeling-whether it is happiness, sadness, regret, or compassion.

Whether we are virtuous or rebellious children, good or evil, a mother loves and protects us wholeheartedly.

Mother gave everything she had in her life to me-everything, from material possessions to spiritual blessings, from the course to the fine, down to every drop of blood and every breath. She gave in the Paramita way, like a Bodhisattva, like a Buddha. Yet, Mother never complained or recounted her hardships, diligence, courage, or sacrifices.

Yes, every action my mother took for me was that of a bodhisattva and a Buddha.

Mother loved and sacrificed for her child to the utmost. More importantly, she did not neglect her child's spiritual well-being. Was it because she feared that, due to ignorance, her child might become consumed by fame, wealth, and lust and suffer greatly?

That is why Mother guides you on spiritual matters, which are extremely important because they relate to all troubles, sufferings, and the cycle of birth and death.Oh, how wonderful it is: a mother's heart and her legacy.

ĐÓA HOA MẦU NHIỆM

Mẹ là nhân chứng của cuộc đời đầy khổ đau
Y lời Mẹ dạy:
Tủ kinh sách, anh chị em chia nhau
Nước mắt mẹ đã trào dâng, ngập đầy biển cả
Con sót sa, lội bơi trong sóng lệ, đau rầu

Mẹ là nhân chứng của cuộc đời quá thảm sầu
Nên con đã lần bước, theo gót chân Đức Phật
Niềm thống khổ của Mẹ, ôi thôi vô cùng tận...
Con đã từng thét gào, theo giông bão thương nhau

Mẹ!
Mẹ ơi! Người Mẹ tượng trưng của trần lụy, biển dâu

Không có Mẹ!
Làm sao con biết đường nào vượt ngoài giông tố!
Tỉnh mộng đi Mẹ!
Cuộc đời, thôi đã hết rồi lụy khổ
Chính pháp nhiệm mầu, bao phủ kín sạch thương đau

Mẹ! Mẹ vui đi, trong ánh sáng vi diệu Bảo Châu
Mẹ là ánh hào quang, là vũ trụ tuyệt vời, lộng lẫy!
Thôi tủi hờn, thôi hãi hùng, thôi không giận lẫy
Này đóa hoa đây, là trọn vẹn cả hương mầu

MẸ

Nhắc đến mẹ yêu, ai chẳng rưng rưng
Giọt lệ càng nén, càng sa, chẳng dừng

Khi hiếu đễ, nhiều khi không phải thế

MYSTERIOUS FLOWER

My mother is a witness to a life filled with suffering.
Mother taught me that brothers and sisters share the bookshelf.
Mother's tears have overflowed, filling the ocean.
I am sad, swimming in a sea of tears and sorrow.

Mother has witnessed a life filled with tragedy.
I have followed in the footsteps of Buddha.
Mother's suffering is endless.
I have screamed, caught in the storm of love between us.

Mother!
Oh, Mother! The Mother symbolizes the sufferings of the world, the sea of vicissitudes.
If there were no mother, how would I know the way to overcome the storms?
Wake up, Mother!
Life and its sufferings are over.
The miraculous Dharma alleviates all sorrows and pains.

Mother, be happy in the radiant light of this precious gem.
You are the halo-the wonderful, splendid universe!
Stop being sad, stop being afraid, and stop being angry.
Here is this flower, complete with its fragrance and color.

MOTHER

When mentioning a beloved mother, everyone is moved.
The more tears are held back, the more they fall, never ceasing.
Sometimes, being filial is not so straightforward.

Nên xót xa, hối hận mãi, không ngưng

Có những lúc, giông bão đời cay đắng
Mẹ âu sâu, con thấy tim rụng, trời rung

Lệ lưng tròng, mẹ bày tỏ não nùng...

Chua xót nào, so cõi đời thua thắng!

Rồi nhiều lúc, Mẹ mình cưng, Mẹ nựng
Và những khi Mẹ buồn, giận, tủi, mừng
Mắt nhung huyền, Mẹ biến sắc đỏ, sưng
Mà mình tưởng như gan bào, ruột thắt!

Thôi biết rồi, dù cõi đời mưa, năng
Chấp làm chi, trò múa rối lăng nhăng
Huyễn hóa thôi, dọa người già, trẻ nít

Này tịnh tâm, ai còn dám hung hăng

Con nhỏ nhẹ: "Mẹ! Mẹ ơi! Đừng hãi hùng huyễn mộng
Sóng gió nào, cũng chỉ Đóa Chân Không
Hỡi những ai! Dù ngoan hay bất hiếu!
Đừng phạt mình, vì Mẹ vẫn dung thông"
.
Mẹ thì thầm:
"Phải Sắc, Không đồng thể, thật mênh mông?
Thì: Mẹ vẫn đây, từ ngọn cỏ, bông hồng...

Vẫn nơi con, dù việc nhỏ, việc lớn

Ngủ, nghỉ, ăn, làm, nào có rỗng không?"

It is a pain that lasts forever, filled with regret and never ceasing.

There are times when life's storms are harsh.
A mother's heart aches deeply; I feel my heart break as the sky trembles.
Tears well up in my eyes as my mother expresses her sorrow.
How bitter it is to compare life's defeats and victories!

Many times, my mother pampered and caressed me.
And when Mother was sad, angry, hurt, or happy
Her velvet eyes became red and swollen.
I felt as if my liver was damaged and my intestines were constricted!

I know that even though the world is rainy, it is also sunny.
Why bother? It's just a puppet show.
The illusion exists solely to intimidate individuals of all ages.
Hey, calm your mind. Who dares to be aggressive?

I said softly, Mother! Don't be afraid of illusions.
No matter the storm, it is only the Flower of Emptiness.
Oh, everyone! Whether good or unfilial!
Don't punish yourself, because Mother is still tolerant.

Mother whispers, Form and emptiness of the same nature? If so, how immense is that?
Mother is still present here, on the blade of grass, the rose...
Mother is always by my side, regardless of the size of the issue.
Sleeping, resting, eating, working-is there any emptiness?

ANH CẢ, CHỊ CẢ VIỆT NAM

(Thân tặng tất cả những Anh Cả, Chị Cả đã thay Cha Mẹ)

Trong một gia đình nề nếp và đạo đức của người Việt Nam thì người Anh Cả, người Chị Cả là một gương mẫu tuyệt vời, với tấm lòng hy sinh, cùng tình thương bao la đây trách nhiệm đối với gia đình và các em đã là lẽ thường. Nhưng cái bổn phận và trách nhiệm còn nặng nề gấp bội, khi quý vị ấy phải thay vai trò của những bậc Cha Mẹ để trông nom gia đình là nuôi nâng, dạy dỗ các em, khi trong gia đình có những biên cô không hay, nhất là khi Cha Mẹ mất sớm!

Với sự tận tụy hy sinh đôi khi đến già nửa đời người, hay hết cả cuộc đời của những vị ấy, cũng không có gì là lạ! Đã với tấm lòng chung thủy, bao dung và chí khí, dũng mãnh, can đảm đến nhường ấy, lại còn thêm một tình thương chân thật, trong sáng, và tròn đầy như Vầng Trăng Rằm của những người Anh Cả, Chị Cả này, thật chẳng làm sao có thể diễn tả cho hết được! May thay, có một nhà văn xa xưa với con mắt sâu sắc, tinh đời, ông đã cho xuất bản một cuốn truyện khá dài tựa đề: "Người Anh Cả" rất hay, rất cảm động và rất tuyệt tác!

Nói cho cùng thì một vài áng văn làm sao đã đủ để tán dương và diễn tả cho hết được những gì vi tế nhất của những sứ mạng vô cùng thiêng liêng, cao cả đó! Nhưng thôi, cũng an ủi một phần nào cho những vị Anh Cả, Chị Cả Việt Nam của chúng ta đã, đang và sẽ còn mãi mãi làm những bổn phận "khó tin nhưng có thật" ở khắp mọi nơi trong mọi gia đình Á Đông.

VIETNAMESE ELDEST BROTHER, ELDEST SISTER

(Dedicated to all the eldest brothers and sisters who have stepped in for our parents)

In a well-disciplined and moral Vietnamese family, the eldest brother and eldest sister serve as exemplary role models. With their self-sacrificing hearts and immense love, their sense of responsibility toward their family and younger siblings comes naturally. However, this duty becomes even more demanding when they must assume the role of parents-caring for the family and raising and educating the younger siblings-especially in the face of unexpected family challenges, such as the early death of their parents.

With devotion and sacrifice that sometimes span half or even their entire lives, it is not surprising that the Eldest Brother and Eldest Sister possess loyal, tolerant, strong-willed, brave, and courageous hearts, as well as love as sincere, pure, and full as the full moon. They are truly beyond full description. Fortunately, an ancient writer with a profound and discerning eye published a lengthy story titled "The Eldest Brother", which is deeply moving, excellent, and a true masterpiece.

After all, how can a few lines of writing adequately praise and capture all the subtleties of those profoundly sacred and noble missions? Nevertheless, it offers some consolation to our Vietnamese Eldest Brothers and Eldest Sisters, who have carried, are carrying, and will continue to carry out incredible yet genuine roles in every Asian family.

Cái việc làm khó tin nhưng có thật này là một công việc, mà cũng là bổn phận "Ba La Mật" đương nhiên của các vị Bồ Tát! Nhưng tiếc thay, người đời ít có ai biết đến những sự hy sinh về: công của, sức lực, mồ hôi, nước mắt và cuộc đời của các vị Anh Cả, Chị Cả này! để mà kính cẩn, tán dương, và tri ân. Thật là vô cùng thiếu sót.

Ôi, tuyệt vời làm sao cho nền văn hóa, đạo đức cùng những truyền thống, phong tục, tập quán của người Việt Nam, của gia đình nói riêng, của đất nước Việt Nam nói chung, và ngoài ra còn là một tấm gương sáng ngời cho cả một Hoàn Vũ nữa!

Hỡi các vị Anh Cả, Chị Cả ơi! Quý vị có biết rằng quý vị là những đóa hoa quý báu, hiếm có nhất trên đời không? Những đóa hoa vô cùng toàn vẹn; vâng, toàn vẹn cả về sắc lẫn hương!

Hôm nay nhân mùa Lễ Tạ Ơn, toàn thể các em, mà cũng là các con, và tật cả những ai có những vị Anh Cả, Chị Cả tuyệt vời như thế, xin đồng kính cẩn dâng lên những nén Tâm Hương cũng là những Đóa Hoa Tâm để tán dương và tạ ơn quý vị.

Xin nguyện cho quý vị Anh Trưởng, Chị Trưởng đã quá vãng được siêu sinh.

Xin nguyện cho quý vị Anh Cả, Chị Cả hiện tiền được dồi dào sức khỏe, tinh tấn tu hành và Thân Tâm thường lạc.

CHIẾC ÁO LEN ĐAN, GIA TÀI CỦA MẸ

(Thân tặng những ai có các bà chị Cả thay Mẹ)

Len đan từng mũi, đan bằng từng giọt máu,
Thở từng hơi, biến thành chiếc áo nhiệm màu

This incredible yet true work is both a job and the natural Paramita duty of Bodhisattvas. Unfortunately, few people in the world recognize the sacrifices-work, effort, sweat, tears, and lives-of these Eldest Brothers and Eldest Sisters to respect, praise, and show gratitude. What a tremendous oversight.

Oh, how wonderful are the culture, morality, traditions, customs, and habits of the Vietnamese people-especially those of the family-and of Vietnam as a whole, which also serve as a shining example for the entire universe!

Dear Eldest Brothers and Eldest Sisters, Did you know that you are the most precious and rare flowers in the world? You are truly complete-perfect in both color and fragrance!

Today, on the occasion of Thanksgiving, all of you-children and those fortunate to have such wonderful eldest brothers and eldest sisters-respectfully offer these incense sticks, which are also flowers of the heart, to praise and thank you.

May the deceased eldest brothers and eldest sisters be reborn in the Pure Land.

May the current Eldest Brothers and Eldest Sisters enjoy abundant health, diligent practice, and happiness in both body and mind.

THE KNITTED SWEATER: A MOTHER'S HERITAGE

(Dedicated to those who have older sisters who take on the role of mothers.)

Knitting each stitch, knitting with every drop of blood,

Breathing in each breath, transforming into a magical shirt.

Tâm sáng ngời, trăng tròn đã hiện từ lâu
Ngâm dõi theo, phải đàn em còn khờ dại?

Rằng: "Sợ em mình rét lạnh ngủ không yên!"

Một mũi len đan, một hơi thở siêu Thiền
Biến biến, hóa hóa, đầy khăn choàng, mũ áo
Người chị hiền hay là bà mẹ thần tiên?

Từng miếng cơm ngon, từng manh áo, bạc tiền

Chắt chiu, nhường nhịn, này dư nhiều, đừng lo

Bàn tay dúi, này đồng nhỏ, này đồng to
Nhịn ăn, nhịn mặc, này trời cho rất nhiều

Bao cay đắng, chẳng ngại gì mưa với nắng

Em hay con, sao mà thơ dại quá nhiều!
Càng lớn khôn, càng ngỗ nghịch biết bao nhiêu
Vẫn tha thứ, chỉ một lòng thương, lòng xót

Tôi trưởng thành rồi mà chị tôi còn lo lắng
Dưới cặp mắt người, tôi vẫn bé nhỏ mồ côi
Cho hết cả rồi, chị vẫn: "Tội nghiệp em tôi!"

Chị thay mẹ để thương tôi suốt cuộc đời

Đồng ánh sáng của một Vầng Trăng chiếu rọi
Quỳ chắp tay, con xin tán thán ghi ân
Chị Hằng ơi ! Người Mẹ vi diệu khôn ngằn

The heart is bright; the full moon has long since appeared.
Are you still a foolish junior, watching?

The sister fears that her younger sibling will fall into a deep, cold sleep.
A knitting needle: a breath of Zen.
Transformation-full of scarves, hats, and coats.
Is she the good sister or the fairy godmother?

Every delicious meal, every piece of clothing, every silver coin.
Be frugal and patient; there is a significant surplus, so don't worry.
Hands give; this is a small coin, and this is a big coin.
Go without food, go without clothes-this is a great gift from heaven.

They are incredibly resilient, showing no fear of the rain or the sun.
How naive younger siblings or children are!
The older they grow, the more rebellious they become.
They remain forgiving, expressing only love and compassion.

I'm an adult, but my older sister still worries about me.
In people's eyes, I am still a small orphan.
After giving her all, she still says that she feels sorry for her younger siblings.
She has taken on the role of my mother by providing love and support throughout my life.

The same light of a shining moon
Kneeling with folded hands, I praise and thank You.
Oh, Sister Moon! The infinitely wonderful Mother.

Đây nhạc khúc, cùng ngón tay, ta đồng gẩy

NGƯỜI ANH GƯƠNG MẪU

(Kính tặng người anh Cả)

Anh Cả thật đúng nghĩa của Á Đông
Là quên chính thân mình, chẳng quản công
Là phụng dưỡng, chăm lo thương Cha Mẹ
Là chắt chiu đầy đủ, đàn em đông

Ngoại ngữ Kỹ Sư, đặt chẳng đúng "function"!
Trung Tá liêm khiết lương không đủ sống

Một Vợ, chín con, càng thêm nặng gánh

Khó khăn nhường nào, cũng vượt như không

Đất nước ngửa nghiêng, đảo điên cuộc sống
Vàng thau lẫn lộn, tài có như không

Thuận thảo mẫu mực, lương tròn dâng Mẹ

Khan hiếm trên đời, có phải Phật không?

Bố thí nhín nhường, cho trọn tay không!

Cho chẳng còn chi, đúng y Bồ Tát
Tượng Phật một tay xây, to cao 100 feet
Thật đúng Đạo Tràng Đà Nẵng hay không?

Here is a melody; using the same fingers, we play together.

THE OLDER BROTHER MODEL

(Dedicated to the eldest brother)

In Asia, the true meaning of the eldest brother
To forget oneself is to work hard.
It involves taking care of and cherishing one's parents.
The responsibility is to save and care for younger siblings.

The title "Foreign Language Engineer" is incorrect!
Honest Lieutenant Colonel, the salary is not enough to live on.
You have a wife, nine children, and additional responsibilities.
No matter how difficult it is, overcome it as if it were nothing.

The country is unstable, and life is chaotic.
Gold and brass are mixed together; talent is like nothing else.
The brother was obedient and exemplary, giving his entire monthly salary to his mother.
Is scarcity in the world related to Buddha?

My elder brother has given alms, remained humble, and given everything away, leaving himself empty-handed.
He gave everything away, just like a Bodhisattva.
The Buddha statue he built is 100 feet tall.
Is this really the Đà Nẵng Buddhist Community?

BỒ TÁT ẨN DANH

(Thân tặng những người chị hiếm có trên đời)

Chỉ một mình tôi biết
Vị Bồ Tát ẩn danh
Oan ức không biện bạch

Việc làm chẳng đua tranh

Lo cha mẹ sinh thành
Lo chồng con thành danh

Lo đàn em đông dại
Quên phận mình mong manh!

Công lao nào ai biết
Hay chuốc oán cùng than
Chẳng quản công gian nan
Nhọc nhằn không sờn nản

Bố thí Ba La Mật
Ruộng phúc ngập trời xanh
Vi Bồ Tát ẩn danh
Chắp tay tôi tán thán

ANONYMOUS BODHISATTVA

(Dedicated to the rare older sisters in the world.)

I am the only person who knows.
This anonymous Bodhisattva
When faced with injustice, the Bodhisattva refrains from arguing.
Engaging in activities without the intention of competing.

She took care of her parents.
She took care of her husband and children, guiding them toward success.
She has taken care of her younger siblings since childhood.
She forgot her fragile faith!

Her merits are known to no one.
She does not cause trouble for anyone.
She does not mind hardships.
Hardship does not discourage her.

She has practiced the Paramita of Giving.
The field of marigolds glows as golden as the sun.
She is an unidentified female Bodhisattva.
I clasp my hands in prayer.

EM HỌC TIẾNG NƯỚC EM

Vì phương tiện giao tế rộng hay hẹp, và cũng vì sự hữu dụng cần thiết cho đời sống con người, nhất là những người vì hoàn cảnh phải sống ở ngoại quốc thì không còn gì lý tưởng cho bằng một người có thể nói, viết, hiểu được nhiều thứ tiếng. Tiếng mẹ đẻ là đương nhiên, rồi những tiếng ngoại ngữ như: tiếng Tàu, tiếng Nhật, tiếng Mỹ, tiếng Pháp, tiếng Đức, tiếng Tây Ban Nha, tiếng Đại Hàn...

Nhưng vì bộ óc của con người rất là giới hạn, nên trong thực tế, hỏi mấy ai có được trình độ hoàn hảo là nói được đủ mọi thứ ngoại ngữ? Nên khi chúng ta nói, viết và hiểu thêm được một vài thứ tiếng nào đó, thì niềm hãnh diện và tính tự kiêu sẽ dâng lên không ít thì nhiều.

Cái tập khí không mấy tốt do Tâm Thức tạo dựng ra, nên lúc nào chúng ta cũng sống với cái ý niệm: giỏi/dốt, sang/hèn này, khó có thể tránh, vì chúng ta là con người nhị biên tương đối, sống trong thế giới nhị biên nên mọi ý nghĩ, lời nói và hành động đương nhiên là như thế!

Tuy nhiên trong cái bộ óc nhị biên ấy, vẫn có một trí tuệ siêu việt ẩn ẩn, hiện hiện với sự nhận xét sâu sắc và bình đẳng, nên không phải chúng ta hoàn toàn vô minh để không còn biết thế nào là đúng, là sai nữa! Cái trí tuệ siêu việt ẩn ẩn hiện hiện này là Phật Tính của chúng ta. Nhưng Phật Tính ấy bị vô minh che lấp nhiều hay ít, tùy theo căn cơ, nghiệp chướng và trình độ tương ứng của từng người từ nhiều kiếp đến nay. Do đó có người hiểu biết nhiều, có người hiểu biết ít.

I LEARN MY NATIONAL LANGUAGE

Due to the various means of communication and their essential role in human life-especially for those living abroad-there is nothing more admirable than a person who can speak, write, and understand multiple languages. Naturally, the mother tongue is primary, followed by foreign languages such as Chinese, Japanese, English, French, German, Spanish, and Korean.

However, since the human brain has its limitations, hardly any people achieve fluency in all foreign languages. Therefore, when we can speak, write, and understand several additional languages, our pride and confidence tend to increase to some degree.

The undesirable habits are created by the mind, so we often live with the notion of intelligent versus ignorant and noble versus vile. It is difficult to avoid this dualistic thinking because we are inherently dualistic beings living in a dualistic world. Consequently, all thoughts, words, and actions naturally reflect this duality.

However, within this dualistic mind, there exists a hidden, manifest transcendent wisdom characterized by deep and impartial judgment. This means we are not completely ignorant and still understand what is right and wrong. This hidden, manifest transcendent wisdom is our Buddha Nature. Nevertheless, this Buddha Nature is obscured by ignorance to varying degrees, depending on each person's foundation, karma, and level accumulated over many lifetimes up to the

Đó là tùy vào sự tu hành được tính từ nhiều đời, nhiều kiếp xa xưa đến nay, để hiện tại có người thì vô minh dày và có người thì vô minh mỏng ở cõi sa bà này.

Người vô minh dày thì sự chấp chước nhiều, nên cũng phạm tội lỗi nhiều.

Trái lại, người vô minh mỏng thì sự chấp chước ít, nên họ có tư cách hơn, là biết tự trọng, không lô lăng, không vướng mắc vào những tệ đoan đua đòi rởm! Chẳng hạn như chấp chước thái quá về văn hóa, phong tục, tập quán và khi thông thạo, biết ngoại ngữ nhiều thì cho là hay, là văn minh, là sang trọng, là đài các! Còn tiếng mẹ đẻ thì coi thường, để rồi chỉ biết thực hành toàn ngoại ngữ mà rơi vào nghiệp vong bản, vô ân, bội nghĩa, quên cội, quên nguồn, quên giòng, quên giống! Và cũng là tự làm mất đi cái cá tính chân thật của con người, cái mà chúng ta thường gọi là nhân cách, đạo đức.

Với những ai là con người đúng nghĩa thì chăng lúc nào mà họ không là:

- Những đứa con hiếu thảo của gia đình, biết kính trên, nhường dưới.
- Những người chồng, người vợ lý tưởng, luôn đoan chính, thủy chung và biết thương yêu chân thật.
- Những người cha, người mẹ vẹn toàn, luôn có bổn phận và trách nhiệm hướng dẫn, giáo dục con cháu về mọi mặt. Dĩ nhiên họ không quên nền văn hóa của nòi giống, đất nước, dân tộc mình, nên đã bằng đủ mọi cách hướng dẫn và dạy dỗ con cháu mình về phong tục, tập quán và nhất là việc học chữ Quốc Ngữ của nước nhà.

- Những người bạn tốt, trung hậu, hỉ xả, bao dung, biết

present. Therefore, some people possess greater knowledge while others have less. This variation depends on the practices and experiences accumulated over countless lifetimes, resulting in some individuals having thick ignorance and others having thin ignorance in this samsara world.

People who are deeply ignorant have many attachments, which lead them to commit numerous sins.

On the contrary, people with limited ignorance have fewer attachments, making them more qualified. They respect themselves, are serious, and don't get caught up in false or competing evils. For example, some people become overly attached to culture, customs, and habits. When they are fluent in many foreign languages, they believe this makes them highly civilized, luxurious, and elegant. However, they may despise their mother tongue and focus solely on practicing foreign languages, which can lead them to forget their roots, become ungrateful, and lose connection with their origins, lineage, and heritage. Such an attitude also leads to losing the true essence of a person's character, often referred to as personality and morality.

For those who are truly human, they are always:

- Filial children in the family know how to respect their elders and yield to their juniors.
- Ideal husbands and wives are always virtuous, loyal, and truly know how to love.
- Perfect fathers and mothers always have four duties and responsibilities: to guide and educate their children in all aspects. Of course, they do not forget the culture of their race, country, and people. Therefore, they use all means to guide and teach their children about customs, habits, and especially the national language of their country.

- Good friends are loyal, generous, tolerant, forgiving,

nhường nhịn và giúp đỡ.

- Những người công dân xứng đáng, luôn đóng góp tài năng, bổn phận, trách nhiệm và lòng trung thành đối với quốc gia, xã hội. Dĩ nhiên những người này nói, đọc và viết tiếng mẹ đẻ một cách thông thạo, trơn tru và rất hãnh diện về nền văn hóa của nước mình.
- Những người Phật tử thuần hành, luôn trau dồi, sửa đổi, tinh tấn từng giây phút để tiến tới cứu cánh là Chân Lý giải thoát ta và người.

Tóm lại người có nhân cách, có cá tính của một con người đúng nghĩa thì đó chính là Thiện Nhân có đạo đức, biết nhìn xa, trông rộng và sâu sắc về mọi khía cạnh. Do đó mà họ trọn vẹn về cả hai mặt Đời lẫn Đạo.

Mặt Đời: họ trọn vẹn về cội nguồn huyết thống.

Mặt Đạo: họ tu hành chân chính rốt ráo để thực hành được cả Lý lẫn Sự của cái "Thật Tướng, Thật Hành và Thật Dụng"

EM HỌC TIẾNG NƯỚC EM

Ông Bà em dạy em
Học chữ Việt mà xem
Bốn ngàn năm Văn Hiến
Là kho tàng nước em

Cha mẹ em dạy em
Nói tiếng Việt cho quen
Con mang dòng máu ấy
Cội nguồn nhớ đừng quên
Giống Lạc Hồng Dân Việt
Hãnh diện là đương nhiên!

and helpful.

- Worthy citizens consistently contribute their talents, fulfill their duties and responsibilities, and demonstrate loyalty to the nation and society. Naturally, these individuals speak, read, and write their mother tongue fluently and take great pride in their country's culture.
- Pure Buddhists are always cultivating, correcting, and striving every moment to reach the ultimate goal: the Truth that liberates both ourselves and others.

In short, a person with the personality and character of a true human being is virtuous and possesses the ability to perceive broadly, deeply, and insightfully in all aspects. Therefore, they are complete in both worldly and religious matters.

Worldly aspect: they have a pure and complete bloodline origin.

Religious aspect: They sincerely and thoroughly practice both the Principle and the Matter of True Nature, True Practice, and True Use.

I LEARN MY NATIONAL LANGUAGE

My grandparents taught me.
Learn Vietnamese and explore
Four thousand years of civilization
My country's treasure.

My parents taught me.
Speak Vietnamese fluently.
I carry that bloodline.
Don't forget your roots.
Lạc Hồng Lineage of the Vietnamese People
Proud, of course!

Vì con Rồng cháu Tiên
Nên em học tiếng Việt

Vì em là người Việt
Vong bản chẳng nơi em
Dân Việt là dân em
Chẳng bao giờ vong bản!

Vì em là người Việt
Em học tiếng nước Em
Xin bạn chớ có ghen
Vì em là dân Việt!

Hạnh nhẫn nhịn cần cù
Từ bi vì biết Tu
Oai hùng y sử sách
Trí tuệ như Trăng Trung Thu

Bổn phận em rất nhiều
Với đất nước em yêu
Với cộng đồng người Việt
Trách nhiệm biết bao nhiêu!

HIẾU ĐỄ

Em thương yêu mẹ cha
Nhớ ơn từng Sát Na
Công sinh cao hơn núi
Công dưỡng hơn biển sâu
.
Mẹ Cha cho Thân này
Có sáu Căn ngay đây
Mới thấu hiểu nghĩa Đạo

As descendants of the union between the Dragon and the Fairy
I am learning Vietnamese.

Because I am Vietnamese.
I will never forget my roots.
Vietnamese people are my people.
Never forget my roots.

Because I am Vietnamese,
I am learning my own language.
Please do not be jealous.
Because I am Vietnamese.

Patience and diligence
Compassion comes from understanding how to practice it.
Majestic, like the pages of history books.
Wisdom Is Like the Mid-Autumn Moon

I have many responsibilities.
To the country I love.
To the Vietnamese Community
What a great responsibility!

FILIAL PIETY

I love my parents.
Always remembering their gratitude every moment.
The merit of giving birth is greater than the mountains.
The value of nurturing is deeper than the ocean.

Mother and Father gave me this body.
There are six senses right here.
Only then can the meaning of the Dharma be truly

Thể, dụng thật đủ đầy

Thể hiện trong từng giây
Ngay trên Thân em đây
Mọi việc đều siêu việt
Nhờ Thân hiện hữu này

Em thương yêu mẹ cha
Vất vả từng Sát Na
Cho con từng giọt máu
Ai mà không xót xa!

understood.
The substance and function are truly complete.

Manifesting every second.
Right here on my body.
Everything is transcendent.
Thanks to this body I have now.

I love my parents.
Working hard every moment.
Giving me every drop of your blood
Who wouldn't feel sorry?

EM HỌC THIỀN

Em đi học Thiền
Là học Chú Tâm
Giác Ngộ trở về
Thân Tâm là một

Thân Tâm là một
Mọi lúc, mọi thời
Đi đứng nằm ngồi
Nói năng ngủ nghỉ

Học hành chăm chỉ
Bất cứ việc gì
Lừng tí từng li
Đều không sơ hở

Thân Tâm là một
Từng phút từng giây
Chớ có lãng khuây
Sẽ bị cô rầy

EM TỌA THIỀN
(Ngồi Thiền)

Em ngồi Thiền ngay ngắn
Không buông thả Thân Tâm

I LEARN ZEN

I go to Zen school.
It is important to learn how to pay attention.
Returning to Enlightenment
Body and mind are one.

Seeing the Body and Mind as One
At all times; always.
Walking, standing, lying down, sitting
Speaking, sleeping, resting.

Study hard and practice diligently.
Whatever I am doing.
Do it little by little.
Do not be careless.

Seeing the Body and Mind as One
In every minute and every second.
Don't let any carelessness go unnoticed.
I will be reminded by the nun.

I AM SITTING ZEN

I sit upright in meditation.
Keeping my mind focused on both my body and mind.

Không nghĩ ngợi mông lung
Không tự do nhúc nhích

Không thì thầm với bạn
Không liếc dọc, liếc ngang
Không để Tâm lang thang
Chỉ chú Tâm mà Thiền

Để nhận ra nhịp thở
Thở vào, lại thở ra
Chỉ chú Tâm vào: "Cái Đang Nhận Ra"
Mà không lầm lẫn, "là dõi theo hơi thở".

EM THIỀN HÀNH

Em thiền Hành trang nghiêm
Chú ý bước chân Thiên
Không nhìn ngang, nhìn ngửa
Bước chân này an nhiên

Thiền Hành thật trang nghiêm
Biết chú Tâm là Thiền
Thân Tâm em thanh tịnh
Quậy phá là người điên!

PHỤ GIÚP MẸ

Khi bài vở đã xong
Không chạy nhảy tung tăng
Mà em lo giúp Mẹ
Làm việc nhà siêng năng
.

Not thinking about anything else.
Restricted movement

I do not whisper to my friends.
Don't look up and down.
Don't let my mind wander.
Just focus my mind and zen.

To recognize the breath.
Breathe in, breathe out.
Just focus on knowing.
Without making a mistake while following the breath.

I ZEN WHILE WALKING

I zen while walking solemnly.
Pay attention to the Zen steps.
Do not look sideways or upward.
These steps are calm and peaceful.

Walking meditation is a solemn practice.
Knowing how to pay attention is meditation.
My body and mind are pure.
Making trouble is crazy!

HELPING MOTHER

When the homework is finished.
I don't run around.
But I help Mom.
Perform housework diligently.

Khi bài vở đã xong
Không nghịch ngợm lăng xăng
Không mê "Games", phá phách
Em giúp Mẹ thật chăm

Khi bài vở đã xong
Không lười biếng ưa nằm
Giúp mẹ em rửa chén
Bụi bặm lau ngoài trong

SIÊNG NĂNG

Siêng năng em học hành
Đỗ đạt là thành danh
Làm vui lòng cha mẹ
Cuộc đời đẹp như tranh

Mọi việc em đều siêng
Tỉ mỉ là Siêu Thiên
Vẹn toàn không sơ hở
Chân, Thiện, Mỹ đương nhiên

Siêng năng là Bản Tính
Toàn thiện lại toàn minh

Tính ấy cứ mới tinh
Dè đâu ngay chính mình

When the homework is finished.
I don't mess around.
I don't play games or cause trouble.
I help Mom very diligently.

When the homework is finished.
I'm not lazy; I just don't like to lie down.
Helping Mom, I wash the dishes.
Clean the dust both inside and outside.

DILIGENT

I study diligently.
Passing the exam is a success.
I make my parents happy.
Life is like a beautiful painting.

I am diligent in everything I do.
Meticulousness is the ultimate form of meditation.
Flawless completeness
Truth, goodness, and beauty are natural.

Diligence is natural.
It empowers every individual to enhance their personal growth.
Nature is always new.
Renew everyone immediately.

GỌN GHẼ

Gối, nệm cho phẳng phiu
Giày dép xếp thẳng hàng
Quần áo treo ngay thăng
Đồ chơi xếp gọn gàng

Không để Tâm lang thang
Chữ viết phải rõ ràng
Chú Tâm trong mọi việc
Thành công thật dễ dàng

Mẹ cha mừng con ngoan
Làm thơm lây họ hàng
Nô nức người con giỏi
Đạo đời thật vẻ vang

VỆ SINH

Vệ Sinh xong rửa tay
Bằng xà bông tuyệt thay
Trước khi ăn cũng thế
Đi đâu về rửa tay ngay

Nếu em lười rửa tay
Muôn điều thật chăng hay
Bẩn dơ là độc ác
Vì từ bi em rửa tay

Nếu em siêng rửa tay
Tránh tật bệnh không lây
Là em thương em đây
Và: Thương người, em rửa tay

NEATNESS

Keep pillows and mattresses flat.
Shoes neatly arranged
Clothes neatly hung.
Toys are neatly arranged.

Don't let your mind wander.
Your handwriting must be clear.
Pay attention to everything.
Success is easy.

Parents rejoice in having good children.
Make your relatives happy.
Excited about their well-behaved children
Both spiritual life and worldly life are glorious.

HYGIENE

After using the toilet, I wash my hands.
Using soap is wonderful.
I also wash my hands before eating.
Whenever I come home, I wash my hands immediately.

If I am too lazy to wash my hands
Various disadvantages may occur.
Dirtiness is unwholesome.
Out of compassion, I wash my hands.

If I wash my hands diligently,
I avoid contagious diseases.
This is due to my deep love for myself.
Because I love others, I wash my hands.

NHỮNG VIÊN NGỌC QUÝ CỦA THIỀN VIỆN SÙNG NGHIÊM

"Một cây làm chẳng nên non
Ba cây chụm lại nên hòn núi cao"

Câu ca dao này rất khế hợp cả Lý lẫn Sự về Đời cũng như về Đạo.

Vì một gia đình, một trường học, một cơ sở, một nhà thờ, một ngôi chùa, một tu viện, một thiền viện, một giáo đoàn, cho chí một Quốc Gia, một Xã Hội... đều cần nhiều bàn tay đóng góp về đủ mọi mặt, từ vật chất đến tinh thần như:

Công lao, tiền tài
Sức lực, tài năng
Từ bi, trí tuệ
Và sự bình đẳng...

NẾu những thứ vừa kê trên được nhân duyên hội tụ đầy đủ, thì sẽ đi đến thành công một cách thật hoàn hảo! Do đó bất cứ nơi nào có đủ duyên lành, đủ phúc báu, được nhiều bàn tay vi diệu đóng góp, thì nơi đó sẽ được thành công, hạnh phúc và đầy an lạc...

Thật là vô cùng phúc đức cho Thiền Viện Sùng Nghiêm, đã có được những Vị Chân Tu, là những viên ngọc quý đang nỗ lực đóng góp sức lực, tài năng bằng tất cả Thân Tâm, Trí Đức và đầy lòng từ bi, bình đăng. Các Ngài chẳng hề bao giờ quản ngại gian lao, khổ cực, bởi các Ngài đã có đầy đủ những đức tính dũng mãnh, can đảm, hy sinh, kiên trì, và chung thủy.

Ấy vậy mà các ngài vẫn cứ tiếp tục tu học, vẫn cứ tiếp tục buông xả mọi tập khí, thói hư, tinh tấn không ngừng nghỉ để

THE PRECIOUS GEMS OF SÙNG NGHIÊM ZEN MONASTERY

One tree does not make a hill.
Three trees together form a tall mountain.

This folk song is highly suitable for illustrating both the principles and phenomena of worldly life as well as spiritual life.

Because a family, a school, an institution, a church, a pagoda, a monastery, a meditation center, a congregation, and even a nation or society all require many hands to contribute in various aspects-from material to spiritual-such as labor, money, strength, talent, compassion, wisdom, and equality.

If all the aforementioned elements come together, success will be achieved flawlessly. Therefore, wherever there is sufficient good fortune, abundant blessings, and many miraculous hands contributing, that place will be successful, joyful, and filled with peace.

It is truly a great blessing for Sùng Nghiêm Zen Monastery to have such true monastics-precious gems who strive to contribute their strength and talent with their entire body, mind, virtue, and compassion. They never fear hardship or difficulty because they embody the virtues of bravery, courage, sacrifice, perseverance, and loyalty.

Yet they continue to practice, persistently letting go of all bad habits and tendencies, and tirelessly striving to progress

tiến tu mãi... cho cái đức hạnh viên tròn sẵn có ấy, được trọn vẹn hiển bầy!

Thật quý hóa lắm thay! Và cũng không có cái gì có thể so sánh được với những viên Bảo Châu toàn thiện, toàn mỹ là những Vị Tu Sĩ gương mẫu này!

CHIẾC ÁO LEN ĐAN, GIA TÀI CỦA MẸ

**(Thương tặng Sư Chân Như
và những ai có bà Chị Cả thay mẹ.)**

Len đan từng mũi, đan bằng từng giọt máu,
Thở từng hơi, biến thành chiếc áo nhiệm màu

Tâm sáng ngời, trăng tròn đã hiện từ lâu
Ngầm dõi theo, phải đàn em còn khờ dại?

Răng: "Sợ em mình rét lạnh ngủ không yên!"

Một mũi len đan, một hơi thở siêu Thiên
Biến biến, hóa hóa, đầy khăn choàng, mũ áo
Người chị hiền hay là bà mẹ thần tiên?

Từng miếng cơm ngon, từng manh áo, bạc tiền

Chắt chiu, nhường nhịn, này dư nhiều, đừng lo

Bàn tay dúi, này đồng nhỏ, này đồng to
Nhịn ăn, nhịn mặc, này trời cho rất nhiều

so that their already perfect virtues can be fully manifested.

How precious! Nothing can compare to these perfect, exemplary monastics-the true jewels!

THE KNITTED SWEATER: A MOTHER'S HERITAGE

(Dedicated to Venerable Chân Như and those who have older sisters who take on the role of mothers.)

Knitting each stitch, knitting with every drop of blood,
Breathing in each breath, transforming into a magical shirt.
The heart is bright; the full moon has long since appeared.
Are you still a foolish junior, watching?

The sister fears that her younger sibling will fall into a deep, cold sleep.
A knitting needle: a breath of Zen.
Transformation-full of scarves, hats, and coats.
Is she the good sister or the fairy godmother?

Every delicious meal, every piece of clothing, every silver coin.
Be frugal and patient; there is a significant surplus, so don't worry.
Hands give; this is a small coin, and this is a big coin.
Go without food, go without clothes-this is a great gift from heaven.

Bao cay đắng, chẳng ngại gì mưa với nắng

Em hay con, sao mà thơ dại quá nhiều!
Càng lớn khôn, càng ngỗ nghịch biết bao nhiêu
Vẫn tha thứ, chỉ một lòng thương, lòng xót

Tôi trưởng thành rồi mà chị tôi còn lo lắng
Dưới cặp mắt người, tôi vẫn bé nhỏ mồ côi
Cho hết cả rồi, chị vẫn: "Tội nghiệp em tôi"

Chị thay mẹ để thương tôi suốt cuộc đời

Đồng ánh sáng của một Vầng Trăng chiếu rọi
Quỳ chắp tay, con xin tán thán ghi ân
Chị Hằng ơi ! Người Mẹ vi diệu khôn ngần
Đây nhạc khúc, cùng ngón tay, ta đồng gẩy

.

VỊ SƯ CHÂN CHÍNH

(Thương tặng Toàn Chân Liên, vị sư chân chính)

Sư Toàn Chân Liên nhắc nhở tăng ni
Suốt cả ngày Tứ Hạnh phải oai nghi

Năm giờ sáng Công Phu đều như thế

Không Trì Hạnh Giới, tu mà làm chi!

Quản ngại gì, đời tu hành gian khổ
Không gian lao đòi hái trái là mơ

They are incredibly resilient, showing no fear of the rain or the sun.

How naive younger siblings or children are!

The older they grow, the more rebellious they become.

They remain forgiving, expressing only love and compassion.

I'm an adult, but my older sister still worries about me.

In people's eyes, I am still a small orphan.

After giving her all, she still says that she feels sorry for her younger siblings.

She has taken on the role of my mother by providing love and support throughout my life.

The same light of a shining moon
Kneeling with folded hands, I praise and thank You.
Oh, Sister Moon! The infinitely wonderful Mother.
Here is a melody; using the same fingers, we play together.

THE TRUE MONASTIC

(Dedicated to Toàn Chân Liên, the true monastic.)

Venerable Toàn Chân Liên reminds Monks and Nuns

The Four Virtues must be upheld with dignity throughout the day.

At five o'clock in the morning, this is what practicing looks like.

If we do not uphold the Precepts, what is the purpose of practicing?

Do not fear the hardships of monastic life.

Thinking of enjoying fruit without hard work is merely a

Dấn thân thôi, để vượt thoát mê mờ
Hạnh nghiêm chỉnh là noi gương Phật, Tổ

Việc làm luôn tay chẳng khi sơ hở
Tu hành như người, mâu mực thật cơ
Nhẫn nhịn, trung thành, mộc mạc, đơn sơ
Vì đồ chúng, người chắt chiu can đảm

Tuệ Tâm mở, người tu sửa, đổi ngay
Tập khi người buông, Ngã dẹp bỏ đêm ngày

Nhị biên vượt, Tự Tâm hoa tự nở
Ai? Là Ai? Ai hiện hữu nơi này?

Đồng tịnh chiếu, mặt trời sao đồng lõa?

Khối nghi xưa, ai đánh vỡ tan tành?
Hay sơn hà, hay đại địa đang đồng thanh?
Ai đang hát? Ai đang đồng tham Công Án?

Toàn Thiền Viện đồng chắp tay tán thán
Tu Viện này xin kính cẩn tri ân
Người chị, người mẹ, nồng hậu, ân cần
Đức hạnh người tràn đầy như trăng sáng

VỊ SƯ CHÂN TU

(Thương tặng Chân Diệu vị sư chân tu)

Thiên thủ thiên nhãn là Sư Chân Diệu

dream.

Dedicate yourself to overcoming confusion.

Serious conduct involves following the example set by the Buddha and the Patriarchs.

She works all the time, never being careless.
It is difficult to practice as she does.
She is patient, loyal, rustic, and simple.
For the sake of the people, she is courageous and thrifty.

She embodies the Wisdom Mind through daily reflection.
Practice letting go; the self is abandoned both day and night.
Two boundaries of perception are transcended; the Self Mind flower blooms.
Who? Who is it? Who is here?

The sun shines with the mind; why is it considered an accomplice?
Who has dispelled the ancient doubt?
Are the mountains, rivers, and the earth in unison?
Who is singing? Who is participating in the Koan?

The entire Zen monastery joins hands in praise.
This monastery respectfully pays tribute.
To the warm and caring sister and mother
Her virtues are as radiant as the bright moon.

THE TRUE MONASTIC

(Dedicated to the true monastic Chân Diệu)

Thousand hands and thousand eyes is Venerable Chân Diệu.

Bận bịu suốt ngày chẳng chút hở tay
Dù chín, mười người cũng khó mà thay
Một trách nhiệm nặng, đa đoan như thế!

Từ việc nhỏ, hay cho dù việc lớn
Nhẫn nại, cần cù quyết chí chu toàn
Can đảm, tận tụy, ngại gì đạ đoan
Một lòng thôi, không gì lay chuyển được

Cứ như thế, người song tu phúc trí
Một ngày không làm, ngày ấy không ăn
Tu hành vậy, mà người còn băn khoăn
Đạo với Đời, thật ta chưa trọn vẹn!

Bi, Trí, Dũng dù hình hài xinh nhỏ

Bàn tay gầy làm đất chuyển trời rung
Đã vô úy, lại vừa lực, vừa hùng
Khiến đại chúng vừa thương lại vừa phục

Thế mới biết chấp tướng hình không tỏ
Tướng bên ngoài thật thùy mị đoan trang
Mà bên trong, ôi chí khí hiên ngang
Đời đã trọn và Đạo thì cũng vẹn

Toàn Thiền Viện xin chắp tay tán thán
Vị chân tu đầy nghị lực oai hùng
Nguyện noi gương, người đức hạnh bao dung

Suốt cuộc đời đã xả thân vì Đạo

Busy all day long without a moment of leisure.
Even nine or ten people would find it difficult to be replaced.
It's a heavy and multifaceted responsibility!

She handles all tasks, both small and large.
Patient, diligent, and determined to complete.
She is courageous and devoted, not afraid of many things.
With a focused mind, nothing can shake her.

Just like that, she cultivates both wisdom and merit.
A day without work is a day without food.
Practicing like this, anyone who still worries...
Between secular and spiritual life, one is truly an incomplete practitioner.

Though small in stature, she possesses compassion, wisdom, and courage.
Her delicate hands can shake the earth and sky.
She is fearless, strong, and mighty.
Making the masses both love and admire her.

Don't judge by appearances.
On the outside, she appears gentle, graceful, and dignified.
But on the inside, her spirit is majestic.
Her worldly life is complete, and her Dharmic path is also beyond reproach.

The entire Zen monastery joins hands in praise.
The true monastic possesses majestic determination.
Vowing to follow the example of this virtuous and tolerant venerable,
Throughout her life, she has sacrificed herself for the Dharma.

TÌNH THƯƠNG YÊU CHÂN THẬT

Trong "yêu" có "thương" và trong "thương" có "yêu" là dĩ nhiên, nhưng ý nghĩa của "yêu" và "thương" hơi khác nhau. Trong "thương" có nhiều từ bi, hy sinh hơn vì ít vô minh. Trong "yêu" có nhiều si mê, nhiều dính mắc, ích kỷ, tham lam, sân hận, độc ác, đòi sở hữu, do đó đôi khi trở nên thủ đoạn, tranh giành, tàn bạo, ác độc, chiến tranh vì nhiều vô minh.

Tuy nhiên không phải cái "yêu" nào cũng thiển cận, ích kỷ như thê! Có những cái "yêu" rất vô tư, rất cao thượng! Ngược lại, cũng có những cái "yêu" chỉ toàn vì tự ngã!

Trong lãnh vực của chữ "yêu"; nghĩa của nó bao la bát ngát, chúng ta chỉ có thể luận bàn đại khái, sơ lược mà thôi như:

Yêu thiên nhiên
Yêu văn thơ
Yêu nghệ thuật
Yêu văn nghệ
Yêu nghề nghiệp
Yêu thần tượng
Yêu nhân loại
Yêu thể dục, thể thao và các trò chơi...
Yêu nước, yêu dân
Yêu gia đình, cha mẹ, anh chị em, họ hàng...
Yêu vợ, yêu chồng, yêu con cháu

TRUE LOVE

In love, there is compassion, and in compassion, there is love; however, the meanings of love and compassion differ slightly. Compassion involves greater selflessness and sacrifice because it is less clouded by ignorance. In contrast, love often includes more infatuation, attachment, selfishness, greed, anger, cruelty, and possessiveness. Consequently, love can sometimes become scheming, competitive, brutal, vicious, and even warlike due to the influence of ignorance.

However, not all love is narrow-minded and selfish. Some forms of love are truly selfless and noble. Conversely, there are also types of love that exist purely to satisfy the ego.

In the realm of the word "love," its meaning is vast and boundless. We can only discuss it roughly and briefly, such as"

Love of nature

Love of literature and poetry

Love of art

Love of literature and the arts

Love of profession

Love of idols

Love of humanity

Love of physical education, sports, and games...

Love of country, love of people,

Love of family, parents, siblings, and relatives

Love of wife, love of husband, love of children and grandchildren

Yêu thầy, yêu bạn
Yêu người yêu
Yêu vật chất
Yêu tứ đổ tường
Yêu tài, sắc, danh, thực, thùy
Yêu đạo pháp
Yêu bản ngã của chính mình

Dĩ nhiên tình yêu nào cũng có những lý do, sắc thái, ý nghĩa riêng của nó. Tình yêu của riêng từng cá nhân đều được kính trọng! Bởi vậy mới có những văn thơ, nhạc kịch, phim ảnh và đủ loại truyện để diễn tả, để gửi gắm tâm sự, để ca tụng, để đắng cay, để giận hờn, để nói mát mẻ, để nhung nhớ và nhất là hàng năm còn có một ngày Valentine để thổ lộ, để tri ân, để ca ngợi nhắc nhở, và để dạy đời.

Nhưng nếu đi sâu vào ý nghĩa của nó, thì việc đề cao, tán dương cũng còn tùy vào quan niệm và sự hiểu biết của từng người. Không phải tình yêu nào cũng đáng được tán dương, vì có những tình yêu si mê tai hại. Nhưng cũng có những tình yêu trong sáng tuyệt vời. Không tính toán so đo, không tư lợi, ích kỷ, không dính mắc mà vô tư, bình đẳng một cách tự nhiên có lợi cho muôn người, muôn vật - đó là những tình yêu đáng cho chúng ta tán dương và tri ân.

Còn những tình yêu đầy đam mê, vướng mắc, mê muội mất khôn, vì tình cảm nhiều nên mất hết lý trí, tạo nên bao điều phiền não đau thương, tan cửa nát nhà, nguy hiêm tới mạng sống, và nhiều khi còn liên hệ đến đất nước gây chiến tranh. Loại tình yêu này đầy tham, sân, si, hỉ, nộ, ái, ố; đầu tư lợi, ích kỷ, ghét ghen; đầy thủ đoạn, dã man, độc ác và quá ư độc tài. Cũng chỉ vì cái vô minh sâu dày của bản ngã đã tự giết chính mình và giết hại cả người. Tình yêu như vậy là tình yêu tàn khốc!

Có nhiều người thất tình vì yêu mù quáng, suốt ngày ngẩn ngẩn, ngơ ngơ, thương thương, nhớ nhớ, quên ăn, quên ngủ,

Love of teachers, love of friends
Love of lovers
Love of material things
Love of the four walls
Love of talent, beauty, fame, food, and sleep
Love of religion
Love of one's own ego.

Every love has its own reasons, nuances, and meanings. Each individual's love deserves respect! That is why there are poems, musicals, movies, and countless stories created to express feelings-to confide, to praise, to lament, to be frustrated, to speak sweetly, to miss someone. Especially every year on Valentine's Day, we confess love, show gratitude, offer praise, remind one another, and reflect on life.

However, if we discuss its meaning, exaltation and praise depend on each person's concept and understanding. Not all love is worthy of praise, as some infatuated loves can be harmful. Nevertheless, there are also wonderful, pure forms of love-selfless, without calculation, selfishness, or attachment; naturally equal and beneficial to all people and all things. These are the kinds of love that deserve our praise and gratitude.

There are also loves filled with infatuation, entanglement, and confusion. Overwhelmed by intense emotions, they lose all reason, leading to many painful and heartbreaking consequences-destroying families, endangering lives, and sometimes even dragging nations into war. This kind of love is marked by greed, anger, ignorance, joy, rage, love, and hate; it is rife with selfishness, jealousy, deceit, savagery, cruelty, and authoritarianism. It stems from profound ego-driven ignorance that ultimately destroys both itself and others. Such love is a cruel love.

Many people suffer heartbreak due to blind love, becoming constantly absent-minded-lost in love, longing,

hận người, hận mình, khổ sở, điên cuồng, học hành dang dở, không sự nghiệp tương lai, và rồi đi đến chỗ vào nhà thương điên hay đi tự tử! Yêu đương mê muội như thế chỉ làm hại mình, hại gia đình, và hại cả quốc gia, xã hội nữa!

Cho nên những tình yêu nào do nhân duyên thiện/ác, oán ân/nợ nần, vay trả của nhân quả nghiệp báo thì bao giờ cũng đầy nước mắt, vui ít, buồn nhiều, đắng cay, khổ sở, không sao mà tả.

Quả là vậy, trong cõi đời Tương Đối, cái gì do nhân duyên tạo tác, nhân duyên hội tụ, thì nhân duyên ấy phải chia lìa! Bởi vậy Tình Yêu Tương Đồi cũng không ngoài quy luật đó, nên làm sao mà vĩnh cửu cho được! Tất cả đều do sự vay trả không bao giờ đồng đều, nên vòng tròn của cái nợ đồng lần cũng không bao giờ chấm dứt là thế.

Xin nhấn mạnh, tình yêu nào tạo dựng bởi ân oán/nợ nần, thì ắt hẳn phải có sự tạo nghiệp riêng tư. Mà đã riêng tư là tự động có những sự ích kỷ, tham lam, chấp chước, chiếm đoạt, độc tài, đòi sở hữu, tranh giành, ghen tuông... nên những nghiệp quả oán thù càng thêm chồng chất!

Nói cho cùng, tất cả cũng chỉ vì sự chấp thật nên cái bản ngã vô minh đã tự yêu thương, trân quý mình quá mức! Do đó mà quá tham lam để đoạt người, đoạt của, đoạt tự do của người; đoạt tất cả vật chất lẫn tinh thần, và bất cứ cái gì có lợi cho cái gọi là "ta" và "của ta"! Vô tình đã tạo nên một tình yêu đầy ô nhiễm, vướng mắc, đầy ích kỷ, khổ đau, ngột ngạt chẳng khác gì cảnh ngục tù!

Đã là tình yêu giới hạn của Tương Đối thì lúc có, lúc không, lúc còn, lúc mất. Dĩ nhiên không tồn tại lâu bền, vì nó không có đủ cái yêu thương đúng nghĩa của sự từ b1, chi

and neglecting basic needs like eating and sleeping. They may develop feelings of hatred toward others and themselves, experience misery and mental instability, abandon their studies, jeopardize their future careers, and ultimately risk ending up in a mental hospital or even committing suicide. Such blind love harms not only the individual but also their family, as well as society and the nation as a whole.

Therefore, any love arising from good or bad karma, resentment or debt, or the borrowing and repaying of karmic retribution is always filled with tears, little joy, much sadness, bitterness, and indescribable suffering.

Indeed, in the relative world, everything created by causes and conditions must eventually separate when those causes and conditions diverge. Therefore, this rule also applies to relative love-how can it be eternal? Everything arises from the unequal repayment of debts, so the cycle of balancing debts will never end.

I would like to emphasize that any love born from grudges or debts carries private karma. When love is private in this way, it inevitably involves selfishness, greed, attachment, appropriation, control, possession, competition, and jealousy. As a result, the karmic consequences of hatred accumulate even further.

Overall, it is the belief in the reality of the world that causes the ignorant ego to love and cherish itself excessively. Consequently, it becomes overly greedy, taking from others-people, property, and freedom-as well as all material and spiritual things that benefit the so-called "me" and "my possessions," and has unintentionally created a love filled with pollution, entanglement, selfishness, suffering, and suffocation, resembling a prison.

Since it is a limited love based on relationships, it sometimes exists and sometimes does not; sometimes it remains, and sometimes it disappears. Naturally, it does not

hy sinh vì người, mà không vì mình! Đấy mới chính là "Tình Thương Yêu Tuyệt Đối Chân Thật!"

Tình Thương Yêu Chân Thật này vốn sẵn có ở ngay nơi chúng ta và muôn loài, muôn vật. Tự nó đã ra ngoài mọi vướng mắc, mọi tham, sân, si, hi, nộ, ái, ố, tư lợi, ích kỷ, tranh giành, ghét ghen... và nó hoàn toàn tự động từ bi, hỉ xả, bao dung với sự hy sinh tột độ, cùng sự bình đẳng tuyệt đối, chỉ vì nó là cái trí tuệ thanh tịnh vô biên, luôn có mặt thường hằng, bất biến trong cõi đời hiện hữu của chúng ta. Nó không do nhân duyên tạo tác nên tồn tại, cũng là vượt thời gian không gian! Tất cả cũng chỉ vì vô minh mà chúng ta đã biến nó thành một thứ tình yêu giới hạn đầy si mê, đầy ô nhiễm, đầy nước mắt, để không thể tránh được Nghiệp Báo Nhân Quả.

Tóm lại, chúng ta vì quá ư mê mờ với bao tập khí vô minh, đã tự che lấp mất tình thương yêu vi diệu sẵn có của chính mình! Nếu muốn tình thương yêu chân thật ấy hiển bầy, thì chỉ việc buông bỏ mọi tập khí là những thói hư tật xấu.

Hãy dùng một trong những phương tiện như Niệm Phật, Trì Chú, Tọa Thiền và Tham Công Án làm Công Phu trong từng sát na! thì đây là những phương thuốc có hiệu lực nhất để thanh lọc đến tận gốc của sự vô minh. Bởi Công Phu Miên Mật có khác gì những trận gió thổi mạnh làm cho những áng mây mờ vô minh tan biến, để vầng trăng tròn thương yêu chân thật sẵn đó ló rạng ra!

TÌNH THƯƠNG CHÂN THẬT

Chỉ có tình thương chân thật mới hoán cải được hận thù
Chỉ có tình thương chân thật làm tan rã mây mù
Tình thương chân thật: "Tình vô biên không ngần mé

last long because it lacks genuine compassion and true love-it involves sacrificing for others but not for oneself. That is true, absolute love!

True Love is inherently present within us and all beings and things. It transcends all entanglements-greed, anger, ignorance, jealousy, envy, hatred, self-interest, selfishness, and competition. It is naturally compassionate, joyful, forgiving, and tolerant, characterized by utmost sacrifice and absolute equality. This love is pure, boundless wisdom-ever-present, ever-enthusiastic, and unchanging in our current life. It does not arise from causes and conditions and transcends both time and space. However, due to ignorance, we have distorted it into a limited form of love-infatuation-tainted with impurities that suppress tears and inevitably lead to karmic retribution.

In short, because we are burdened by many ignorant habits, we have obscured our own wonderful capacity for love. If we want that true love to manifest, we simply need to let go of all harmful habits.

Use one of the following methods-Contemplating Buddha, Reciting Mantras, Sitting Meditation, or Koan Practice-to cultivate mindfulness in every moment. Each is a highly effective remedy for purifying ignorance at its root. Constant practice acts as a powerful force, dispelling the veil of ignorance and revealing the radiant light of genuine love.

TRUE LOVE

Only true love can transform hatred into understanding.
Only true love has the power to dissolve the clouds.
True love is boundless-an infinite love that already resides

Có sẵn nơi mình, bỏ quên chẳng dùng, hỏi uổng không ư?"

Nhưng vì vô minh che kín bởi tật xấu thói hư
Nên tình thương chân thật, biến thành đảo điên, điên đảo

Phải:
"Đảo điên xoay ngược thì chân tình thương hiển hiện sáng như sao?"
Và cuộc sống muôn loài, muôn vật tuyệt đẹp biết bao!
Sao không cho đi, cho người, cho vật, cho thật, cho chân?
Cho không biệt phân, cũng không mong đáp nghĩa đền ân

Cho đến thế, quả là cho tình thương Tuyệt Đối
Muốn hay không, thì nhân nào quả nấy vẫn an bài

Không gieo trồng, mà mong đòi quả là quá mê si
Không cần biết mình, biết người, sao cứ lo phân bì?

Muốn hưởng phúc báu, thì lo vun trồng, tu phúc

Muốn vượt sinh tử, phải tu trí tuệ sao cho kiên trì

Gieo nhân cho to, ta hái quả thật là to
Gieo nhân so đo, ta hái quả i, quá so đo

Gieo nhân đảo điên, ắt phải là điên đảo trái
Gieo nhân chân thật, là vượt cả quả nhỏ/to

within us. If we fail to embrace it, it will be wasted.

But because of ignorance masked by bad habits.
True love can turn into madness, madness.

Turn the chaos upside down, and true love will shine like a star.
How beautiful life is for all beings and things!
Why don't you give-give to people, give to things, give truly, give sincerely?
Give without distinction and without expecting anything in return.

To this extent, it truly embodies Absolute Love.
Whether you like it or not, you will reap what you sow.

Not sowing but expecting to reap results is a delusion.
Why not learn about yourself and others but avoid worrying about comparisons?
If you want to enjoy blessings, focus on cultivating and nurturing them.
If you want to transcend birth and death, you must cultivate wisdom repeatedly.

Sow a great cause, and you will reap great fruit.
Sow the seeds of bargaining, and we will reap fewer fruits; too much bargaining leads to diminished returns.
Sow an upside-down cause; it must be crazy fruit.
Sowing a genuine cause leads to surpassing both small and large fruits.

TƯƠI MÁT

Phong cảnh thiên nhiên tươi mát, những đóa hoa tươi mát, dòng suối mát, không khí trong lành dịu mát, trăng thanh gió mát, và con người cũng tươi mát như thế từ vô thủy, có nghĩa là Vũ Trụ Vạn Vật vốn đều Tuyệt Đối tươi mát!

Mọi cảnh, mọi vật và mọi người lúc nào cũng vậy, thì đó là Thiên Đàng, đó là Cực Lạc, chứ còn đi kiếm ở đâu nữa!

Thật thế, muôn loài, muôn cảnh vật lúc nào cũng tuyệt đối tươi mát! Cái gì nó vẫn là cái ấy: chúng không đẹp/không xấu, không sang/không hèn, không cao/không thấp, không tên/ không tuổi, không thời gian/không không gian. Chúng vốn tự nhiên, vốn vô tư, và hoàn toàn vô tội!

Chỉ tại loài người không chịu như thế. Chúng ta luôn sống trong mê mờ, sống trong vọng tưởng, nên cứ tưởng như mình làm đảo lộn được muôn cảnh vật! Đảo lộn được cả đất trời! Để rồi lại tưởng chính mình cũng lộn đảo theo những cảnh vật ấy!

Vì vọng tưởng điên đảo như thế, nên chúng ta đã gán tên, gán tuổi, rồi chia, rồi cắt, và cho số lượng, kích thước, thời gian, không gian giới hạn cho từng sự, từng vật! Sau đó lại còn thêm mắm, thêm muối: nào là thật/giả, nào là cao/thấp, nào là đúng/sai, nào là to/nhỏ, nào là đẹp/xấu... Cứ thế mà chúng ta miên man mãi, để rồi tự mình Chấp Thật có cái Ta, với năm Uẩn (Sắc, Thọ, Tưởng, Hành, Thức); chấp sáu Căn (Mắt, Tai, Mũi, Lưỡi, Thân, Ý), là Bản Ngã, và Chấp Thật có

FRESH AND COOL

The natural scenery is fresh-the vibrant flowers, the cool streams, the crisp air, the clear moon, and the gentle breeze. Even the people have remained fresh since the beginning, which means that the universe and all things are inherently and absolutely fresh!

All scenes, all things, and all people consistently embody this freshness; this is what Heaven represents, and it is the Pure Land. Where else could you look for it?

Indeed, all species and things are always absolutely fresh! Everything is what it is: inherently neither beautiful nor ugly, noble nor base, high nor low, nameless nor ageless, timeless nor spaceless. They are naturally innocent and completely sinless!

The issue lies in the fact that humans do not accept things as they are. We often live in confusion and delusion, believing we can turn everything upside down-turn the whole world upside down-and think that we ourselves are also turned upside down along with it.

Because of such irrational delusions, we assign names, ages, divisions, measurements, quantities, sizes, times, and limited spaces to every thing and object. Then we add more complexity with contrasts: real/fake, high/low, right/wrong, big/small, and beautiful/ugly. Thus, we wander endlessly, perceiving the Self through the five aggregates (form, feeling, perception, mental formation, and consciousness); perceiving the six senses (eyes, ears, nose, tongue, body, and mind) as

Thế Giới, tức là có sáu Trân (Sắc, Thanh, Hương, Vị, Xúc, Pháp) mà chúng ta đã giả tưởng gán ghép danh từ, số lượng... cho chúng!

Khi đã si mê Chấp Thật có Tự Ngã, thì tự động chúng ta sẽ có những tham lam, muốn tư lợi, vơ vét hết mọi thứ để mình được làm Sở Hữu Chủ (tức là Chủ Nhân), càng nhiều càng tốt!

Khi đã muốn vơ vét cho thật nhiều, thì đương nhiên phải có sự tranh dành, thủ đoạn, điêu ngoa, quỷ quyệt!

Khi đã tranh giành, thì dĩ nhiên phải có ích kỷ, hơn thua!

Khi đã hơn thua mà không được, thì sẽ ghen ghét, hận thù, giận dữ!

Khi đã quá giận dữ, thì sẽ có chiến tranh!

Khi đã chiến tranh, thì phải có đổ máu và chết chóc!

Thế đó, từ cái đang an lạc, thanh bình, tươi mát và tinh khiết vốn sẵn có, thì không một nguyên nhân gì chúng ta tự khởi lên một cái "Vọng Giác", , là cái "Biết" (tức là cái Thấy, Nghe, Hay, Biết). Rồi từ Cái Biết thơ ngây, mơ hồ này, lại tiếp tục khởi lên một niệm nữa, đem chia Cái Biết làm hai, tức Năng Biết và Sở Biết, để có cái Ta Biết và có cái Người Biết. Niệm chia hai này, chính là Nhất Niệm Vô Minh, hay còn gọi là Vọng Tâm Thức Nhị Biên Phân Biệt, là Niệm Si Mê Giả Dối làm vẩn đục, ô nhiễm, và làm mất đi cái vốn tươi mát sẵn có của chúng ta!

Xin nhắc lại:

Với cái Vọng Mê này, chúng ta là người sống trong Mơ, nói năng mê sảng. Chúng ta đã gán ghép những danh từ, những số lượng với thời gian, và những khoảng không gian giới hạn cho từng hiện tượng của từng sự vật, rồi đi sâu hơn nữa là chúng ta đắn đo, cân nhắc giá trị hơn/kém, đẹp/xấu, sang/hèn của từng sự vật ấy để mà tham lam, giành giật chúng! Vì tưởng mọi người trong mơ, cái Ta trong mơ, và mọi cảnh vật trong mơ là có thật, cho nên chúng ta mới tư lợi cho Bản Ngã Giả, chính là Cái Bản Ngã Của Mộng Mơ mà cứ lầm tưởng

the Self; and perceiving the world-that is, the six treasures (form, sound, smell, taste, touch, and dharma)-to which we have imagined assigning names and quantities.

When we become infatuated with the idea of a self, we naturally grow greedy-seeking personal gain, grasping at everything to become the owner, the master. The more, the better!

When we strive to seize as much as possible, competition inevitably arises-along with trickery, deceit, and cunning.

Where there is competition, selfishness is sure to follow.

When we compete and fail to obtain what we desire, jealousy, hatred, and anger emerge.

When anger becomes excessive, war is inevitable.

And where there is war, there will be bloodshed and death.

Therefore, from an inherently peaceful, serene, fresh, and pure state, without any external cause, we spontaneously give rise to a delusional awareness-namely, the false knowing that manifests as seeing, hearing, and perceiving. From this naïve and indistinct awareness, another thought arises: it divides knowing into two parts-the knowing subject and the known object-giving rise to the notions of "I know" and "the knower." This act of division is the One Thought of Ignorance, also known as the Delusional Consciousness of Dual Differentiation: the false thought of delusion that clouds, pollutes, and ultimately destroys our inherently fresh nature.

Let me repeat that:

In this state of delusion, we are people living in a dream, speaking within a dream. We assign nouns, quantities, time, and spatial limits to each phenomenon and each thing. Then, going deeper, we hesitate and weigh their value-more or less, beautiful or ugly, noble or base-and greedily fight for them. Because we believe that all the people in the dream, the Self in the dream, and all the scenes in the dream are real, we cling to the False Self-the Dream Self-which we mistakenly take to

là bản ngã thật.

Sự lỡ lầm ấy đã tạo nên biết bao phiền não, bao Nhân Quả, bao Nghiệp Báo trôi lăn và đã đánh mất đi cái thật sự hồn nhiên, tươi mát sẵn có! Chúng ta đã tự chôn vùi nó bằng những Vọng Tưởng Vô Minh, bằng những cơn trường mộng dài hằng hà sa số kiếp! Trong ây những ham hố, bắt buông Danh, Tài, Ái, Dục, những lời nói lảm nhảm, cùng những sự vui buồn, hờn giận, và mọi hành động phi lý...

Vâng! Tất cả chỉ là Mơ, mà đã là Mơ thì không phải là Thật, vì nếu là Thật, thì tại sao cái Thân hiện hữu, và muôn loài, muôn vật không trường tồn vĩnh viễn?

Tự chúng ta đã ngủ Mê, thì cũng phải chính chúng ta tự phải Tỉnh. Không ai có thể vào giấc mộng của ai mà giúp đỡ gì được, ngay cả Đức Phật cũng chịu thôi! Không phải là "Phật Di Đà cứu được, mà Phật Thích Ca lại không cứu được"! Phật Di Đà, Phật Thích Ca, Phật Di Lặc hay bất cứ Phật nào, thì cũng y như nhau. Tất cả các Phật đều là "Phật Tính": tức Thích Ca Phật Tính, Di Đà Phật Tính, Di Lặc Phật Tính, hay nói gọn hơn là Thích Ca Tính, Di Đà Tính, Di Lặc Tính, là cùng một "Phật Tính" không khác nhau một ly, một tý nào hết cả! Và ngay chúng ta cùng muôn loài, muôn vật đều có "Phật Tính" ấy.

Đã gọi là "Tính", là cái Tính Không, thì không thể cố định, nên nó không nam hay nữ, không nhỏ hay lớn, không sạch hay nhơ, không phải hay trái, không thật hay giả... Nó tự động ra ngoài mọi bàn luận tranh cãi, và sự hiểu biết hạn hẹp của bộ óc thế gian. Nhưng tuyệt vời thay, vì nó là Tính nên Vô Tướng và vì Vô Tướng nên Vi Diệu Ẩn Mật, nhưng nó lại Nhiệm Mầu Hiện Tướng, để thể hiện Hữu Dụng ở Thế Gian này! Do vậy mà Bát Nhã Tâm Kinh nói:

be the real self.

That mistake has created immense trouble-so much cause and effect, so much karma endlessly rolling-and has obscured the true innocence and freshness that are innately ours. We have buried this purity beneath ignorance and delusion, beneath long dreams that stretch across countless lifetimes. Within these dreams lie desires and temptations: the urge to chase fame, wealth, love, and pleasure; the clamor of meaningless words; and the swirl of joy, sorrow, anger, and irrational actions.

Yes-it is all just a dream. And if it is a dream, then it is not real. For if it were real, why would the body perish? Why would all beings and all things not exist forever?

We ourselves are in a deep sleep, and so we must awaken on our own. No one can enter another's dream to help-not even the Buddha. It is not that Amitabha Buddha can save us, nor can Shakyamuni Buddha. Amitabha Buddha, Shakyamuni Buddha, Maitreya Buddha, and all other Buddhas are fundamentally the same. All Buddhas possess Buddha Nature: Shakyamuni Buddha Nature, Amitabha Buddha Nature, and Maitreya Buddha Nature-or more simply, Shakyamuni Nature, Amitabha Nature, and Maitreya Nature-are identical, without the slightest difference. We, along with all species and all things, share this same Buddha Nature.

Called Nature-the Nature of Emptiness-it cannot be fixed. Therefore, it is neither male nor female, neither small nor large, neither clean nor dirty, neither right nor wrong, and neither real nor fake. It transcends all discussion and debate, as well as the limited understanding of the worldly mind. And yet, wonderfully, because it is Nature, it is formless; and because it is formless, it is miraculously hidden, yet miraculously manifest-revealing its usefulness in this world. Thus, the Heart Sutra states:

"Sắc chính là Không, và Không chính là Sắc."

Khi đã hiểu rõ phần nào nguyên nhân của sự khổ đau Sinh Tử, thì chúng ta dễ chán chường hơn về những trò mộng ảo phù du đó! Bởi vậy mới có rất nhiều người thật thiết tha khao khát cái Chân Lý Giải Thoát này.

Lòng khao khát, nhiệt thành là thiện duyên, sẽ được sự vi diệu run rủi để có cơ hội gặp được Chính Pháp, gặp được Minh Sư, gặp được những hồi chuông cảnh tỉnh, và gặp được những tiếng gầm Sư Tử Hống! Làm chúng ta giật mình, tỉnh được cơn trường mộng hãi hùng Sinh Tử ấy!

Và khi chúng ta tu hành thật nghiêm chỉnh, thật đúng Chính Pháp, với những phương tiện chính xác, tuyệt vời, bằng những Công Phu thật Miên Mật thì sẽ làm tan đi những Vọng Tưởng, những Tập Khí Vô Minh sâu dày của bao đời bao kiếp, để "Dòng Suối Tươi Mát Chân Tính" sẵn có của chúng ta sẽ tự ló dạng ra.

Sau đây là những điều chúng ta có thể tự kiểm điểm, minh chứng cho chính mình và mọi người, để rõ biết sự thật về kết quả của sự tu hành là chân hay giả, là tà hay chính!

Những điều kiện sau đây đương nhiên là phải "Có" rồi mới có thể nói "Không Có" của bất cứ ai, dù là tu sĩ hay cư sĩ.

Nếu là Chân Thật thì tự động luôn luôn:

- Tươi mát, cởi mở
- Khiêm cung, đức độ
- Thư thái, an lạc
- Khoan dung, độ lượng
- Bình đẳng, trí tuệ
- Từ bi, hỷ xả
- Đẹp uy nghi, tư cách
- Đẹp thánh thiện, thanh nhã
- Đẹp tự nhiên, trẻ trung

"Form is Emptiness, and Emptiness is Form."

When we understand the cause of the suffering inherent in birth and death, we more easily become disillusioned with those fleeting dreams. That is why so many people genuinely yearn for the Truth of Liberation.

Yearning and enthusiasm are positive states of mind that can be profoundly transformed when we encounter the True Dharma, meet the Enlightened Master, hear the bells of warning, and experience the powerful roars of the Lion's Roar. These encounters help us rid ourselves of the protracted and terrifying cycle of birth and death.

And when we practice seriously-in accordance with the True Dharma, using precise and wondrous methods, and with truly continuous effort-we will dissolve the delusions and deep-rooted habits of ignorance accumulated over many lifetimes, allowing the fresh stream of our inherent true nature to naturally appear.

The following are aspects we can examine and verify for ourselves-and for others-to clearly discern the truth about the results of our practice, whether they are true or false, evil or righteous.

Of course, the following conditions must first be present as "existence" before we can speak of their "non-existence" in anyone, whether a monk or a layperson.

If one practices truthfulness, one will naturally:

- Embody freshness and openness
- Humility and virtue
- Relaxation and peace
- Tolerance and generosity
- Equality and wisdom
- Compassion, joy, and equanimity
- Majestic beauty and dignity
- Sacred beauty and elegance
- Natural beauty and youthfulness

- Biện tài vô ngại
- và tròn đầy phúc trí...

Nếu là Chân Thật thì tự động không:

- Không chấp chước
- Không mua chuộc
- Không đổi chác
- Không quan liêu
- Không ngạo mạn
- Không nịnh bợ và cũng không ưa nịnh bợ
- Không dính mặc danh, tài, ái dục...
- Không dính mắc Sáu Trần (sắc, thanh, hương...) và không dính mắc Ngũ Uẩn (sắc, thọ, tưởng...)

Như vậy là phù hợp với Chân Tính, và khi đã vượt được Nhị Biên, thì đương nhiên là: "Thân Tâm Vô Sở Trụ"

Tuy nhiên, nêu chúng ta mới chỉ được một phần nào trong những điều đã kể ở trên, thì vẫn còn phải tiếp tục giữ Công Phu cho thật Miên Mật, và vẫn phải thực tập những đức hạnh cần có như trên, để rồi một ngày nào đó tự động sẽ phù hợp với "Dòng Suối Tươi Mát Chân Tính" sẵn có ấy của chúng ta.

Tóm lại, để thực tập được dễ dàng và mau có kết quả thì chúng ta nên giữ chặt Công Phu ngày đêm 24/24 bằng tất cả Thân Tâm, chứ không phải chỉ Công Phu bằng cái miệng suông!

Thực tập "Tươi Mát" ngày đêm, và luôn nhớ rằng:

"Khi chúng ta muốn mọi người Tươi Mát với mình, thì chính chúng ta phải Tươi Mát với mọi người trước đã."

Đừng bao giờ sợ thiệt thòi vì :

"Thua là Thắng, Thắng lại là Thua"

Do đó mà: "Cho Tất Cả là Được Tất Cả".

- As well as unimpeded eloquence, complete blessings
- and profound wisdom.

If one practices truthfulness, one will naturally avoid:
- Attachment
- Bribery
- Bartering
- Bureaucracy
- Arrogance
- Flattery, and the desire to flatter
- One will not be attached to fame, wealth, or lust
- Nor to the six sense-objects-form, sound, smell, taste, touch, and dharma-or the five aggregates: form, feeling, perception, mental formations, and consciousness.

This aligns with the True Nature, and when we have transcended the Two Extremes, body and mind are no longer attached to anything.

However, even if we have achieved only some of the aforementioned goals, we must continue to maintain our practice with deep concentration and persist in cultivating the essential virtues outlined above. By doing so, we will one day naturally align with the fresh stream of our inherent true nature.

In short, to practice effectively and achieve swift results, we should engage in continuous practice with our entire body and mind, rather than merely speaking about it.

Practice keeping the mind fresh and calm throughout day and night. Always remember: if we wish others to treat us with freshness and calm, we must first treat them in the same way.

Never fear losing here, for losing is winning-and winning is losing.

Thus, giving all is receiving all.

NỤ CƯỜI

Ôi nụ cười rạng rỡ ánh sao!
Cười hồn nhiên, tự tại nhường nào
Thiêu rụi cả oan khiên, nghiệp chướng
Phải nụ cười vượt thoát chiêm bao?

.
Phải nụ cười giải thoát trần lao?
Này cười thế, mà ra là "ĐẠO"
Chỉ cười thôi mà nói Pháp tột cao!
Lạng cười thôi, chăng thốt lời nào

VI DIỆU

Vũ trụ bao la thật nhiệm mầu
Trời xanh, mây trắng tận nơi đâu?
Núi sông hùng vĩ, vô bờ bến
Rừng lá hoa đầy, nước mấy sâu?

Huyễn hóa làm sao, cõi nước này
Sao dày, trăng đẹp dệt, ô hay!
Hoa xinh lộng lẫy, khoe mầu sắc
Cây trái xum xuê, thật đủ đầy?

Ai giăng mây tím, gió hây hây?
Ai tô lá thăm, én lượn bay?
Không, hành, thủy, lục đầy nguồn sống
Chim hót, người ca, chi sánh đây?

Vì diệu, lịnh thiêng đến thế này!
Muôn màu, cảnh vật tuyệt siêu thay
Bàn tay huyền diệu: Ổ vẫn đấy!
Cực Lạc là đây, ai có hay?

A SMILE

Oh, the smile that shines like a star!
What a natural, carefree smile!
Burns away all grievances and negative karma.
Is this a smile that transcends dreams?

Is this the smile that will liberate the world?
This smile truly embodies the essence of DHARMA.
Just smiling and speaking the supreme Dharma.
Just smiling silently, without saying a word.

MIRACULOUS

The universe is vast and mysterious.
Where are the blue sky and white clouds?
The majestic mountains and rivers stretch endlessly.
The forest is full of leaves and flowers. How deep is the water?

How magical this world is!
So many stars and a beautifully woven moon-oh!
Flowers are beautiful, displaying their vibrant colors.
Trees and fruits are lush and abundant.

Who spreads the purple clouds and the gentle wind?
Who painted the sky as the swallows flew?
The sky, the sea, and the land are full of life.
Birds sing, people sing-what can compare?

How wonderful and sacred this is!
Colorful and breathtaking scenery
The magical hand manifests a myriad of things!
Who knows that this is the Pure Land?

VƯỢT NHỊ BIÊN

Chúng ta đang sống trong thế giới Tương Đối, nên từng ý niệm, từng lời nói, từng hành động trong mọi cảnh, mọi vật đều bị liên hệ Tương Đối! Khi đã có Tương Đối, thì dĩ nhiên phải có Sinh Tử.

Với những ai không muốn bị liên hệ đên tương đối, tức là không còn muốn bị sinh tử chi phối nữa, thì chỉ có một con đường duy nhất là từ Tương Đối làm sao đi vào được Tuyệt Đối mới xong.

Tương Đối còn được gọi là "nhị biên", hay "biên kiến". Danh từ tuy có khác nhưng cũng chỉ đồng một nghĩa. Nó chính là những khái niệm phân biệt đi cặp như cao/thấp, đẹp/xấu, giàu/nghèo, to/nhỏ, yêu/ghét, có/không, sinh/tử... Cũng vì tâm niệm phân biệt, vì nhị biên tương đối như thế, nên chúng ta mới bị phiền não, sinh tử triền miên! Nay muốn vào được cái Tuyệt Đối thì trước hết chúng ta cũng nên biết Tuyệt Đối là gì.

Tuyệt Đối là cái "Vô Sinh", không dính dáng gì đến nhị biên sinh diệt cả! Tức là cái vượt ngoài Nhị Biên! Tuyệt Đối đó ở ngay chúng ta. Nó không cần phải tái tạo khi chúng ta sinh ra, mà nó cũng không bị tiêu diệt khi chúng ta chết! Nó bất biến thường hằng. Chúng ta chỉ việc tu cách nào để nhận ra được nó mà thôi.

Quả đúng như thế, muốn tiến tới Chân Lý Tuyệt Đối thì chỉ có một cách là phải buông bỏ Tương Đối. Tức là buông tất cả mọi ý niệm, mọi hành động nhị biên phân biệt mà chúng ta

BEYOND THE TWO EXTREMES

We are living in a relative world, where every thought, every word, and every action in every situation is interconnected. With relativity comes the inevitability of birth and death.

For those who do not wish to be connected to the Relative-that is, those who no longer want to be affected by birth and death-there is only one path: to move from the Relative to the Absolute.

Relativity is also known as dualism or views based on boundaries. Although the terms differ, they share the same meaning. These are concepts of discrimination that come in pairs, such as high/low, beautiful/ugly, rich/poor, big/small, love/hate, existence/non-existence, and birth/death. It is because of this discriminating mind and relative dualism that we experience suffering and the cycle of life and death. Now, if we wish to enter the Absolute, we must first understand what the Absolute is.

The Absolute is the Unborn, transcending the dualism of birth and death. It exists beyond all dualities. This Absolute is present within each of us. It does not need to be created at birth, nor is it destroyed at death. It is eternally unchanging. We simply need to practice in a way that allows us to realize it.

That is true. If we want to reach Absolute Truth, there is only one way: to let go of the relative. This means releasing all dualistic thoughts and actions in which we have

đã vô tình trầm Thân Tâm mình trong đó từng giờ, từng phút, hết đời này sang đời khác để mà tạo nghiệp sinh tử trôi lăn!

Có phải rằng suốt từ sáng tới tối, giây phút nào chúng ta cũng sông trong cảnh nhi biến tương đối ây? Là không yêu thì ghét, không phải thì trái, không thật thi gia, không thắng thì thua, không thiệt thì hơn, không sang thì hèn... do lẽ đó mà không sinh thì tử, không tử thì sinh! Dù là vô tình đi chăng nữa, chúng ta đã tự tạo cho chính mình một dòng nghiệp bao, mà thiện hay ác đều không ra ngoài được vòng nghiệp trôi lăn không bao giờ dứt!

Vậy, chính chúng ta đã tự gây, tự tạo, tự cột, tự chiêu cảm thành một dòng nghiệp báo thật phức tạp, khổ đau như thế! Nay muốn thoát ra ngoài cái vòng trầm luân ấy, thì lại chính chúng ta phải tự cởi, tự hủy diệt nó đi để tự cứu mình ra, chứ không một ai có thể cứu chúng ta cả! Ngay đức Phật, Ngài cũng chỉ có thể giúp chúng ta bằng cách chỉ đường, khai lối; còn việc đi được hay không đi được, và có muốn đi hay không là do chính chúng ta. Vì ai ăn nấy no, ai tắm nấy mát là lẽ tự nhiên. Sự ỷ lại, mong cầu, đổi chác để đạt được mục đích chỉ là sự viển vông, là mê tín, không hợp nhân quả, không đúng Chân Lý và cũng không thực tế!

Vì lỡ lầm, chính chúng ta tự khởi lên một niệm chấp thật, chấp giả, chấp không, chấp có. Niệm vô minh này không những làm che mất Chân Tâm, mà còn bị sự chiêu cảm của chính mình lập nên Thế Giới Tương Đối cho quốc độ của mình! Do lẽ đó, muốn đi vào Tuyệt Đối, tức là muốn vượt ra ngoài cái Nhị Biên Sinh Tử, thì chúng ta phải làm cách nào trở lại với cái Vô Sinh, tức Chân Tâm Phật Tính vốn sẵn có của mình.

Nay nhờ Phật Pháp mà hiểu rõ nguyên nhân sinh tử, thì chúng ta chỉ việc buông bỏ đi cái khái niệm lầm lẫn, tức khái niệm Nhị Biên Tương Đối ấy đi mà thôi, còn mọi sự mọi vật và muôn cảnh, chúng chưa hề dính dáng gì đến cái khái niệm

unintentionally immersed our body and mind every hour and every minute, from one life to another, thereby creating karma in the cycle of birth and death.

Is it true that from morning until now, every moment we live within relative conditions? If we aren't noble, we're lowly; if we don't win, we lose; if we aren't real, we're fake; if we aren't right, we're wrong; if we don't love, we hate; if we aren't inferior, we're superior. This is why we are born and die: if we don't die, we are reborn. Even unintentionally, we create a stream of karma for ourselves, and whether good or evil, neither can escape the endless cycle of karma.

We ourselves have caused, created, bound, and attracted such a complicated and painful karmic stream. Now, if we want to escape this cycle of suffering, we must undo and destroy it to save ourselves, because no one else can save us. Even the Buddha can only help by showing and opening the way; whether we choose to follow it depends entirely on us. Just as whoever eats will be full and whoever bathes will be cool, these are natural laws. Relying on others, hoping, or exchanging favors to achieve a goal is merely fantasy and superstition-it contradicts the principles of cause and effect, the Truth, and reality itself.

Because of our mistakes, we generate the belief that this world is real, that it is false, that it does not exist, or that it truly exists. This ignorance not only obscures the True Mind but also, through our attachments, creates a relative world unique to our experience. Therefore, if we wish to enter the Absolute-that is, to transcend the two extremes of birth and death-we must somehow return to the Unborn, the True Mind of Buddha Nature inherently present within us.

Now, thanks to the Buddha Dharma, we clearly understand the causes of birth and death. We only need to let go of the mistaken concepts of duality and relativity. All things and situations are unrelated to our personal, erroneous perceptions.

riêng tư, lầm lỡ đó của chúng ta!

Cho nên chỉ trong một sát na:

Khi Mê là chúng sinh và khi Ngộ là Phật

Phần lý thuyết hiểu như thế là đúng Chính Pháp, nhưng phần thực hành, nêu có sai lệch đi chút nào thì vẫn còn chưa về được Tuyệt Đối! Có nghĩa là vẫn còn vương vấn cái Nhị Biên Tương Đối! Dù ít hay nhiều đều tại mình muốn thế! Nếu chúng ta không chịu buông bỏ, là còn nguyên ngã chấp.

Ngược lại, nếu dùng phương tiện như: Niệm Phật, trì chú, tham công án làm công phu để buông bỏ tương đối và buông đến tận cùng những ý niệm, những hành động nhị biên, thì tự động Cực Lạc Thế Giới hiện hữu ngay ở Thân Tâm chúng ta và cũng ở ngay Vũ Trụ này.

Ghi Chú:

Tất cả những danh từ: Vào/Ra, Tương Đối/Tuyệt Đối, Đến/Đi, Mê/Ngộ, Sinh/Tử đều là phương tiện, đều là giả danh.

Nhiều người hiểu lầm nghĩa buông bỏ ở đây là vứt bỏ gia đình, vợ chồng, con cái, tiền tài, danh vọng đi thì sợ hãi không dám tu, nhưng xin thưa rằng: "tùy hoàn cảnh là Tu Sĩ hay Cư Sĩ mà buông nhiêu hay buông ít". Nghĩa buông bỏ với người tu tại gia chỉ là buông bỏ cái Tâm, đừng dính mắc vào những thứ ấy (tức là Sáu Trần) mà thôi.

VƯỢT NHỊ BIÊN

Thế sự bày chi, nào trước với sau
Nào cao, nào thấp, rắc rối thương đau!
Luẩn quẩn, loanh quanh, nhị biên tương đối

In a single moment, when we are delusional, we are sentient beings; when we are enlightened, we become Buddhas.

In theory, understanding it in this way aligns with the Dharma. However, in practice, if there is any deviation, it means we have not yet returned to the Absolute. This indicates that we remain attached to the two extremes of relativity. Whether it is more or less depends on our own desire. If we do not let go, we continue to harbor ego attachment.

On the contrary, consistently reciting the Buddha's name, chanting mantras, and practicing koans allows you to gradually and ultimately abandon dualistic thoughts and actions, leading to the natural manifestation of the Pure Land within our body and mind, as well as throughout the universe.

Note:

All words such as In/Out, Relative/Absolute, Coming/ Going, Ignorance/Enlightenment, and Birth/Death are merely means-false names.

Many people misunderstand the concept of letting go, thinking it means abandoning family, spouse, children, money, or fame, and therefore hesitate to practice it. However, I would like to clarify that, depending on the circumstances, whether you are a monastic or a layperson, you should practice letting go to some extent. For lay practitioners, letting go primarily means releasing attachments in the mind and not becoming attached to external things, such as the six sense objects.

BEYOND THE TWO EXTREMES

The world is full of troubles, both past and present.
Highs and lows, painful troubles!
Circling, wandering, and relative duality

Tâm địa đại đồng, sau, trước gì đâu

Em cuối sau, còn tôi đi hàng đầu
Cùng xoay ngược lại, đuôi, đầu thay nhau

Trái trứng có trước hay gà có trước?
Việt siêu cuối, đầu phải nghĩa thâm sâu?

Cùng một đất Tâm, mà trước với sau!

Cùng đồng một Thể, tuyệt đối như nhau
Cao thấp, đầu đuôi, thôi đừng chấp chước
Là sạch u sầu, mặt ủ mày chau

Nở nụ cười tươi, dù trước hay sau
Ta vẫn là nhau, còn chi đau rầu
Vượt hết tự ti, tự tôn cũng vượt
Nước mắt cùng mặn, máu đỏ cùng đau

The foundation of the mind is actually a single, unified block; there is no before or after.

You are last; I am first.

When turned around, the tail and the head alternate positions.

Which came first: the egg or the chicken?

Is it profound to transcend the concepts of last and first?

In the same realm of the mind, yet diverging from front to back!

All are of the same essence-absolutely identical.

Stop clinging to distinctions of high and low, beginning and end; then you will be free from all sorrow.

Smile, whether you stand in front or behind; we are still the same. There will be no more sadness.

You should overcome all feelings of inferiority and issues with self-esteem.

All tears are salty, and all red blood signifies pain.

CON NGƯỜI VÀ VŨ TRỤ, VẠN VẬT Ở ĐÂU RA?

(Kính Dâng lên Thiền Sư Duy Lực với tất cả tấm lòng quý trọng, mến thương, và xin tri ân, tán dương Ngài bằng cách có thể lập lại những gì thiết thực, hữu ích nhất! Qua nhiều tài liệu Phật Pháp quí báu, trực tiếp cũng như gián tiếp, mà Ngài đã Khai Thị thật là tuyệt vời, rất thực tế, rõ ràng, minh bạch, hiếm có ở trên đời!)

Với con mắt phàm phu, chúng ta nhìn mọi hiện tượng, vạn vật trong Vũ Trụ toàn là những sinh vật, chẳng động vật thì thực vật, chăng Hữu Tình thì Vô Tình.

Thực vật vô tình không có khối óc, không có hệ thống thần kinh nên ít nhạy cảm. Lực trường của nó cố định.

Động vật hữu tình có bộ óc, có hệ thống thần kinh ở toàn thân nên rất nhạy cảm. Có tâm lực do Căn, Trần và Thức hỗ tương mạnh mẽ cho nhau, nên có ảnh hưởng về cảm giác và tình cảm; Tình cảm càng nhiều thì lý trí càng ít, tình cảm càng ít thì lý trí càng nhiều.

Với tất cả những gì có hình tướng như thân cảnh, chúng ta gọi là Thực Thể. Còn những gì không có hình tướng như: sự thông minh, lý trí, tình cảm, sức sống, năng lực, từ lực, từ trường, tốc độ, hư không... chúng ta gọi là Hư Thể.

Nếu nhìn sâu sắc hơn thì dù Hư Thể, Thực Thể (không tướng, có tướng), hữu tình, vô tình, muôn loài, muôn vật đều không hề tách rời nhau! và đều đang sinh hoạt hài hòa, hỗ

HUMANITY AND THE UNIVERSE: WHERE DO ALL THINGS COME FROM?

(I respectfully present this to Zen Master Duy Luc with all my respect and love. I would like to express my deepest gratitude and praise to him in every way I can. Through numerous precious Buddhist texts, both directly and indirectly, he has revealed wonderful teachings that are practical, clear, transparent, and rare in the world.)

Through the eyes of ordinary people, we perceive all phenomena and objects in the universe as living beings-if not moving objects, then plants; if not sentient, then inanimate.

Inanimate plants do not have brains or nervous systems, so they are less sensitive. Their force fields are fixed.

Sentient animals possess brains and nervous systems distributed throughout their bodies, making them highly sensitive. They have mental capacities because senses, sense objects, and consciousness strongly interact with one another, influencing feelings and emotions. Generally, the more emotions present, the less reason is applied; conversely, the fewer the emotions, the greater the reason.

Anything that has a physical form, such as the body, is called an Entity. In contrast, invisible aspects like intelligence, reason, emotions, vitality, energy, magnetism, magnetic fields, speed, and emptiness are referred to as the Void Body.

If we look more deeply, even the Void Body (formless), Entity (form), sentient and insentient beings, all species, and

tương nhau một cách tự nhiên vi diệu! mọi sự, mọi vật cùng hiện hữu, cùng cần nhau như nước nhờ mạ, mạ nhờ nước, không có một cái gì có thể tự độc lập một mình được.

Đã không tự độc lập được một mình mà bắt buộc phải liên hệ chằng chịt và mật thiết với nhau như thế, thì có đúng: "Một là Tất Cả, Tất Cả là Một" y như trong Kinh đã nói không?

Và đặc biệt nữa là không cái nào có giá trị hơn, có ích lợi hơn, hoặc kém giá trị hơn, kém ích lợi hơn cái nào về mặt Thực Thể hay Hư Thể! Vì bất cứ sự vật nào đã có mặt, là đều đã đóng góp trọn vẹn khả năng, nhiệm vụ của nó rồi. Ngay như một ngọn có, một bông hoa dại, một chú kiến cũng tuyệt vời y như vậy. Nếu chúng ta chịu khó quan sát chúng một cách vô tư và bình đẳng, thì sẽ thấy Đạo Lý Tuyệt Đối ở ngay trước mắt, rất thực tế, không viển vông chút nào! Đạo Lý Tuyệt Đối này là Pháp Giới Tính Chân Thật Bình Đăng, là căn bản của muôn Pháp. Tức căn bản của vũ trụ vạn vật.

Sở dĩ chúng ta không thấy được Đạo Lý Tuyệt Đối ở ngay đầu mũi của mình, và ở ngay muôn vật là vì chúng ta không chịu chú ý! Đầu óc luôn bận bịu, suy nghĩ vẩn vơ với cái Vọng Tâm Ý Thức Phân Biệt thật/giả, có/không! Khi đã quen sống, đã hòa nhập với Vọng Tâm Phân Biệt như thế, thì đương nhiên chúng ta phải chấp muôn cảnh, muôn vật của Vọng Tâm do chính mình tạo dựng cho quốc độ riêng của mình là có thật 100%. Do đó mà mọi phức tạp, khổ đau không thể nào tránh được.

Bởi sự chấp có thật Ta, có thật Người, có thật muôn cảnh vật, nên mới có nhiều mưu cầu, có nhiều tranh đua để đạt hạnh phúc bằng đủ mọi cách, miễn sao cho đời sống được thật tiện nghi và thoải mái thì thôi.

Bằng cớ là toàn thế giới đang cạnh tranh nỗ lực phát minh, phát triển trong mọi ngành: Giáo Dục, Chính Trị, Văn Hóa,

all things are not separate from one another. They all live in harmony, supporting each other in a natural and miraculous way. Everything exists together and depends on one another, just as water needs rice and rice needs water. Nothing can exist independently.

If it cannot exist independently but is forced to be so closely and intricately connected to others, then is it true, as the Sutra says, that One is All and All is One?

More specifically, nothing is inherently more valuable or beneficial, nor less valuable or beneficial, than anything else in terms of Entity or Void Body. Everything that exists has already fully contributed its ability and purpose. Even a blade of grass, a wildflower, or an ant is equally remarkable. If we take the time to observe them impartially and equally, we will witness the Absolute Truth right before our eyes-very real and not at all unrealistic. This Absolute Truth is the True and Equal Dharma Realm, the foundation of all Dharmas; in other words, the foundation of the universe and all things.

The reason we cannot perceive the Absolute Truth, even when it is right before our eyes and present in all things, is that we fail to pay attention. Our minds are constantly busy, aimlessly engaged in the illusory process of discriminating between what is real and false, or what exists and does not exist. When we become accustomed to living with and integrating this illusory discriminative mind, we inevitably accept the countless scenes and phenomena it creates as completely real. Consequently, all complications and suffering become unavoidable.

Because of the belief in a real Self, a real Person, and a multitude of real things, many pursuits and competitions arise to achieve happiness by any means, as long as life is genuinely convenient and comfortable.

The evidence shows that the entire world is competing to innovate and advance in all fields: education, politics, culture,

Kinh Tê, Y Học, nhật là Khoa Học Kỹ Thuật đã tiến đến độ tinh vi và còn tiến triển mãi! rất có tiện nghi vật chất cho loài người, nhưng lại cũng làm loài người ham hố tranh đua xa hoa tốn kém trong cuộc sống!

Bởi vậy có biết đâu, Khoa Học càng cao thì lại càng xa, càng lạc mất Đạo Lý! Và ngay cái mục đích mưu cầu hạnh phúc cho nhân loại còn nhiều nghi vấn, cũng như mục đích thám hiểm không gian, tìm hiểu Vũ Trụ ở đâu ra cũng sẽ chẳng bao giờ thành công được. Vì họ chỉ biết dùng bộ óc:

Tìm hiểu, để có cái biết

Suy nghĩ, để có cái biết

Ghi nhớ, để nhớ được cái biết

Nhưng cả ba thứ "Biết" này đều là cái Biết tương đối, rất giới hạn của bộ óc.

Tức là họ chỉ biết:

Dùng Ý Căn, để suy nghĩ mà có cái biết

Dùng Ý Thức phân biệt, để tìm hiểu mà có cái biết

Như thế thì vẫn chỉ là loanh quanh, luẩn quẩn với cái Nhất Niệm Vô Minh, là Thức Số Sáu! Để rồi Nhất Niệm Vô Minh ấy biến hóa muôn sự, muôn điều trong Tương Đối mãi... Nếu cứ như vậy thôi thì sẽ không bao giờ hiểu Tuyệt Đối là gì? và làm sao mà mưu cầu được hạnh phúc tuyệt đối cho nhân loại?

Ngược lại, chỉ làm tăng sự khổ đau gấp bội, bởi sự ô nhiễm của Khoa Học với các chất hóa học, và các tiện nghi tối tân, đã làm ảnh hưởng không mấy tốt cho đời sống:

Về vật chất: phải vật lộn, để chạy theo đà tiến triển của khoa học mà hưởng thụ cho kịp thời.

Về tinh thần: bị ù lì vì máy móc điều khiển! Ngoài ra, sự ô nhiễm của xì ke, ma túy, của phim ảnh, của báo Chí, của internet làm ảnh hưởng khiến tinh thần suy đồi, thác loạn!

economics, medicine, and especially science and technology. These areas have reached a high level of sophistication and continue to progress. While this progress brings great material comfort to humanity, it also fosters greed, leading to excessive competition, extravagance, and wastefulness in life.

Therefore, the higher the level of science, the more distant it becomes, and the further it strays from the Dharma. Even the goal of seeking happiness for humanity is questionable, as is the objective of exploring space or discovering the origin of the universe-an endeavor that will never be fully successful. This is because such pursuits rely solely on knowledge derived from the brain's capacity to learn, think, and remember. However, all three of these types of knowledge are relative and limited to the brain's capabilities.

They only know how to use the Sense of Mind to think and acquire knowledge, and use Consciousness to distinguish, understand, and gain insight.

Like that, it is still just wandering-wandering with the One Thought of Ignorance, the Sixth Consciousness. This One Thought of Ignorance transforms all things, all things in the relative realm, forever. If it continues like this, then we will never understand what the Absolute is. And how can we seek absolute happiness for humanity?

On the contrary, it only increases suffering because the pollution caused by chemicals and modern conveniences has had a negative impact on life.

Materially, humanity must struggle to keep pace with scientific progress in order to enjoy its benefits in a timely manner.

Spiritually, humanity is dulled by the control of machines. Additionally, the pollution caused by heroin, drugs, movies, newspapers, and the internet has led to the degeneration and debasement of the spirit.

Do đó mà dục vọng, xa hoa, phí phạm càng ngày càng tăng theo mức tiến hóa ấy! đã vô tình làm tôn phúc đức, cũng không ngoài lý do cạnh tranh quyền lợi của cá nhân, của gia đình, của xã hội, của các nước này với các nước khác, rồi đâm ra ghét ghen, tranh chấp hơn thua, để đi đến chỗ dã man, độc ác, gây tội lỗi, gây chiến tranh lạnh, gây chiến tranh nóng, gây ác nghiệp, khiến khắp mọi nơi người chết như rạ!

Các nhà tù càng ngày càng xây nhiều hơn, nhưng vẫn không đủ chỗ chứa, và nuôi những người tội lỗi!

Trong các lò sát sinh, súc vật nhiều vô số kể, hàng ngày bị đánh đập, bị hành hạ quá ư là khốc liệt, trước khi đem đi giết hàng loạt, cũng chỉ vì miếng ăn ngon của chúng ta!

Thế cho nên nếu Khoa Học cứ:

- Lợi dụng vật chất để biến thành energy mà chế ra đủ thứ...
- Dùng Tâm Thức suy luận để: Tranh cãi phải trái, lý luận, tìm tòi mà phát minh đủ thứ, thậm chí các nước còn đua nhau chế Bom Nguyên Tử để phô trương, đe dọa nhau và sẵn sàng chiến tranh!
- Dùng Khoa Học để phân tích: Nguyên Tử, Phân Tử, Điện Tử, Quang Tử, Từ Lực, Từ Trường, tốc độ nhanh/chậm, thể tích lớn/nhỏ để sáng chế này nọ, để thám hiểm không gian, để học Thiên Văn Địa Lý, để tìm hiểu Vũ Trụ, con người từ đâu đến v.v... thì mãi mãi cũng chỉ là uổng công và thất bại! vì: Duy Tâm Luận hay Duy Vật Luận đều là Tương Đối! Do đó gieo Nhân Tương Đối thì chỉ được Quả Tương Đối mà thôi!

Riêng Đức Phật cách đây trên 2654 năm, Ngài đã tóm thu Tứ Khoa, Thất Đại, toàn Vũ Trụ về Như Lai Tạng, là cái đương nhiên vốn Tuyệt Đối:

Therefore, desire, luxury, and waste increase day by day in accordance with that level of evolution. This has unintentionally undermined virtue and goes beyond mere competition for the interests of individuals, families, societies, and nations. It leads to jealousy, disputes, and rivalry, which in turn result in savagery, cruelty, crime, cold wars, hot wars, and negative consequences, causing people to perish everywhere like straw.

Prisons are being constructed increasingly, yet there remains insufficient space to house and feed all the inmates.

Meanwhile, in slaughterhouses, countless animals are subjected to severe beating and torture daily before being slaughtered in large numbers-all to provide us with food.

Meanwhile, scientists continue:

- To harness matter to convert it into energy to create various innovations.
- They use their reasoning abilities to argue, research, and invent a wide range of technologies. Even countries compete by criticizing the Atomic Bomb to demonstrate power, threaten one another, and prepare for war.
- Scientists continue to research atoms, molecules, electrons, photons, magnetic forces, magnetic fields, varying speeds, and different volumes to invent new technologies, explore space, study astronomy and geography, and understand the universe and human origins. However, such efforts may ultimately be futile because both idealism and materialism are relative concepts. Consequently, sowing relative causes will only yield relative results.

  Over 2,654 years ago, the Buddha alone summarized the Four Faculties (Five Aggregates, Six Sense Entrances, Twelve Sense Fields, and Eighteen Elements) and the Seven Great Elements (earth, water,

- Đã tuyệt đối, thì không qua bộ óc suy nghĩ, nên nó không cần suy luận để biết, mà "Tự Thường Biết" Đã tuyệt đối, thì không cần ghi nhớ để biết, mà tự thường biết. Cái biết này không phụ thuộc vào Tâm Ý Thức: lúc biết, lúc lại không biết; lúc nhớ, lúc lại quên.

- Đã tuyệt đối, thì không cần tìm hiểu để biết, mà lúc nào cũng đã Thường Biết (cái Thường Thấy Biết này là cái Siêu Việt Thấy Biết, nó ra ngoài cái Thấy Biết đối đãi của bộ óc Thế Gian).
- Đã Tuyệt Đối thì không còn phân biệt:

  > Sắc / Không
  > Thực Thể / Hư Thể
  > Vật Chất / Phi Vật Chất
  > Hữu Tướng / Vô Tướng
  > Thân / Tâm
  > Sinh / Tử.

Bởi tất cả chỉ là mọi danh từ gán ghép, đặt tên, đặt tuổi mà thôi! Trong thực tế, đã là Tuyệt Đối thì Tính Tướng không rời nhau, Vật Chất Tinh Thần là một, cái gì nó vẫn là cái ấy! Tự nó đã vẹn toàn, tự nó đã Tuyệt Đối. Đó là Chính Lý của Bát Nhã Tâm Kinh, là Phật Pháp không rời Thế Gian Pháp, cho nên nó không ảnh hưởng gì đến mọi tác ý của ai ca, mà nó chỉ giản dị là tùy cơ mà ứng biến theo nhu cầu cần thiết trong cuộc sống hài hòa, thanh bình và an lạc.

fire, wind, space, knowledge, and consciousness), encompassing the entire universe within the concept of the Tathagatagarbha, which is inherently Absolute.

- When awareness is absolute, it does not rely on the brain to think and therefore does not require reasoning to know; it is self-knowing. Absolute awareness does not need to remember in order to know; it is inherently self-knowing. This awareness is independent of the conscious mind, which sometimes knows and sometimes does not, sometimes remembers and sometimes forgets.
- When awareness is absolute, it does not need to seek knowledge, for it is always knowing. This constant seeing and knowing transcends the dualistic seeing and knowing of the worldly mind.
- When awareness is absolute, the mind no longer distinguishes between:
  > Form and emptiness
  > Reality and void
  > Matter and immateriality
  > Form and formlessness
  > Body and mind
  > or birth and death.

Everything is merely a combination of names and forms. In reality, if something is Absolute, its essence and appearance are not separate; Spirit and Matter are one. Whatever it is, it remains what it is. It is complete in itself and Absolute in itself. This is the true principle of the Heart Sutra: Buddha Dharma is not separate from Worldly Dharma. Therefore, it does not interfere with any intention of lament but simply adapts to the situation and responds to necessary needs in a harmonious, peaceful, and joyful life.

Chú Ý:

(Tri Kiến Phật thì không do một nhân duyên nào có thể tạo thành, mà vấn là tự có; ngược lại, Kiến Thức Thế Gian thì rất hại nhớ, lúc lại quên; lúc thông minh, lúc lại mê tối; lúc trong vô ký, lúc lại nghĩ ngợi đảo điên...)

Sau đây là cách tóm thu Đại Vũ Trụ về Như Lai Tạng của Đức Phật Thích Ca từ bao niên kỷ về trước như trong Lăng Nghiêm Kinh:

Với Đức Phật thì dù: Hư Thể hay Thực Thể; Hữu Tình hay Vô Tình; Hữu Tướng hay Vô Tướng; Từ Lực hay Từ Trường và gì gì chăng nữa của muôn loài vũ trụ, vạn vật... nhất là của con người, tất cả đều không qua được cái Tứ Khoa, Thất Đại là Như Lai Tạng:

Tứ Khoa (Bốn Khoa): Ngũ Ấm, Lục Nhập, Thập Nhị Xứ, Thập Bát Giới.

Ngũ Ấm (Còn gọi là Ngũ Uẩn):

Sắc Ấm, Thọ Ấm, Tưởng Ấm, Hành Ấm, Thức Ấm.

Lục Nhập: Sáu cách thu nạp Trần Cảnh:

- Nhãn Căn thu nạp Sắc Trần
- Nhĩ Căn thu nạp Thanh Trần
- Tỉ Căn thu nạp Hương Trần
- Thiệt Căn thu nạp Vị Trần
- Thân Căn thu nạp Xúc Trần
- Ý Căn thu nạp Pháp Trần

Thập Nhị Xứ: Mười hai chỗ sinh ra sự Hay Biết Giới Hạn:

- Nhãn Căn với Sắc Trần
- Nhĩ Căn với Thanh Trần
- Tỉ Căn với Hương Trần
- Thiệt Căn với Vị Trần
- Thân Căn với Xúc Trần

Note:

(The Buddha's knowledge and insight cannot be produced by any cause or condition; they exist independently. In contrast, worldly knowledge can sometimes be remembered and sometimes forgotten; it can be intelligent at times and ignorant at others; sometimes indifferent, sometimes filled with erratic thoughts.)

The following is a summary from the Great Universe regarding the Tathagatagarbha of Shakyamuni Buddha, as described in the Shurangama Sutra from many eons ago: For the Buddha, whether it is the Void or Reality; Sentient or Insentient; Form or Formless; Magnetic Force or Magnetic Field; and all other aspects of the universes and all things-especially humans-are encompassed within the Four Faculties and Seven Elements, which constitute the Tathagatagarbha.

Four Faculties: Five Aggregates, Six Sense Entrances, Twelve Sense Fields, Eighteen Elements.

The Five Aggregates: Form, Feeling, Perception, Mental Formations, and Consciousness.

Six gateways for receiving sensory phenomena:

- The Eye Faculty receives Visible Forms;
- The Ear Faculty receives Sounds;
- The Nose Faculty receives Scents;
- The Tongue Faculty receives Tastes;
- The Body Faculty receives Tactile Sensations;
- The Mind Faculty receives Mental Objects.

Twelve Sense Bases: The Twelve Origins of Perception and Its Limits

Eye faculty and visible form

Ear faculty and sound

Nose faculty and smell

Tongue faculty and taste

Body faculty and touch or tactile sensation

- Ý Căn với Pháp Trần

Thập Bát Giới: Mười tám cái riêng biệt giới hạn sự Hay Biết của sáu Căn, sáu Trân, và sáu Thức:

- Nhãn Căn với Sắc Trần sinh ra Nhãn Thức
- Nhĩ Căn với Thanh Trần sinh ra Nhĩ Thức
- Tỉ Căn với Hương Trần sinh ra Tỷ Thức
- Thiệt Căn với Vị Trần sinh ra Thiệt Thức
- Thân Căn với Xúc Trần sinh ra Thân Thức
- Y Căn với Pháp Trần sinh ra Ý Thức

Thất Đại (Bẩy Đại):

- Đất
- Nước
- Gió
- Lửa
- Không
- Kiến
- Thức.

Theo sự chỉ giáo của Đức Phật thì: Tứ Khoa, Thất Đại là Như Lai Tạng! Thân Tâm của chúng ta, và của muôn loài đều bao gồm cả bốn Khoa, bẩy Đại này. Và vẫn theo Kinh thì:

Đặc biệt chỉ có loài người là có đầy đủ Sáu Căn: Mắt, Tai, Mũi, Luỡi, Thân, Ý nên mới có cơ hội hiểu rõ về Chân Lý giải thoát ấy. Còn những loài khác bị khiếm khuyết, không có đầy đủ sáu Căn, nên khó có thể lĩnh hội được!

Mind faculty and mental objects or phenomena

Limits of Knowing through the Six Faculties, Six Objects, and Six Consciousnesses.

- Eye faculty with visible form gives rise to eye-consciousness.
- Ear faculty with sound gives rise to ear-consciousness.
- Nose faculty with smell gives rise to nose-consciousness.
- Tongue faculty with taste gives rise to tongue-consciousness.
- Body faculty with touch or tactile sensation gives rise to body-consciousness.
- Mind faculty with mental objects or phenomena gives rise to mind-consciousness.

Seven Great Elements:

- Earth – solidity, structure
- Water – cohesion, fluidity
- Wind/Air – motion, vibration
- Fire – temperature, transformation
- Space – openness, receptivity
- Perception– seeing, discernment
- Consciousness – awareness, knowing

According to the Buddha's teachings, the Four Categories and the Seven Great Elements are none other than the Tathāgata-garbha-the Buddha-nature itself. The body and mind of all beings, including ourselves, are composed of these Four Categories and Seven Elements. Furthermore, according to the scriptures, only human beings possess the full set of six faculties-eyes, ears, nose, tongue, body, and mind-which grants us the rare opportunity to understand the liberating Truth. Other beings, lacking one or more of these

Tuy Đức Phật đã tóm thu cả Đại Vũ Trụ về Như Lai Tạng, nhưng nếu chúng ta lại Chấp Thật theo kiểu một chiều thì hoàn toàn hiểu lầm ý của Phật. Và cũng vì sợ hiểu lầm ý, nên Đức Phật cố gắng giảng rõ hơn, chi tiết hơn, thâm sâu hơn, để chúng ta có thể ngộ được cái Diệu Lý Chân Thật ấy. Nó vượt ra ngoài nghĩa đối đãi của thế gian là: "không thật thì giả, không giả thì thật!"

Có bao giờ chúng ta thắc mắc rằng: Nếu thân chúng ta và vũ trụ vạn vật quả là thật, thì tại sao nó lại chỉ tồn tại một thời gian rồi phải hoại?

Còn nếu nó không phải là thật, thì tại sao chúng ta cùng muôn loài, muôn vật lại đang hiện hữu nơi đây?

Điểm này rất khó hiểu, ngay trong Kinh, Đức Phật cứ xác nhận, rồi lại bác! Bác, rồi lại xác nhận!

Ở đây chúng ta có thể tạm hiểu như sau:

Khi mê muội, chúng ta không biết rằng Tính Như Lai Tạng, hay còn gọi là Chân Như Tính thường hằng trùng trùng duyên khởi, nó theo duyên mà hóa hiện ra muôn cảnh vật như huyễn, như hóa nên trong Kinh mới nói:

"Bản Giác duyên khởi ra Pháp Giới, Pháp Giới duyên khởi ra Bản Giác"

Chân Như là Thể, Tính Biến Hóa của nó là Dụng. Thể Dụng không rời nhau, tuy Tính ấy luôn hóa hiện cảnh vật như thế, nhưng không hề là có thật một vật nào theo sự chấp thật của Tâm Thức, vì nó là hóa hiện! và cũng không vì những tướng huyễn hóa đó, mà mất đi cái Tính Vốn Không Tịch,

faculties, find it difficult to fully grasp or realize this profound Dharma.

Although the Buddha condensed the entire Great Cosmos into the Tathāgata-garbha (Buddha-Nature), if we cling to it as literally real in a one-sided way, we completely misunderstand the Buddha's intent. Precisely to prevent such misunderstanding, the Buddha made great effort to explain more clearly, more thoroughly, and more profoundly- so that we might awaken to the subtle and genuine Truth. This Truth transcends the worldly dualities of: "if not real, then false; if not false, then real."

Have we ever wondered: If our bodies and the universe are real, why do they exist only for a short time before perishing?

If they are not real, then why do we, along with all living beings and things, exist here?

This point is very difficult to understand. In the Sutras, the Buddha repeatedly confirms and then denies, only to deny and then confirm again.

Here, we can understand the concept temporarily as follows:

When we are still ignorant, we do not realize that the Tathagatagarbha Nature, also known as the True Nature, constantly arises from causes and conditions. It follows these causes and conditions to manifest all kinds of phenomena, such as illusions and transformations. Therefore, the Sutra states, "The Original Enlightenment arises from causes and conditions, giving rise to the Dharma Realm, and the Dharma Realm arises from causes and conditions, revealing the Original Enlightenment."

The True Nature is the Substance, and its Transforming Nature is the Function. Substance and Function are inseparable. Although Nature always manifests such phenomena, it is not a real entity according to the perception of the mind, because it is a transformation. Despite these illusory appearances, it does

Vốn Không Thay Đổi của nó!

Trước Cảnh Giới Hóa Hiện Siêu Việt của cùng một Tâm, một Tính, một Thể, một Dụng này, thì tự nhiên không nguyên nhân gì cả chúng ta đã tự nổi lên một Vọng Niệm phân biệt Chấp Thật là có mọi cảnh giới đó! rồi lại tự: Chia Tâm, chia Tính, chia cảnh, chia vật, chia ta, chia người, chia khoảng không gian, thời gian, kích thước, trọng lượng cùng gán tên, gán tuổi cho từng sự vật! Cứ như thế, Tâm Phân Biệt lan man ra mãi... và cũng vẫn một Tâm Tính ấy mà đem chia ra thành Sáu Căn, để có sáu nơi: Thấy, Nghe, Hay, Biết riêng biệt! Và vì lỡ lầm có sáu cái tính riêng biệt như vậy, nên mới có Sáu Nẻo Luân Hồi.

Vâng, cũng vì có Ta, có Người, có cá tính riêng, có bản ngã riêng tư như thế nên chúng ta đã tự tạo ra nhân quả riêng, tự chiêu cảm nghiệp bảo riêng của chính mình mà luẩn quẩn mãi trong Sáu Nẻo Luân Hồi! Để rồi chính Tâm Thức của mình phải y theo Nghiệp Báo đó mà tự biến hóa ra thân, ra cảnh tương ứng với Nghiệp Nhân, Nghiệp Quả do mình đã tự gieo! Và lẽ đương nhiên khi thân tâm cùng mọi cảnh vật huyễn hóa đã theo Duyên, theo Nghiệp, theo Thức Tâm Phân Biệt mà sinh, thì cũng phải theo Duyên, theo Nghiệp, theo phân biệt riêng mà diệt.

Khi đã tỉnh ngộ, chúng ta mới trực nhận ra, vì Tâm Phân Biệt mà có Bản Ngã riêng, có cá tính riêng. Và khi cái Tính Riêng đã phát hiện, thì đương nhiên cái Tính Chung phải lặn! Ngược lại khi cái Tính Chung hiện, thì cái Tính Riêng phải lặn! Do đó Sinh Tử Luân Hồi cũng lặn theo.

Và khi đã tỉnh ngộ, chúng ta còn nhận ra là: Sáu Căn trên thân thể hiện hữu của mình không ngoài Cái Tính Sáng Suốt của Như Lai Tạng. Chính các Căn là Cái Thể; là Cái Thấy

not lose its Original Emptiness or its Original Unchanging Nature.

Before this Transcendent Realm of Manifestation-of the same Mind, Nature, Body, and Function-we have, naturally and without any cause, created a false discriminating thought, mistakenly grasping that all those realms truly exist. Then we divide the mind, divide the nature, divide the scene, divide the object, divide ourselves, divide people, and divide space, time, size, and weight, assigning names and ages to each object. Just like that, the Discriminating Mind continues to spread out. Yet it remains the same Mind and Nature, divided into the six senses, creating six separate domains: seeing, hearing, feeling, and knowing. Because of the error of perceiving six separate natures in this way, the Six Paths of Samsara arise.

Because we believe in the existence of a Self, a Person, a distinct personality, or a separate ego, we create our own causes and effects, attract our own karmic consequences, and endlessly wander through the Six Paths of Samsara. Consequently, our consciousness must follow this karmic retribution, transforming itself into a body and environment that correspond to the karmic causes and effects we have generated. Naturally, when the body and mind, along with all illusory phenomena, arise according to fate, karma, and discriminating consciousness, they must also perish according to the same fate, karma, and discrimination.

When we become enlightened, we directly realize that the Discriminating Mind creates a separate ego, a distinct personality. Once the Separate Nature is recognized, the General Nature naturally vanishes. Conversely, when the General Nature manifests, the Separate Nature must disappear. Consequently, the cycle of birth and death also ceases.

When we are enlightened, we also realize that the six senses in our present existence are not separate from the Bright Nature of Tathāgatagarbha. The senses themselves

Biết thường hằng tĩnh lặng không giao động. Còn các Thức là cái tác dụng nhận biết của Tính Sáng Suốt đó, nó linh động, thường hằng và đặc biệt là "tuy sự nhận biết vô cùng siêu việt, bén nhạy về muôn cảnh vật, nhưng nó lại không hề vướng mắc vào bất cứ một cảnh, một vật nào bao giờ!"

CÁC TƯỚNG HUYỄN HÓA

Rất nhiều người hiểu lầm về tướng huyễn hóa của cái thân hiện hữu nên đã tưởng rằng: Toàn thân này là huyễn thì coi như không có gì cả! Rồi coi thường nó, vứt bỏ nó đi mà chỉ chú trọng nguyên phần Tâm thôi để về Cực Lạc, thì tình trạng này là bị lọt vào cảnh Hữu Trí Vô Thân!

Có biết đâu rằng, Đạo là một cái gì chân thật nhất, không viển vông, không xa rời thực tế. Đạo không thể tách rời Đời, Đời không thể tách rời Đạo, Đạo Đời là Một. Do đó mà Đức Phật đã dạy: "Phật Pháp không rời Thế Gian Pháp; Tịnh không rồi Tướng, Tướng cũng không rời Tính, Thân không thể rời Tâm,

Tâm cũng không thể rời Thân "cho nên mất Thân này là tự động có ngay Thân khác, thì tại sao chúng ta lại chỉ giữ có cái Tâm mà bỏ đi cái Thân?

Đức Phật luôn luôn sợ chúng ta hiểu lầm ý của Kinh, tức là hiểu một chiều! nên khi Ngài vừa mới giảng về cái huyễn hóa của Tứ Khoa, Thất Đại xong; Thì ngay lập tức Ngài lại vội tóm thu tất cả Tứ Khoa, Thất Đại ấy về Như Lai Tạng để khai ngộ cho chúng ta.

Theo Lăng Nghiêm Kinh thì: Tứ Khoa, Thất Đại đều là như huyễn vì là Tính nhiệm mầu, hóa hiện! Cái Chân Tính

constitute the body; they are the seeing and knowing that is always calm and unmoving. The consciousnesses are the cognitive functions of that Bright Nature; they are flexible, constant, and, although extremely transcendent and sharp in perceiving all things, they are never entangled in any scene or object.

THE ILLUSORY APPEARANCES

Many people misunderstand the illusory nature of the physical body and think, "The body is an illusion, so it is nothing!" They disregard it, reject it, and focus solely on the mind in an attempt to return to the Pure Land. This mindset leads to a state of detachment from both mind and body.

Know that Dharma is the most genuine reality-neither illusory nor distant from truth. Dharma cannot be separated from life, and life cannot be separated from Dharma; Dharma and life are one. Therefore, the Buddha taught, "Buddha Dharma does not separate from worldly Dharma; forms are pure and empty, and forms do not separate from nature.

The body cannot be separated from the mind, and the mind cannot be separated from the body." Losing this body automatically gives rise to another body, so why do we only preserve the mind and abandon the body?

The Buddha was always concerned that we might misunderstand the meaning of the Sutra, interpreting it in a one-sided way. Therefore, after He had just finished teaching about the illusion of the Four Faculties and Seven Elements, He immediately gathered all of the Four Faculties and Seven Elements into the Tathagatagarbha to enlighten us.

According to the Shurangama Sutra, the Four Faculties and the Seven Greats are like illusions because they represent the mysterious, transformed nature. This true nature was

này vốn là Pháp Giới Tính! Nói một cách khác, Tính ấy là Chân Tính của các tướng huyễn hóa.

Trong Chân Tính đó thì: Sinh cũng là Chân Tính, Diệt cũng là Chân Tính, Sự cũng là Chân Tính, Vật cũng là Chân Tính, cho đến mê/ngộ, sống/chết, không gian, thời gian đều là Chân Tính, không sai không khác.

Cũng vì Tính này vốn Bình Đẳng Chân Thật, không hề sai khác bao giờ như vậy nên mới gọi nó là Chân Như (Chân: là chân thật; Như: là y như thế). Chân Tính hằng Vi Diệu biến hóa, do đó chúng ta làm sao có thể đem cái Tâm Ý Thức phàm phu của Thế Gian mà suy luận, bàn bạc về sự biến hóa của nó cho được! Cho nên Đức Phật mới tạm gọi nó là: "Tính Chân Như nhiệm mầu".

Nhiệm Mầu: Là vì nó luôn biến hiện ra tất cả mọi sự vật huyễn hóa! Sở dĩ chúng ta tưởng như có sự sai khác trước mọi hiện tượng của muôn hình vạn trạng, là vì cái tính nhiệm màu này trùng trùng biểu hiện không ngưng nghỉ, khiến chúng ta nhầm lẫn và bị cảnh vật huyễn hóa đó đánh lừa mà không biết rằng: "Nguyên nhân chính của sự lầm lẫn đó, là do Vọng Tâm Thức mê muội của chúng ta đã chấp muôn cảnh huyễn hóa ấy là hoàn toàn có thật! nên mới chạy theo nó", để rồi ở trong tình trạng: "Thân Tâm đã là Vọng, ở trong cảnh Vọng, thì phải chạy theo muôn vật vọng là lẽ dĩ nhiên!"

Khi Giác Ngộ với con mắt sáng thì vẫn với cái ý niệm mống lên ấy, nhưng khi xưa khởi niệm phân biệt là do Tâm Ý Thức! còn nay thì cũng vẫn khởi, nhưng là Chân Như Niệm: "Khởi mà chẳng có chỗ để khởi" nên gọi là Bất Khả Tư Nghì.

Cái Khởi này, nó chính là "cái dụng" của Chân Tính; nghĩa là vẫn phân biệt nhưng là vô tư phân biệt! chỉ để hiểu cảnh vật, mà không hề vướng mắc những cảnh vật ấy. "Cái Dụng này" tự động là như vậy, nó chẳng bao giờ gián đoạn: có Tâm

originally the Dharma Realm. In other words, this nature is the true essence of the illusory appearances.

In that true nature, birth is also the essential truth, and extinction is also the essential truth; things are the essential truth, and objects are the essential truth as well. There is no error or distinction in the True Nature of delusion and enlightenment, life and death, space and time.

Because this nature is inherently equal and true-never different-it is called True Suchness. True Nature is constantly changing and wondrous, so how can we use the ordinary worldly mind and consciousness to reason about and discuss its changes? That is why the Buddha temporarily referred to it as the mysterious True Suchness.

It is mysterious because it always manifests illusory phenomena. The reason we perceive differences among the myriad forms of phenomena is that this mysterious nature constantly appears and disappears, causing confusion and deception. We fail to realize that the root cause of this confusion is our deluded mind, which accepts these illusory scenes as completely real. Consequently, we chase after them. When both body and mind are already immersed in illusion, it is natural to pursue all illusory things.

When enlightened with the bright eye, the arising of thought still occurs; however, in the past, the discriminating thought arose from the Mind Consciousness. Now, it still arises, but it is the True Nature Thought. In other words, it is the arising of thought without a place for thought to arise, which is why it is called Inconceivable.

The arising of thought is a function of the True Nature; it distinguishes yet discriminates without self-interest, allowing the practitioner to perceive the scene without becoming entangled in it. This function operates automatically and is

mà Vô Tướng; có Dụng mà chẳng có ai; thị hiện Sinh mà Vô Sinh; thị hiện Thân mà Vô Thân; thường suy lường mà chẳng suy lường; thường biết mà chẳng biết; Vi mà Vô Vi; Đắc mà Vô Đắc; Vô Tướng mà Có Tướng; Vô Danh mà Lập Danh; sự ứng dụng của nó vô cùng, vô tận...

Tóm lại, khi chúng ta đã hiểu thì thấy rõ rằng tất cả chỉ là do:

Cái Tính của Chân Như luôn biến hiện ra mọi cảnh, mọi vật mà thôi! Và khi đã là cảnh vật biến hiện, thì nó phải như hư, như thật, như mộng, như huyễn là đương nhiên! thì hỏi làm sao mà chúng ta nắm bắt được nó? Và làm sao mà chúng ta có thể tranh dành, hơn thua, yêu ghét, rồi phân biệt của Ta, của Người với mọi cảnh vật đang như ở trong mơ ấy?

Vì thế cho nên, nếu chúng ta chịu giản dị để hiểu: Cái gì nó chỉ là cái ấy, không nên tác ý thế này, tác ý thế kia! thì cái gì cũng đẹp, và cái gì cũng vẹn toàn.

Và nên nhớ, vì mọi sự vật đều do Tính Chân Như vi diệu hóa hiện nên: "Trong tất cả sự vật đó đều có Thân, và trong tất cả mọi Thân đều có Linh là sự hiển nhiên!"

Như vậy, thì chỉ có nước chúng ta chắp đôi bàn tay lại mà kính cẩn tán dương tất cả những gì hiện hóa, hữu dụng trước mắt! và chẳng có gì mà phải phân tích, phải tranh luận lôi thôi, vì làm sao mà chúng ta có thể xác định được những gì trong Cảnh Vật Huyền Diệu ấy?

Về mọi sự hiện hóa trong Đại Vũ Trụ này, Kinh Lăng Nghiêm Đức Phật đã chỉ dạy rất rõ về Tính Chân Như Nhiệm Mầu: "Chân Như là Thể, Tính Hóa Hiện là Dụng; Thể và Dụng tự động hỗ tương cho nhau rất hài hòa, dung thông nhau mà chẳng hề ngăn ngại! Tức là Thể không bao giờ rời được Dụng, và Dụng cũng không bao giờ rời được Thể. Đó là một Sự Linh Thiêng Vi Diệu, vượt ngoài suy luận, ngoài danh từ lời nói của thế gian".

never interrupted. There is Mind manifesting yet formless; there is Function but no individual; manifesting Birth yet birthless; manifesting Body yet bodiless; constantly contemplating without deliberate thought; constantly knowing without attachment; Being yet Non-Being; Attaining yet Non-Attaining; Formless yet possessing form; Nameless yet establishing name. Its applications are infinite and endless.

In short, when we truly understand, we will clearly see that everything arises from:

The Nature of True Suchness, which constantly manifests in all scenes and all things. Since these scenes are transformed, they must be unreal, real, dreamlike, and illusory simultaneously. Therefore, we cannot grasp them. So why do we compete, love, hate, and distinguish between mine and others within these dreamlike scenes?

So, let's realize that seeing something is just that; we shouldn't think one way or another. Then, we will see that everything is beautiful and complete.

And remember, because all things are manifested by the wonderful True Nature, there is a body in all things and a spirit in all bodies, which is evident!

Therefore, let us clasp our hands together and respectfully praise all that is manifest and useful before our eyes! There is nothing to analyze or debate, for how can we determine what lies within that mysterious scene?

Regarding all manifestations in this vast universe, the Buddha clearly taught about the mysterious true nature in the Surangama Sutra: "True Nature is the World; the Nature of Manifestation is the Function. Form and function automatically support each other in harmony, interpenetrating without any hindrance. That is, form can never be separated from function, and function can never be separated from form. This is a wonderful sacredness, beyond reasoning, beyond the

Nó chính là Cảnh Giới Vốn Tịch Diệt Nhất Như nên trong ấy: "Cái Xao Động và Cái Không Xao Động đều Như Như Bình Đẳng, nên thiết thật là không xao động!"

words and names of the world."

It is the Realm of Original Eternity, where the Disturbing and the Undisturbed are both equal and coexist; thus, it is truly undisturbed!

TAM THÂN PHẬT

Chư Phật Tổ dĩ nhiên có đầy đủ Tam Thân là:
- Thanh Tịnh Pháp Thân
- Viên Mãn Báo Thân
- Thiên Bách Ức Hóa Thân (hay Ứng Thân)

Phàm phu chúng ta và muôn loài, muôn vật vốn cũng đều có đầy đủ Tam Thân y như các Ngài. Chỉ vì Nhất Niệm Vô Minh và mọi tập khí, thói hư quá sâu dầy đã che lấp đi Phật Tính đó mà thôi!

Nếu muốn thấy Tam Thân Phật của chính mình, thì chỉ cần đi cho đúng đường lối Chính Pháp, là chọn một Pháp Môn nào hợp lý, hợp tình làm công phu để ngày đêm thực tập, cho đến khi chín mùi, thì sẽ thấy Tam Thân Phật của mình ló rạng.

Thí dụ chúng ta dùng một trong những Pháp Môn sau đây như:
- Niệm Phật, Trì Chú: Phải đến độ Nhất Tâm Bất Loạn, và vẫn cứ tiếp tục.
- Tham Thiền: Phải đến độ Vô Tham (tức là Tham quá miên mật đến nỗi tưởng như không Tham, và vẫn cứ tiếp tục...)
- Chú tâm để thấy rõ từng nhịp thở: Phải đến độ nhận ra từ Tán Loạn Tâm về Nhất Tâm, và vẫn cứ tiếp tục mãi...

THE THREE BODIES OF BUDDHA

Buddhas possess the complete Three Bodies:

- The Pure Dharma Body
- The Perfect Reward Body
- Hundreds of billions of Transformation Bodies (also called Response Bodies).

We ordinary people, along with all living beings and all things, possess the Three Bodies just like the Buddhas. It is only due to the One Thought of Ignorance and the deep-rooted negative habits that have obscured that Buddha Nature.

If you want to realize your own Three Bodies of Buddha, you need only follow the true path of the Dharma, select a Dharma Door that is reasonable and suitable, and diligently practice it day and night until it matures. Then, you will witness your Three Bodies of Buddha shining forth.

We can use one of the following methods. For example:

- When reciting Buddha's name or chanting mantras, we must attain a state of one-pointed mind and maintain it continuously without interruption.
- In Zen practice, we aim to reach a state of non-meditation-meditating so intensely that it feels as if we are not meditating-while sustaining this state.
- Alternatively, in breathing meditation, we focus our attention to clearly observe each breath, transitioning from a scattered mind to a one-pointed mind, and continuing this practice indefinitely.

Nếu thực hành được như thế, chẳng chóng thì chầy Hành Giả sẽ tự thấy được Tam Thân Phật, cũng là thấy được "Bộ Mặt Trước Khi Cha Mẹ Sinh Ra" của mình! Kinh nghiệm này gọi là "Kiến Tính", tức "Giác Ngộ". Tuy nhiên, đấy chỉ mới là "Thấy Tính", là còn đứng ở ngoài cửa nhìn vào trong nhà, mà chưa bước được vào nhà! Cho nên "Kiến Tính mới khởi Tu" là thế!

Sau khi Kiến Tính, nếu chúng ta vẫn giữ một qui tắc, là công phu sao cho thật miên mật ngày đêm, thì sẽ chứng nhập và sẽ thấy được "Phật Hiện Toàn Thân", tức thấu rõ Tam Thân, Tứ Trí, Ngũ Nhãn, Lục Thông thể hiện ở ngay chính Thân Tâm mình!

Vậy Tam Thân Phật là gì?

Là Tam Thân Đồng Nhất Thể. Tự Tính Tam Thân Phật ở ngay nơi Tự Tính của muôn loài chúng sinh. Tam Thân này do chính Tự Tính vốn như thế, không phải do ai tạo nên cả. Nói rõ hơn là Phật Tính có sẵn Tam Thân, Tam Thân có sẵn Phật Tính.

Tam Thân Phật đều từ Tự Tính mà ra, Vạn Pháp cũng đều từ Tự Tính mà hóa hiện! Do đó "Ba Thân là Một, Một là Ba Thân".

Nếu lìa Tự Tính mà chỉ nói đến Tam Thân, tức bị rơi vào tình trạng có Thân mà không có Trí, là "Hữu Thân Vô Trí"!

Nếu lìa Tam Thân mà chỉ nói đến cái Trí, tức bị rơi vào tình trạng có Trí mà không có Thân, là Hữu Trí mà Vô Thân!

If one practices in this way, the practitioner will eventually reach a point where they perceive the Three Bodies of Buddha, which also represent their faces before they were born by their parents . This experience is called Enlightenment. However, the practice is only seeing nature-like standing outside a door and looking into a house without yet entering it. That is why the ancients said that seeing nature is just the beginning of practicing.

After enlightenment, if we continue to practice diligently day and night, we will attain full realization and perceive the Buddha's entire form. This means clearly understanding the Three Bodies, Four Wisdoms, Five Eyes, and Six Supernatural Powers manifested within our body and mind.

So, what are the Three Bodies of the Buddha?

They are the Three Bodies in One Unified Essence. The Self-Nature of the Three Bodies of the Buddha resides precisely within the inherent nature of all sentient beings. These Three Bodies arise from the Self-Nature itself-they are not created by anyone. More precisely, Buddha-Nature inherently contains the Three Bodies, and the Three Bodies inherently contain Buddha-Nature.

The Three Bodies of the Buddha all arise from Self-Nature, and all phenomena likewise manifest from Self-Nature. Therefore, the Three are One, and the One is the Three Bodies.

If one speaks of the Three Bodies apart from Self-Nature, one falls into the condition of having Body without Wisdom-having Bodies but lacking Insight.

If one speaks only of Wisdom while disregarding the Three Bodies, one falls into the condition of having Wisdom without Body-possessing Insight but lacking Embodiment.

Do đó mà cần cả Hữu Trí, Hữu Thân tức là phải có cả Thân lẫn Trí thì mới được viên mãn và mới phù hợp với cái Tự Tính Phật Thường Hằng, Toàn Diệu, Toàn Minh.

Toàn Diệu tức vi diệu nên duyên khởi hiện các Pháp!

Toàn Minh tức Trí Tuệ sáng ngời, do đó mà biết rõ tất cả các Pháp hóa hiện ấy một cách tường tận!

Bởi thế cho nên mới gọi là Tự Tính vừa Diệu, vừa Minh, vừa nhiệm màu, nên hiện hóa Tam Thân là thế!

Chúng ta chỉ cần đừng chấp vũ trụ vạn vật là thật có, vì:
"Ngũ Uẩn Giai Không,
Lục Trần là hiện hóa không có thật!"

Tất cả chỉ giống như có, nhưng không phải thật là có, giống như không, nhưng không phải thật là không!

Bấy giờ thì hiểu rằng mọi vọng tưởng suy nghĩ miên man, tác ý này, tác ý nọ, chỉ là do Tâm Ý Thức tạo nên. Do đó, có ai khen chê, chửi măng gì cũng chỉ là vọng tưởng. Vậy thì có ảnh hưởng gì mà vui hay buồn theo cái vô minh suy nghĩ vẩn vơ ấy!

THANH TỊNH PHÁP THÂN PHẬT

Thanh Tịnh Pháp Thân là Bản Tính Phật, có nhiều tên gọi như Chân Không, Tính Không, Bản Tính, Chân Tính, Tính Giác Diệu Minh...

Therefore, both Wisdom and Body are needed. Only when both are present-when there is both Body and Wisdom-can there be true fulfillment. This completeness alone accords with the Buddha's Self-Nature, which is Eternal, Perfectly Wondrous, and Luminously Clear.

"Perfectly Wondrous" means profoundly subtle and marvelous, giving rise to all phenomena through dependent origination.

"Perfect Luminosity" refers to radiant Wisdom, through which one clearly perceives all manifested phenomena in their full intricacy.

Thus, the Self-Nature is called both Wondrous and Luminous-subtle and mysterious-capable of manifesting the Three Bodies of the Buddha.

We need only refrain from clinging to the belief that the universe and all things truly exist. For the Five Aggregates are inherently empty, and the Six Sense Objects are mere appearances-they do not possess true existence.

All things merely appear to exist, but do not truly exist; they seem not to exist, yet are not truly nonexistent.

Understand that all wandering thoughts-this intention, that intention-are merely creations of the conscious mind. Therefore, whether someone praises, criticizes, or curses you, these are just passing thoughts. What influence should such wandering, ignorant thoughts have on your happiness or sadness?

THE PURE DHARMA BODY OF THE BUDDHA

The Pure Dharma Body is the Buddha's True Nature. It is known by many names: True Emptiness, Emptiness-Nature, Original Nature, True Nature, and the Luminous Wisdom-Nature.

Vì Bản Tính Phật vốn như vậy, nên còn gọi là Như Như, Chân Như, Như Thị, và vì "Như Như" nên mới là Bản Thể: Toàn Tịnh, Toàn Định, Toàn Tính, Toàn Giác, Toàn Hạnh, Toàn Đức, Toàn Chân, Toàn Thiện, Toàn Mỹ, và cũng là Tự Tịnh, Tự Định, Tự Diệu, Tự Minh, Tự Chiếu Tỏa ...

Nếu bên ngoài không chấp có Tướng thật, thì bên trong không có Vọng Tưởng; và nếu bên trong không chấp là chẳng có cái gì cả thì không bị lọt vào "Vô Ký Không".

Nếu đối với muôn cảnh vật, hiện tượng của vũ trụ đều không dính mắc, không buồn, không vui tức là Tâm Vô Sở Trụ.

Nếu Tâm, miệng đều lành thì trong ngoài được Nhất Thể

Và nếu Thân Tâm lúc nào cũng được như vậy, hỏi có khác gì Bản Thể: "Chẳng Động/Chẳng Tịnh, Chẳng Loạn/Chẳng Định!"

Thì đấy là:

Pháp Thân Phật (Bản Thể Tuyệt Đối Thanh Tịnh), đó chính là "Bản Tính" của chúng ta, và là "Bản Tính" của Vũ Trụ Vạn Vật, vì vậy còn gọi là Chân Không Diệu Hữu, Pháp Giới Tính!

VIÊN MÃN BÁO THÂN PHẬT

Viên Mãn Báo Thân Phật, là diệu dụng của Lục Căn có Kiến, Văn, Giác, Tri Phật, tức là Tính Thấy, Tính Nghe, Tính Hay Biết chỉ là "Một".

Because the Buddha's Nature is inherently such, it is also called Thusness, Suchness, or As-It-Is. Precisely because it is Thus, it is the Fundamental Essence-completely Pure, completely Still, completely of Nature, completely Awake, completely Virtuous in Action, completely Noble in Character, completely True, completely Good, completely Beautiful.

It is also Self-Purifying, Self-Stilling, Self-Wondrous, Self-Luminous, and Self-Radiant.

If one does not cling to external appearances as truly existent, then internally there will be no delusive thoughts. If one does not grasp inwardly at the notion that nothing exists at all, one will not fall into the void of nihilistic emptiness.

When the mind remains unattached to all phenomena and appearances of the universe-neither sorrowful nor joyful-then it has attained the Mind of Non-Abiding.

If your mind and speech are wholesome, you will naturally perceive the unity of inner and outer as One Essence.

And if your body and mind remain in such a state at all times, you enter the True Essence-where there is neither movement nor stillness, neither chaos nor concentration.

That mind is none other than the Dharma Body of the Buddha-Absolute Purity itself. It is the True Nature of our being, and the True Nature of all things in the universe. Thus, it is also called the Wondrous Existence of True Emptiness, the Nature of the Dharma Realm.

THE PERFECTLY ACCOMPLISHED REWARD BODY OF THE BUDDHA

The Perfectly Accomplished Reward Body of the Buddha is the wondrous functioning of the Six Faculties-seeing, hearing, awareness, and knowing the Buddha. These are none other than the One Nature: the Nature of Seeing, the Nature

Tri Kiến Phật khác với cái Thấy, cái Nghe, cái Hay Biết thuộc Tâm Ý Thức của phàm phu, vì vô minh, tự đem chia một Tính thành sáu nên mới có giới hạn!

Tri kiến phàm phu là cái Niệm Nhị Biên của Tâm Thức là: do Sáu Căn (Nhãn, Nhĩ, Ti, Thiệt, Thân, Ý) tiếp xúc với Sáu Trần (Sắc, Thanh, Hương, Vị, Xúc, Pháp) mà tạo nên cái Vọng Thức Phân Biệt, chấp thật là có cảnh giới Nhị Biên Tương Đối! nên mới luôn so sánh cao/thấp, phải/trái, sinh/tử...

Ngược lại, Tự Tính là Phật Tính thì Tính này đương nhiên tự có niệm, tức Chân Như Bản Tính Niệm! Mà đã là Chân Như Niệm thì nó tự tịnh, tự định, tự diệu, tự minh, tự chiếu sáng, tự không ảnh hưởng, không dính mắc muôn cảnh vật của Sáu Trần.

Trí Tuệ Phật là Trí Tuệ Bát Nhã, luôn luôn thường tự hiểu, tự thấy, tự biết rốt ráo về toàn thể các Pháp. Vì nó bất biến và thường hằng như vậy, nên nó không hề rời mất Bản Tông, bản Niệm bao giờ!

Do đó mà Niệm Niệm vuông tròn sáng tỏ, được gọi là: Chân Như Niệm, Bản Niệm, Bản Tâm. Bản Tính của nó vốn thanh tịnh, không có một vật, và vì vốn không có một vật nên không bám víu, không dính mặc, không nhị biên, tức là Tự Tính Bất Nhị;

Đó chính là Trí Tuệ Tinh: Toàn Phúc, Toàn Trí, Toàn Dụng, Toàn Đức... Bản Niệm Tuyệt Đối chính là "Tính" của Chân Như, là Tính Vốn Bất Nhị.

of Hearing, and the Nature of Knowing are intrinsically One.

The Buddha's Knowing and Seeing (Tri Kiến Phật) is distinct from the ordinary seeing, hearing, and knowing of the discriminating mind-consciousness of sentient beings. Due to ignorance, beings mistakenly divide the One Nature into six, thus creating limitation and separation.

The knowing of ordinary beings is the dualistic thought of discriminating consciousness. It arises when the Six Sense Faculties-eye, ear, nose, tongue, body, and mind- come into contact with the Six Sense Objects-form, sound, scent, taste, touch, and dharmas- producing delusive consciousness that clings to the existence of relative, dualistic realms. Thus, one constantly compares high and low, right and left, birth and death...

In contrast, the Self-Nature is Buddha-Nature. This Nature inherently possesses its own knowing- the True Suchness Knowing (Chân Như Bản Tính Niệm). And because it is the Knowing of True Suchness, it is naturally pure, naturally still, naturally wondrous, naturally luminous. It shines by itself, unaffected and unattached to the myriad phenomena of the Six Sense Objects.

Buddha's Wisdom is Prajñā Wisdom- a constant, inherent knowing, seeing, and complete understanding of all dharmas. Because it is immutable and ever-abiding, it never departs from its Original Source, nor from its Original Knowing.

Thus, each moment of awareness is perfectly whole and luminous- known as True Suchness Knowing, Original Knowing, or Original Mind. Its nature is originally pure, devoid of any object. And because it is devoid of any object, it does not cling, does not attach, does not divide into dualities- this is the Non-Dual Self-Nature.

Such Wisdom is utterly refined: Complete in blessing, complete in knowing, complete in function, complete in

Và vì Tính của nó vốn Bất Nhị, cho nên dù thiện hay ác đều không dính dáng gì đến nó cả. Nó thường hằng, tự thấy, tự biết, rõ ràng minh bạch về mọi niệm, mọi tâm hạnh thiện hay bất thiện của Tâm Thức!

Đấy chính là Trí Tuệ của chúng ta và của muôn loài, muôn vật... Vì vậy mà gọi là Viên Mãn Báo Thân Phật.

Khi biết là mình có cái Chân Trí Tuệ Tính luôn thấy rõ từng Niệm khởi thiện/ác của Tâm Thức như vậy, thì chúng ta chẳng nên chần chờ gì mà không thực hành ngay với cái Chân Như Niệm thường hằng đó.

Tức là chú tâm chiếu rọi trong ngoài Thân Tâm của mình để biết:

Bên trong Tâm thì nó luôn luôn tự biết, tự hiểu, tự thấy mọi lỗi lầm của chính mình để mà tu sửa, để mà hoán chuyển những bất thiện niệm ấy về Tâm nguyên thủy Toàn Thiện của nó.

Bên ngoài thì biết khiêm cung, kính trọng mọi người, cùng muôn loài, muôn vật, đồng thời cũng biết hạ mình xuống để học hỏi mà tinh tấn không ngừng! Và thực hành, tu sửa để chuyển hóa mãi cái thức Tâm ô nhiễm về Tâm nguyên thủy thanh tịnh của nó.

Như vậy thì sáu Căn, sáu Thức sẽ sáng ngời, và các Thức sẽ tự chuyển thành các Trí, tức là Thức đã hòa nhập với cái Chân Như Niệm để là niệm niệm thường hằng tự thấy, tự biết, thì đó chính là "Bản Niệm", tức Chân Tính thường hằng hiện hữu.

Không như Nhất Niệm Vô Minh thất thường lúc biến, lúc hiện, lúc nhớ, lúc quên, lúc biết, lúc không biết, lúc xấu, lúc

virtue. This Absolute Original Knowing is the very Nature of True Suchness- a Nature that is inherently Non-Dual.

Because its Nature is Non-Dual, it remains untouched by good or evil. It abides constantly, inherently seeing and knowing every thought, every mental action-wholesome or unwholesome-of the discriminating mind.

This is the Wisdom inherent in us and in all beings and all things. Therefore, it is called the Perfectly Accomplished Reward Body of the Buddha.

Once we recognize that we possess this True Wisdom-Nature- which constantly sees clearly every wholesome or unwholesome thought arising in our mind-consciousness- then we should not hesitate to begin practicing right away with this ever-abiding True Suchness Knowing.

This means to shine awareness inward and outward upon our body and mind, in order to discern:

Inwardly, the mind always knows, understands, and sees its own faults- so that we may correct them, transforming unwholesome thoughts back into the original, all-good nature of the mind.

Outwardly, the practitioner cultivates humility and respect toward all people, toward all beings and all things. At the same time, one learns to lower oneself in order to learn, to diligently progress without ceasing- and to practice and refine oneself continuously, transforming the polluted mind-consciousness back into its original pure nature.

Thus, the Six Faculties and the Six Consciousnesses become radiant, and the Consciousnesses naturally transform into Wisdoms. This means that Consciousness has merged with True Suchness Knowing- where each moment of awareness inherently sees and knows. This is Original Knowing, the ever-abiding True Nature in manifestation.

It is no longer like the Single Thought of Ignorance, which is unstable-now appearing, now disappearing; now

tốt, lúc còn, lúc mất nữa!

Được như thế gọi là Viên Mãn Báo Thân Phật tức "Trí Tuệ" của chúng ta.

THIÊN BÁCH ỨC HÓA THÂN PHẬT

Nguyên thủy Thiên Bách Ức Hóa Thân Phật là Chân Như Tính, Chân Như Niệm. Nhưng vì không nguyên do, tự khởi lên Nhất Niệm Vô Minh, tức Tâm Nhị Biên Phân Biệt, che lấp Thiên Bách Ức Hóa Thân Phật. Để rồi lúc nào cũng suy nghĩ cái này, suy nghĩ cái kia, nghĩ mãi không ngừng mà biên hóa khi thiện, lúc ác.

Khi thì từ bi, bình đẳng như Bồ Tát!
Lúc lại giả dối, thêu dệt, điêu ngoa như Ma!

Khi thì mưu mô, quỷ quyệt, sân hận, ác độc, giận hờn như A Tu La!

Lúc lại âu sầu, phiền não, cô đơn, lạnh lẽo và đói khát như quỷ đói!

Niệm niệm không ngừng, cứ suy nghĩ viển vông mãi để Thân Tâm mình biến hóa theo chúng mà nói, mà hành động:
Lúc thiện, lúc ác, lúc vui, lúc buồn, lúc yêu, lúc ghét, lúc cười, lúc khóc, lúc thì quá độ, lúc lại lầm lì chăng khác gì những người khùng điên!

remembering, now forgetting; now knowing, now not knowing; now wholesome, now unwholesome; now present, now lost.

To attain this state is to realize the Perfectly Accomplished Reward Body of the Buddha- which is none other than our own Wisdom.

THE THOUSAND BILLION TRANSFORMATION BODIES OF THE BUDDHA

Originally, the Thousand Billion Transformation Bodies of the Buddha are none other than True Suchness Nature and True Suchness Knowing. But without any external cause, a Single Thought of Ignorance arises- the dualistic, discriminating mind- which obscures the Thousand Billion Transformation Bodies of the Buddha.

From then on, the mind constantly thinks this and that, endlessly generating thoughts, transforming now into good, now into evil.

At such a time, the mind may be compassionate and impartial like a Bodhisattva, yet at other times, it becomes deceitful, manipulative, and cunning like a demon.

At such a time, the mind may be scheming, wrathful, malicious, and vengeful- like an Asura, driven by rage and rivalry.

At such a time, the mind may be sorrowful, afflicted, lonely, cold, and famished- like a hungry ghost, tormented by endless craving.

In that state, thoughts arise without cease- wandering endlessly in delusion, causing both body and mind to transform according to them- speaking and acting in ways that shift constantly: now wholesome, now unwholesome; now joyful, now sorrowful; now loving, now hateful; now laughing, now weeping; now excessive, now withdrawn- no

Tuy nhiên, dù thiện hay ác, tà hay chính có khác nhau thật, nhưng "Tính của chúng vốn là Bất Nhị" không gì thay đổi được!

Cho nên chỉ một sát na mà biết đem cái nhất niệm vô minh hồi tâm chuyển về hướng thiện niệm, tức trở về Chân Như Niệm nguyên thủy của nó, thì:

Ma quỷ cũng thành Phật!

Tướng cướp biêt buông dao cũng thành Phật.

Với cùng một ý nghĩa ây cho tất cả mọi chúng sinh chúng ta muốn hết mê muội, không còn thích vui chơi với vọng tưởng nữa!

Và với những ai đã biết chán chường, đã hiểu về nghiệp báo nhân quả, thi chỉ có một con đường là hướng về Nhất Tâm mà tiếp thu muôn niệm điên đảo thất thường đó về một Thiện Niệm là "Nhất Niệm, hồi Tâm Hướng Thiện", tức lý thuyết và thực hành phải đi đôi.

Do đó mà bằng mọi cách, dùng một phương tiện nào thích hợp để làm sao đạt được:

- Tới độ "Nhất Tâm Bất Loạn" bằng công phu với câu Niệm Phật hay Trì Chú!

- Tới độ "Vô Tham" bằng công phu với câu Công Án hay câu Thoại Đầu (tức là tham miên mật đến độ tưởng chừng như không tham!)

Mục đích không ngoài việc thu nhiếp Tán Loạn Niệm, cũng là Tán Loạn Tâm về Nhất Tâm. Tức Nhất Niệm Vô Minh đã biết hồi tâm chuyển hướng, là đã quay về duy nhất

different from those who are mentally deranged.

However, though good and evil, false and true may appear different, their intrinsic Nature is fundamentally Non-Dual- unchanging and unalterable.

Therefore, in just a single instant, if one can turn the One Thought of Ignorance toward wholesome intention- returning to its original True Suchness Knowing- then even demons and ghosts can become Buddhas.

In that moment, even a bandit who lays down his knife can attain Buddhahood.

This same principle applies to all sentient beings: if we truly wish to end delusion, to stop delighting in the play of false thoughts.

Then for those who have grown weary, who understand karma and cause-and-effect, there remains only one path: to turn toward One-Pointed Mind, and gather all scattered, deluded thoughts into a single wholesome intention.

This is the practice of "One Thought Turning the Mind Toward Goodness"- where theory and practice must walk hand in hand.

Therefore, by any means necessary, one should skillfully apply a suitable method to attain the following realizations:

- To reach the state of Single-Minded Concentration Without Distraction through diligent practice of Buddha Recitation or Mantra Chanting.
- To reach the state of non-meditation through deep engagement with a Koan or Critical Phrase (Huatou)- meaning, to investigate Chan so thoroughly and continuously that it seems as if one is not meditating at all.

The ultimate purpose is none other than to gather and absorb scattered thoughts- that is, the distracted mind- into One-Pointed Mindfulness.

một "Chân Như Niệm" chính là: cái Trí Tuệ Niệm, Bản Niệm, Thường Hằng Niệm, cũng là sức sống vốn sẵn có sự sống động, thiêng liêng, bất biến mà không hề phân biệt!

Nó chính là cái Vốn Bất Nhị, không hề dính mắc, không hề bám víu trước muôn hiện tượng biến hiện của Vũ Trụ. Do đó còn được gọi là Cái Vốn Vô Sở Trụ!

Đó chính là Toàn Giới, Toàn Hạnh của chúng ta, cũng là của toàn thể chúng sinh. Được như vậy gọi là "Thiên Bách Ức Hóa Thân Phật", cũng chính là "Thiện Hạnh" của chúng ta.

Mọi thực hành rất là thiết thực ở ngay trong đời sống hiện tại, nếu chúng ta biết ứng dụng thì thật là tuyệt vời với Thiên Bách Ức Hóa Thân Phật. Thí dụ như khi chúng ta cần suy nghĩ về một công việc nào đó, để được vẹn toàn thì cứ việc suy nghĩ, nhưng khi nghĩ xong là tự động không còn dây dưa gì với cái ý niệm nghĩ hoài, nghĩ mãi không thôi ấy. Thì đây chính là Chân Như Niệm, và quả đúng là "khi cần dùng thì liễu liễu vô ngại, còn khi không cần dùng nữa thì nó thường hằng vẫn đó"!

Cho nên rất giản dị là từ việc nhỏ như lau nhà, rửa chén đến việc lớn như chế biến, phát minh, chúng ta đều cần phải nhất tâm, chăm chú vào công việc sao cho trọn vẹn, chu toàn để không có một sơ hở nào.

Cũng như không có một chút tư tưởng gì của Tự Ngã như tư tưởng tự ti hay tự tôn, giỏi hay dốt, cao hay thấp, hữu dụng hay vô dụng, của ta hay của người để mà so sánh, kể công,

This means that the Single Thought of Ignorance has now turned inward and changed direction, returning to the one and only True Suchness Thought- which is none other than the Wisdom Thought, the Original Thought, the Ever-Abiding Thought. It is the inherent vitality- sacred, dynamic, and immutable- free from all discrimination.

It is the Innate Non-Duality, unattached and ungrasping amidst the infinite arising and dissolving phenomena of the universe. Thus, it is also called the Innate Non-Abiding Ground.

This is the Total Realm and Total Practice of ourselves and of all sentient beings. To realize this is to manifest the Thousand Billion Transformation Bodies of the Buddha- which is also the Wholesome Practice of the cultivator.

All forms of practice are profoundly relevant to our present life. If we know how to apply them, they become wondrous-like the manifestations of the Hundred Thousand Million Transformation Bodies of the Buddha. For example, when we need to contemplate a certain task, we simply think it through to completion. Once the thinking is done, the mind naturally releases it-without lingering, without clinging to the stream of thoughts that have just passed, without being caught in the habit of endless rumination. This is precisely the True Suchness of Thought (Chân Như Niệm): when needed, the mind functions freely and unobstructedly; when no longer needed, the luminous nature of mind remains ever-present.

Thus, it is very simple: whether in small tasks like sweeping the floor or washing dishes, or in great endeavors such as creation and invention, we must engage with wholehearted attention-focused and complete-so that no flaw or oversight remains.

Likewise, there should be no trace of self-centered thought: no inferiority or superiority complex, no notions of being clever or dull, high or low, useful or useless, mine or

kiêu căng, tự phụ.

Nếu được như vậy thì ngay đó là chúng ta đang ứng dụng "Thiên Bách Ức Hóa Thân Phật", bởi vì chúng ta đang biến hóa muôn vật dụng cần thiết cho đời bằng đôi bàn tay vi diệu, với một trí tuệ việt siêu mà không hề có chút Tự Ngã nào cả!

.

THIỀN THƠ KHÔNG TÊN

Thiền Thơ không mang tên
Không nhịp điệu xuống lên
Không văn hoa từ ngữ
Không sắc mầu bớt thêm

.

Vẫn biết, vẫn vô tư
Thiền vượt ngoài sinh tử
Thiền chẳng lọt tứ cú
Thiền vô ngôn, vô tự

.

Chỉ gượng nói, ai ơi
Khởi ý là hỏng rồi
Im lìm cũng phiền đấy
Tùy cơ tác dụng thôi

.

yours-none of the comparisons, self-assertions, or prideful claims of ego.

If we can truly practice in this way, then in that very moment, we are manifesting the Hundred Thousand Million Transformation Bodies of the Buddha. For we are transforming the necessities of life through these wondrous hands, guided by transcendent wisdom-entirely free from the grasp of self.

ZEN POETRY: UNTITLED

Zen poetry bears no name
No rhythm to rise or fall,
No flourish of ornate words,
No colors to add or withdraw.

Still knowing, still carefree
Zen transcends birth and death.
It slips past four structured frames,
Beyond all speech and words.

Just a provisional whisper, dear friend
To stir a thought-already flawed.
Even silence may disturb;
Respond only as the moment calls.

TA LÀ

Mục đích chúng ta dùng các phương tiện:
Tụng Kinh,
Niệm Phật,
Trì Chú,
Tham Thiền
làm công phu là cốt để từ tán loạn Tâm trở về Nhất Tâm.

Nhất Tâm tạm ví như một vòng dây chuyền được tạo nên bởi nhiều khoen nhỏ, mỗi khoen nhỏ này được tạm ví như mỗi câu Công Án, hay mỗi câu Thoại Đầu, hay mỗi câu Niệm Phật ... Nếu chúng ta Niệm, Tham, Trì được liên tục mà không bị ngắt quãng, tức không bị vọng tưởng xen vào, thì vòng dây chuyền hay vòng công phu ấy đâu có khác gì Nhất Tâm!

Khi vòng Nhất Tâm đã không một kẽ hở, tức công phu không bị gián đoạn, thì hỏi vọng tưởng làm sao mà xen vào được? Thì ngay cả Diêm Vương cũng không có nơi, không có chỗ, không có một cơ hội nào để lọt vào được cái vòng công phu miên mật ấy, nên ông cũng phải giơ tay đầu hàng.

Còn về mọi tập khí, thói hư như tranh giành, sân hận, ngạo mạn, ích kỷ, ghét ghen... thi cũng được ảnh hướng bởi vòng công phu kiên cố ấy mà tự tiêu tan. Bởi vòng công phu đã kiên cố miện mật, thì đương nhiên là không có kẽ hở nào để tập khí có thể xen vào được. Và khi công phu đã được đến như vậy thì hỏi chúng ta là ai?

WE ARE

The purpose of our spiritual practice-through methods such as Sutra chanting, Buddha recitation, mantra invocation, or Zen contemplation-is to guide the scattered mind back to One-Pointedness.

One-Pointedness may be likened to a necklace formed by many small links. Each link can be seen as a single koan, a phrase of Huatou, or a line of Buddha recitation. If we can recite the Buddha's name, zen, or chant mantras continuously without interruption-without stray thoughts intruding-then this chain of practice becomes seamless. And that seamless chain is none other than One-Pointed Mind itself.

When the chain of One-Pointedness is without a single gap-when our practice is unbroken-then delusive thoughts have no way to enter. At that moment, even Yama, the Lord of Death, finds no place, no opening, no opportunity to penetrate this seamless ring of diligent effort. He, too, must raise his hands in surrender.

As for all habitual tendencies and defilements-such as grasping, anger, pride, selfishness, envy-they are gradually dissolved under the influence of this steadfast and unyielding chain of practice. For when the ring of effort is firm and continuous, there is simply no crack through which these afflictions can intrude. And when our practice reaches such a state-then let us ask: Who are we?

Phải chăng:
Chúng ta là "Đại Ngã"
Chúng ta là "Vô Thỉ, Vô Sinh" Chúng ta là "Cực Lạc Niết Bàn" Chúng ta là "Chân Không Diệu Hữu".
Chúng ta là cái cùng khắp không gian, cùng khắp thời gian, cùng khắp Vũ Trụ Vạn Vật!
Chúng ta là "Vô Sở Trụ"
Đã Vô Sở Trụ, chúng ta là "Giải Thoát" Khi đã Giải Thoát, Chúng ta là "Tính Giác Diệu Minh" Và khi đã là Tính Giác Diệu Minh, thì chúng ta là "Phật Tính".

.

TA LÀ

Tâm trụ chấp, Ta đã xả ra
Tâm đối đãi, Ta buông sạch cả
Mọi tập khí, Ta thiêu, Ta đốt
Vũ Trụ đây, Ta chính thật Ta
.
Ta là mây, bay lượn là là
Ta là chim, ru rít hót ca
Ta là gió, reo qua hoa lá
Ta là trăng, soi sáng sơn hà
.
Ta là sao, lấp lánh kiêu sa
Ta là biển, suối mát vườn trà
Ta là ánh mặt trời chiếu sáng
Ta là Ta, Ta thật chính Ta
.
Ta thật chính Ta, Ta là tất cả
Ta là hạt bụi, đại địa sơn hà
Mười phương thế giới, đâu mà không Ta?
Ta vẫn là Ta, Ta vẫn đây mà!

Are we not the Great Self? Are we not the Beginningless, the Unborn? Are we not the Bliss of Nirvāṇa, the Realm of Ultimate Peace? Are we not the True Emptiness and Wondrous Existence?

Look deeply into the mind, and you will see: We are that which pervades all space, all time, all phenomena throughout the universe. We are Non-Abiding. And because we abide nowhere, we are Liberation. When liberation is realized within the heart, We are none other than the Radiant Awareness. And thus, we are the Buddha-Nature itself.

WE ARE

When the grasping mind-I have let go,
When dualities-I've released them all,
When habits and traces-I've burned to ash,
Then this vast cosmos-I am truly I.

.

I am the cloud, drifting soft and high,
I am the bird, singing lullabies,
I am the wind, dancing through the trees,
I am the moon, lighting mountain seas.

.

I am the star, shimmering with grace,
I am the sea, spring water, tea place,
I am the sun, shining clear and bright,
I am the Self-my true, radiant light.

.

My true radiant Self-I am the All,
I am the dust, the earth, the mountain tall,
In ten directions-where is not my face?
I am still the Self, still here in this place.

THE END

HẾT

www.ingramcontent.com/pod-product-compliance
Lightning Source LLC
LaVergne TN
LVHW060316051026
849517LV00004B/1121
* 9 7 9 8 3 4 9 5 8 2 1 5 8 *